I0339159

ஆறாவது பன்னாட்டுக் கல்வியியல் மாநாடு

2025

தமிழ் செயற்கை நுண்ணறிவு

Online ISSN 06002767
Print ISSN 2767-0597

பிஎஸ்ஜிஆர் கிருஷ்ணம்மாள் மகளிர் கல்லூரி

தமிழ்த்துறை (சுயநிதிப்பிரிவு)

தகவல் தொழில்நுட்பத்துறை (சுயநிதிப்பிரிவு)

தமிழ் அநிதம் அமெரிக்கா

ஓயிஸ்கா நிறுவனம் (அமெரிக்கா),

உலகத்தமிழ் மென்பொருள் குடும்பம் (அமெரிக்கா),

பாரதித் தமிழ்ச்சங்கம், பஹ்ரைன், நாகூர் தமிழ்ச்சங்கம், நாகூர்

இணைந்து நடத்தும்

ஆறாவது பன்னாட்டுக் கல்வியியல் மாநாடு

2025

தமிழ் செயற்கை நுண்ணறிவு

Title:	பன்னாட்டுக் கல்வியியல் மாநாடு VI- 2025
ISBN:	9780983908753
Print ISSN	2767-0597
Subject:	Conference Proceedings
Language:	Tamil English
Authors:	Paper presenters
Edition:	First
Copyright:	Researchers
Fonts	
Font size :	12
Publisher:	Tamilunltd 10 Maybellecourt Mechanicsburg PA 17050

ஆலோசகர்கள்

Advisory Board

முனைவர் இ. இனியநேரு,
மேனாள்துணைத் தலைமை இயக்குநர்
தேசிய தகவலியல் மையம், சென்னை,

முனைவர் T. மாலாநேரு
பேராசிரியர்,
அறிவியல் தகவல் தொழில்நுட்பப் பிரிவு,
கிண்டி பொறியியல் கல்லூரி
அண்ணா பல்கலைக்கழகம், சென்னை

திரு. சொ. ஆனந்தன் B.E
உரிமையாளர்,
வள்ளி மென்பொருள் நிறுவனம் சென்னை

முனைவர் வ. தனலட்சுமி
இணைப்பேராசிரியர்
சுப்பிரமணிய பாரதி தமிழியற்புலம்
புதுவைப் பல்கலைக்கழகம், புதுச்சேரி

பேரா.அ. காமாட்சி, (ப.நி)
மொழியியல் உயராய்வு மையம்,
அண்ணாமலைப் பல்கலைக்கழகம்,
சிதம்பரம்
மேனாள் ஆய்வுத்தகைஞர்,
இராபர்ட் கால்டுவெல் ஆய்விருக்கை,
தஞ்சாவூர்,

திரு. டேவிட் இராசாமணி
கணினி வல்லுநர், நிறுவனர்,
உலகத்தமிழ் மென்பொருள் குடும்பம்,
NJ (USA)

பேராசிரியர் சி. தியாகராஜன்
பதிவாளர் (பொ)
தமிழ்ப் பல்கலைக்கழகம், தஞ்சாவூர்

முனைவர் கா. உமாராஜ்
இணைப்பேராசிரியர்
மொழியியல் துறைத் தலைவர்
மதுரை காமராசர் பல்கலைக்கழகம், மதுரை

பேரா. ஜெ.ஆர். ஜெயசந்திரன்
மேனாள் இயக்குநர்,
பதிப்பகத்துறை நெறியாளர்,
தமிழ்ப்பல்கலைக்கழகம், தஞ்சாவூர்
நாகூர் தமிழ்ச்சங்கம்

திரு. பன்னீர் செல்வம் இராசமாணிக்கம்
தரவு ஆய்வாளர், தமிழ் ஆர்வலர், PA (USA)

திரு.எம்.ஜி.கே. ஹீசைன் மாலீம்
நிறுவனர்,
நாகூர் தமிழ்ச் சங்கம்
பாரதி தமிழ்ச் சங்கம், ப.ஃகரைன்

திரு எம்ஜிகே. நிஜாமுதீன்
முன்னாள் சட்டமன்ற உறுப்பினர், நாகூர்,
துணைத்தலைவர் உலக தமிழர் பேரமைப்பு.

வழக்கறிஞர் த. சரவணன்
தலைவர்,
தேசிய சர்வ தேசிய வர்த்தக
இசைவுத்தீர்வு குழுமம் (CNCA)

முனைவர். பா.கு.சந்தோஷ் குமார்,
வழக்கறிஞர்
ஒயிஸ்கா தமிழ்நாடு பிரதிநிதி

வழக்கறிஞர் சங்கீதா ராஜ்குமார்
செயற்கைகுழு உறுப்பினர்,
ஒயிஸ்கா கிளை (தமிழ்நாடு)
மகளிர் அணித்தலைவர்

திரு பா.பிரசன்ன வெங்கடேஷ்
மென்பொருள் பொறியாளர், NY (USA)

திருமதி மது மயில்வாகனன்
கணினிப் பொறியாளர்,
சிட்னி (ஆஸ்திரேலியா)

திரு.தேனி மு. சுப்பிரமணி
ஆசிரியர்
முத்துக்கமலம், மின்னிதழ்

முனைவர் அண்ணா கண்ணன்
ஆசிரியர்
வல்லமை மின்னிதழ்

திருமதி சுகந்தி நாடார்
தோற்றுனர்
தமிழ் அநிதம் (அமெரிக்கா)

தமிழ் அநிதம் குழு

பேரா.பா.தங்கராஜ் M.Com., M.Ed., M.Phil.
செயலர்:
கல்வியாளர்.
மேல்நிலைக்கல்வி பாடத்திட்டக் குழு
அருப்புக்கோட்டை
com.thangaraj@gmail.com

முனைவர் வ. தனலட்சுமி
இணைப் பேராசிரியர்
சுப்பிரமணிய பாரதி தமிழியற்புலம் புதுவைப்
பல்கலைக்கழகம் புதுச்சேரி-
dhanagiri@gmail.com

முனைவர் T. மாலாநேரு
பேராசிரியர்,
அறிவியல் தகவல் தொழில்நுட்பப் பிரிவு,
கிண்டி பொறியியல் கல்லூரி
அண்ணா பல்கலைக்கழகம், சென்னை

முனைவர் பா. சங்கரேஸ்வரி
துறைத் தலைவர்; இலக்கணத்துறை,
தமிழியற்புலம்,
மதுரை காமராசர் பல்கலைக்கழகம் மதுரை
sankaritamil@gmail.com

பேராசிரியர்.ப. மங்கையற்கரசி
துறைத்தலைவர் மொழியியல்துறை,
தமிழ்ப் பல்கலைக்கழகம், தஞ்சாவூர்
mangai.arasi75@gmail.com

பேராசிரியர் ஜெ.ஆர்.ஜெயசந்திரன்
மேனாள் இயக்குனர், பதிப்பகத்துறை நெறியாளர்
தமிழ்ப் பல்கலைக்கழகம், தஞ்சாவூர்.

முனைவர் இரா. தனசுபா
இணைப் பேராசிரியர் & தமிழ்த்துறைத் தலைவர்
சைவபானு சத்திரிய
கல்லூரி,அருப்புக்கோட்டை
traj.acc@gmail.com

முனைவர் பா.பொன்னி
துறைத்தலைவர் தமிழ்துறை
தி ஸ்டாண்டர்டு ஃபயர்ஒர்க்ஸ்
இராஜரத்தினம் மகளிர்
கல்லூரி(தன்னாட்சி), சிவகாசி
srisrijaa@gmail.com

முனைவர் இரா.குணசீலன்
தமிழ் இணைப்பேராசிரியர்,
பி.எஸ்.ஜி கலை அறிவியல் கல்லூரி,
கோயம்புத்தூர்
gunathamizh@gmail.com

முனைவர் கோ.சுகன்யா
தமிழ்த்துறைத் தலைவர்
பி.எஸ்.ஜி.ஆர்.கிருஷ்ணம்மாள் மகளிர்
கல்லூரிகோயம்புத்தூர்

முனைவர் ம.தனலட்சுமி
உதவிப் பேராசிரியர் தமிழ்த்துறை
அறிவியல் மற்றும் மானுடவியல் புலம்
ஏஏஏ பொறியியல் & தொழில்நுட்பக்
கல்லூரி ஆமத்தூர் சிவகாசி

ஆ. சோபியா
உதவிப் பேராசிரியர் தமிழ் உயராய்வு நடுவம்,
டோக் பெருமாட்டிக்கல்லூரி மதுரை
Sofi.anandraj@gmail.com

முனைவர்.சி.அருள் மைக்கேல் செல்வி
இணைப்பேராசிரியர்,தமிழ் உயராய்வு மையம்
பாத்திமா கல்லூரி (தன்னாட்சி)மதுரை

முனைவர்.பா.ரேவதி
உதவிப் பேராசிரியர் & தமிழ்த்துறைத் தலைவர்
மாணிக்கம் ராமசுவாமி கலை & அறிவியல்
கல்லூரி திருப்பரங்குன்றம்,மதுரை

பா. மைதிலி
உதவிப் பேராசிரியர் தகவல் தொழில்நுட்பத்
துறை
சைவபானு சத்திரிய கல்லூரி
அருப்புக்கோட்டை
mythilibhaskaran70714@gmail.com

கருத்தரங்கக் குழு:

கருத்தரங்கப் புரவலர்கள்
உயர்மிகு கோ. ரங்கசாமி
நிர்வாக அறங்காவலர்
பிஎஸ்ஜிஆர் கிருஷ்ணம்மாள் மகளிர் கல்லூரி

முனைவர் நந்தினி ரங்கசாமி
கல்லூரித் தலைவர்
பிஎஸ்ஜிஆர் கிருஷ்ணம்மாள் மகளிர் கல்லூரி

கருத்தரங்க ஆலோசனைக்குழு
தலைவர்:
முனைவர் நா.யசோதாதேவி
கல்லூரிச் செயலர்
பிஎஸ்ஜிஆர் கிருஷ்ணம்மாள் மகளிர் கல்லூரி

கருத்தரங்கத் தலைவர்கள்:
முனைவர் பி. பீ. ஹாரத்தி
கல்லூரி முதல்வர்
பிஎஸ்ஜிஆர் கிருஷ்ணம்மாள் மகளிர் கல்லூரி

மருத்துவர் க. வெங்கடேஷ் நாடார்
இயக்குநர்,
CARE மருத்துவ ஆராய்ச்சி நிறுவனம் (அமெரிக்கா)
தமிழ் அநிதம் (அமெரிக்கா)

மாநாட்டுக்குழு:
திரு. நல்லபெருமாள் பிள்ளை
தலைவர்,
ஓயிஸ்க்கா நிறுவனம்,தமிழ்நாடு கிளை

வழக்கறிஞர் த.சரவணன்
தலைவர்,
தேசிய&சர்வ தேசிய வர்த்தக இசைவுத்தீர்வுக் குழுமம்(CNICA),
செயற்குழு உறுப்பினர்,

தென்னிந்தியக் கிளை(ஓயிஸ்க்கா)
திரு. எம்.ஜி.கே. ஹுசைன் மாலிம்
நிறுவனர்,
பாரதி தமிழ்ச்சங்கம்,
பஹ்ரைன், நாகூர் தமிழ்ச் சங்கம்

திரு. எம்.ஜி.கே. நிஜாமுதீன் B.L, Ex MLA
தாளாளர்
தேசிய மேல்நிலைப்பள்ளி குழுமம் நாகை

துணைத்தலைவர்:
உலகத் தமிழர் பேரமைப்பு

திரு. டேவிட் இராசாமணி
கணினிப் பொறியாளர்
தமிழ் மென்பொருள் குடும்பம்,
வளரி தமிழ் செயற்கை நுண்ணறிவுத்தொழில்நுட்பம்

திருமதி.சுகந்தி நாடார்
நிறுவனர்,
தமிழ் அநிதம் (அமெரிக்கா) நிறுவனர்,

கருத்தரங்க ஒருங்கிணைப்பாளர்கள்:
முனைவர் கோ. சுகன்யா,
தமிழ்த்துறைத் தலைவர் (சுயநிதிப்பிரிவு).
பிஎஸ்ஜிஆர் கிருஷ்ணம்மாள் மகளிர் கல்லூரி

முனைவர் ஜா. சோபியா ரீனா,
தகவல் தொழில்நுட்பத்துறைத் தலைவர்.
பிஎஸ்ஜிஆர் கிருஷ்ணம்மாள் மகளிர் கல்லூரி

கருத்தரங்க இணை
ஒருங்கிணைப்பாளர்கள்:
முனைவர் சே. பிரேமா,
உதவிப்பேராசிரியர்.
பிஎஸ்ஜிஆர் கிருஷ்ணம்மாள் மகளிர் கல்லூரி

அமர்வு ஒருங்கிணைப்புக்குழு:

தமிழ்த் துறை (சுயநிதிப்பிரிவு):
முனைவர் ஆ. அகிலாண்டேஸ்வரி
முனைவர் ஜெ. கவிதா
முனைவர் ந. பிரதீபா
முனைவர் ப. மணிமேகலை
திருமதி நா. குமுதா
முனைவர் இரா. மாலினி
முனைவர் மு. அன்பரசி
முனைவர் ரா. நித்யலட்சுமி
முனைவர் சி. தீபா

தகவல் தொழில்நுட்பத்துறை:
முனைவர் கோ. சங்கீதா
திருமதி கோ. ரூபாதேவி
முனைவர் வெ. தீபா
முனைவர் இரா. ஜீவிதா
முனைவர் ப. பார்வதி
முனைவர் இரா. சிவரஞ்சனி
முனைவர் ச. பியூலா பிரின்சி
செல்வி செ. தேவிபிரியா
முனைவர் த. சங்கீதா

தொடர்புக்கு:
முனைவர் கோ. சுகன்யா,
தமிழ்த்துறைத்தலைவர்
முனைவர் சே. பிரேமா,
உதவிப்பேராசிரியர் –

பாராட்டுரை

டாக்டர் நந்தினி ரங்கசாமி
தலைவர்

"அறிவை விரிவுசெய்! அகண்டமாக்கு!
விசாலப் பார்வையால் விழுங்கு மக்களை
அணைந்துகொள் உன்னைச் சங்கமமாக்கு
மானிட சமுத்திரம் நானென்று கூவு"
– பாரதிதாசன்

    கோவை மாநகரில் சிறந்த பெண்களுக்கான சிறந்த கல்வி நிறுவனமாக விளங்கும் பிஎஸ்ஜிஆர் கிருஷ்ணம்மாள் மகளிர் கல்லூரி, 1963 ஆம் ஆண்டு தெய்வத்திரு ஜி. ஆர். கோவிந்தராஜுலு, ஸ்ரீமதி சந்திரகாந்தி கோவிந்தராஜுலு ஆகியோரால் நிறுவப்பட்டது. இக்கல்லூரி அறுபதாண்டுகளுக்கு முன்பே தொலைநோக்குப் பார்வையோடு பெண்களுக்கென உருவாக்கப்பட்ட தனித்துவம் வாய்ந்த முதன்மைக் கல்லூரியாக விளங்குகிறது. இக்கல்லூரியின் தமிழ்த்துறை நீண்ட நெடிய பாரம்பரியத்தையுடையது. சந்திரகாந்தம் தமிழ் மன்றம், தொல்காப்பியர் உயராய்வு மையம் ஆகியவற்றின் மூலம் மாணவிகளின் அறிவுத்திறனை மேம்படுத்தி வருகிறது.

    கல்விப்பணி மட்டுமன்றி சமூகப்பணியிலும் இணைந்து செயல்பட்டு வரும் தமிழ்த்துறை, தகவல் தொழில்நுட்பத்துறை மற்றும் தமிழ் அநிதம் (அமெரிக்கா), ஓயிஸ்கா சர்வதேச நிறுவனம் (தமிழ்நாடு கிளை), உலகத்தமிழ் மென்பொருள் குடும்பம் (அமெரிக்கா), பாரதி தமிழ்ச்சங்கம் (பஹ்ரைன்), நாகூர் தமிழ்ச்சங்கம் (நாகூர்) ஆகியவற்றுடன் இணைந்து தமிழ் மொழியில் செயற்கை நுண்ணறிவின் வளர்ச்சியை ஊக்குவித்தல், தமிழில் AI தொழில் நுட்பங்களை உருவாக்கும் ஆராய்ச்சிகளை மேம்படுத்துதல், மாணவர்கள், ஆராய்ச்சியாளர்கள், தொழில்நுட்ப நிபுணர்கள் மற்றும் பொதுமக்களுக்கு AI பற்றிய விழிப்புணர்வை ஏற்படுத்துதல் ஆகிய நோக்கங்களை மையமாகக் கொண்டு "தமிழ் செயற்கை நுண்ணறிவு 2025" என்ற தலைப்பில் பன்னாட்டுக் கல்வியியல் மாநாட்டினை நடத்தும் தமிழ்த்துறையினரின் முயற்சிக்கு பாராட்டுக்களும் வாழ்த்துகளும்.

டாக்டர் நந்தினி ரங்கசாமி
தலைவர்

வாழ்த்துரை

முனைவர் நா. யசோதாதேவி
செயலர்,
பிஎஸ்ஜிஆர் கிருஷ்ணம்மாள் மகளிர் கல்லூரி, கோவை – 641 004.

"பட்டங்கள் ஆள்வதும் சட்டங்கள் செய்வதும்
பாரினில் பெண்கள் நடத்த வந்தோம்"
– பாரதியார்

சமூக மாற்றத்திற்கு கல்வி ஒரு சக்தி வாய்ந்த ஊக்கியாக உள்ளது. குறிப்பாகப் பெண் கல்வி என்பது பொருளாதார வளர்ச்சி மற்றும் சமூக சமத்துவத்தை நோக்கிய பயணமாக அமைவதோடு மட்டுமல்லாமல், இன்று தொழில்நுட்பத் துறையிலும் பெண்கள் முன்னணியில் வலம் வருகின்றனர் என்பது சிறப்பான நிலையாகும். பிஎஸ்ஜிஆர் கிருஷ்ணம்மாள் மகளிர் கல்லூரியின் தமிழ்த்துறையும் (சுயநிதிப்பிரிவு) மற்றும் தகவல் தொழில்நுட்பத் துறையும் இணைந்து வழங்கும் "தமிழ் செயற்கை நுண்ணறிவு 2025 " – என்ற பன்னாட்டுக் கல்வியியல் மாநாட்டிற்கு வாழ்த்துரை வழங்குவதில் பெரு மகிழ்ச்சி அடைகின்றேன்.

தற்போதைய காலமானது தொழில் நுட்பங்களின் காலம். இளைய தலைமுறையினர் அறிவியல் புலங்களில் தலைசிறந்த பொறுப்புகளை வகிக்கின்றனர். இன்றைய நாட்களில் 'செயற்கை நுண்ணறிவு' என்ற சொற்றொடர் சிறியவர் முதல் பெரியவர் வரை வழங்கி வரக்கூடிய ஒரு சிறந்த பேசுபொருளாக உள்ளது.

செயற்கை நுண்ணறிவு சார்ந்த பல தொழில்நுட்ப சாதனங்களை இன்று நமது அன்றாட வாழ்வில் பயன்படுத்தத் தொடங்கிவிட்டோம். அதேவேளையில் நமது கண்டுபிடிப்புகள் மனிதனின் ஆக்க வாழ்விற்கு உறுதுணையாக அமைய வேண்டுமே தவிர நம்மை அடிமையாக்கி விடக்கூடாது என்பதையும் கவனத்தில் கொண்டு செயல்பட வேண்டும்.

செயற்கை நுண்ணறிவுக் கருவிகள், தகவல் தொடர்பு, மருத்துவம், போக்குவரத்து, வணிகம், கல்வி, உற்பத்தி, விவசாயம், விளையாட்டு என்பன போன்ற பல்வேறு துறைகளில் அதன் செயல்திறனை மேம்படுத்தியதோடு, தமிழ் மொழி கற்றல் கற்பித்தலையும், அதன் வளர்ச்சியிலும் செயற்கை நுண்ணறிவுக் கருவிகள் எவ்வாறு

துணை செய்கின்றன என்றும், அதன் பங்கு என்ன என்றும், அதனை எவ்வாறு இத்தளத்தில் பயன்படுத்தலாம் என்பன போன்ற பன்முகப் பார்வையில் ஆய்வு செய்து, ஆய்வுக் கட்டுரைகளை வழங்கியுள்ள பேராசிரியர்கள், ஆய்வாளர்கள் அனைவருக்கும் பாராட்டுகளைத் தெரிவித்துக் கொள்வதில் பெரு மகிழ்ச்சி அடைகிறேன்.

இக்கல்வியியல் மாநாட்டினை தமிழ் அநிதம் (அமெரிக்கா), ஓயிஸ்கா சர்வதேச நிறுவனம் (தமிழ்நாடு கிளை), உலகத்தமிழ் மென்பொருள் குடும்பம் (அமெரிக்கா), பாரதி தமிழ்ச்சங்கம் (பஹ்ரைன்), நாகூர் தமிழ்ச்சங்கம் (நாகூர்) போன்ற அமைப்புகள் எம் கல்லூரியோடு இணைந்து செயல்பட்ட நிலை பாராட்டுதலுக்கும் வாழ்த்துக்களுக்கும் உரியது என்பதை பேருவகையோடு தெரிவித்துக் கொள்கின்றேன்.

வாழிய செந்தமிழ்!

முனைவர் நா. யசோதாதேவி
செயலர்

வாழ்த்துரை

முனைவர் பி.பீ.ஹாரத்தி
முதல்வர்
பிஎஸ்ஜிஆர் கிருஷ்ணம்மாள் மகளிர் கல்லூரி,கோயம்புத்தூர் – 641 004

"ஒரு மொழி நிலைத்து வாழ்வது என்பது அந்த மொழி எவ்வளவு தூரம் பயன்படுத்தப்படுகின்றது என்பதைப் பொறுத்துதான். அதற்குத் தேவை ஒரு மொழி காலத்திற்கு ஏற்ப தன்னைப் புதுப்பித்துக் கொண்டே இருக்க வேண்டும். தமிழ்மொழி இனிமையும், நீர்மையும் உடைய மொழி. எனவே இம்மொழி மாறி வருகின்ற காலத்தின் பண்பாட்டுச் சூழலையும் அறிவியல் வளர்ச்சியையும் தனக்குள் ஈர்த்துக் கொண்டு நிலைத்து நிற்கின்றது.

கோயம்புத்தூரில் தலைசிறந்த கல்வி நிறுவனமாக விளங்கும் பிஎஸ்ஜிஆர் கிருஷ்ணம்மாள் மகளிர் கல்லூரி தெய்வத்திரு கோவிந்தராஜுலு, ஸ்ரீமதி சந்திரகாந்தி கோவிந்தராஜுலு ஆகியோரால் 1963 ஆம் ஆண்டு நிறுவப்பட்டது. எம் கல்லூரி பெண்களுக்கான கல்வியை அளித்து சமுதாயத்தில் பெண்களின் கல்வித் தரத்தை உயர்த்தி வருகின்றது. கல்லூரியின் இன்றைய நிர்வாக அறங்காவலர் திரு. ஜி. ரங்கசாமி, கல்லூரித் தலைவர் டாக்டர் ஆர். நந்தினி ஆகியோரின் தலைமையில் மிகச் சிறப்பாக நடத்தப்பட்டு வருகின்றது.

நம் கல்லூரியானது 39 இளங்கலை, 19 முதுநிலை பட்டப்படிப்பு, 15 ஆய்வியல் நிறைஞர் மற்றும் முனைவர் பட்ட ஆய்வுத் துறைகளையும், 8500 க்கும் மேற்பட்ட மாணவிகளையும், 400 பேராசிரியர்களையும் கொண்டு மிகச் சிறப்பாகச் செயல்படுகிறது. மேலும் பல்கலைக்கழக நிதி நல்கைக்குழு வழங்கும் தொழிற்கல்விப் பாடமும்,சமுதாயக் கல்வி பாடப்பிரிவும், எம் கல்லூரியில் சிறப்புடன் கற்பிக்கப்பட்டு வருகின்றன. தன்னாட்சி உரிமை, 5 நட்சத்திரத் தகுதி, சிறப்பு நிலைத் தகுதி (COLLEGE WITH POTENTIAL) பெற்ற முதன்மைக் கல்லூரி, தனிச்சிறப்புத்திறன் கல்லூரி (COLLEGE OF EXCELLENCE) தேசிய தர மதிப்பீட்டில் A++ தகுதி NIRF–2025 தேசிய தரவரிசை பட்டியலில் 7ஆவது இடம் போன்ற பல சிறப்புகளைப் பெற்றுள்ளது.

எம் கல்லூரியின் அறிவியல் துறைகள் DBT STAR, DBT BUILDER, DST FIST, DST CURIE, BIRAC–E–YUVA,AC–ABC மற்றும் DSIR போன்ற பல்வேறு நிதியுதவிகள் பெற்று அறிவியல் ஆராய்ச்சியையும், தொழில் முனைவையும் முன்னெடுத்துச் செல்கின்றன.

DST உதவியுடன் அன்னூருக்கு அருகில் கிராமப்புற பெண்கள் தொழில்நுட்பப் பூங்கா அமைக்கப்பட்டுள்ளது குறிப்பிடத்தக்கதாகும். OUTCOME BASED EDUCATION (OBE) என்ற பாடத்திட்டத்தை வழங்கிய முதல் கலை அறிவியல் கல்லூரி என்ற சிறப்புக்குரிய எம் கல்லூரியில் ACS, CA, ICWA, BANKING, CIVIL SERVICE, UGC NET, போன்ற போட்டித் தேர்வுகளுக்கான பயிற்சி மையங்களும் இயங்கி வருகின்றன. எம் கல்லூரிப் பேராசிரியர்கள் தேசிய மற்றும் பன்னாட்டு கருத்தரங்குகளிலும், பல்கலைக்கழக நிதி நல்கைக் குழுவின் அங்கீகாரம் பெற்ற ஆய்விதழ்களிலும் ஏராளமான ஆய்வுக் கட்டுரைகளையும் வழங்கி வருகின்றனர்.

தகவல் தொழில்நுட்பத்துறை (IT) மற்றும் தமிழ்த்துறை (சுயநிதிப்பிரிவு) தொல்காப்பியர் உயராய்வு மையம் வழியாக 'தமிழ் செயற்கை நுண்ணறிவு 2025' என்ற தலைப்பில் ஆறாவது பன்னாட்டுக் கல்வியியல் மாநாட்டினை நடத்துகின்றது. அவ்வகையில் கணித்தமிழ் வளர்ச்சி, தமிழும் செயற்கை நுண்ணறிவுத் தொழில்நுட்பமும், செயற்கை நுண்ணறிவில் மொழியின் பங்கு, தமிழுக்கான செயற்கை நுண்ணறிவுக் கருவிகள் போன்ற தலைப்புகளில் எம் கல்லூரியின் தமிழ்த்துறையுடன், தமிழ் அநிதம் (அமெரிக்கா) ஓயிஸ்கா நிறுவனம் (தமிழ்நாடு கிளை) உலகத் தமிழ் மென்பொருள் குடும்பம் (அமெரிக்கா) நாகூர் தமிழ்ச்சங்கம் (நாகூர்) பாரதி தமிழ்ச்சங்கம் (பஹ்ரைன்) போன்ற மென்பொருள் நிறுவனங்களுடன் இணைந்து இம்மாநாட்டினை நடத்துகின்றன. இந்நிகழ்வினைச் சிறப்புறச் செயல்படுத்திய தமிழ்த்துறைப் பேராசிரியர்களை உளமாரப் பாராட்டி, இன்னும் இது போன்ற பல நிகழ்வுகளைத் தொடர்ந்து நடத்த வேண்டும் என்று கேட்டுக்கொள்கின்றேன். இந்த முயற்சியை தமிழ் கூறும் நல் உலகம் வரவேற்கும் என்றும் நம்புகிறேன். இம்மாநாடு சிறப்புற நடைபெற மனமார்ந்த வாழ்த்துக்கள்.

முனைவர் பி.பீ.ஹாரத்தி
முதல்வர்

பதிப்புரை

முனைவர் கோ. சுகன்யா
தமிழ்த்துறைத் தலைவர்
பிஎஸ்ஜிஆர் கிருஷ்ணம்மாள் மகளிர் கல்லூரி, கோயம்புத்தூர் – 641 004.

"எங்கிருந்தோ வந்தான், இடைச்சாதியென்று சொன்னான்
இங்கிவனை யான் பெறவே என்னதவஞ் செய்து விட்டேன்!" –

என்ற பாரதியாரின் கூற்றுக்கிணங்க, செயற்கை நுண்ணறிவு மனிதன் கண்டுபிடித்தவற்றில் தலை சிறந்ததாகும். வளர்ச்சி என்னும் இலக்கை நோக்கிய பயணத்தில் செயற்கை நுண்ணறிவு என்னும் ஒரு வழிப் பாதையில் மனிதகுலம் நடை பயின்று கொண்டிருக்கின்றது.

அவ்வகையில் "தமிழ் செயற்கை நுண்ணறிவு 2025" என்ற இந்த பன்னாட்டுக் கல்வியியல் மாநாடு, தமிழ் மொழியின் தற்கால மற்றும் எதிர்கால வளர்ச்சியைச் செயற்கை நுண்ணறிவு வழியாக ஆராய்வதற்கான சிறப்பான தளமாக இருக்கின்றது. செயற்கை நுண்ணறிவு இன்று கல்வி, அறிவியல், தொழில்நுட்பம், மருத்துவம், வர்த்தகம், ஊடகம் மற்றும் சமூக மேம்பாடு போன்ற பல துறைகளில் புரட்சிகர மாற்றங்களை நிகழ்த்தி வரும் சூழலில், தமிழ்மொழியின் பன்முகத்தன்மையையும் அதன் தொழில்நுட்பப் பயன்பாட்டுத் திறனையும் ஆய்வு செய்வது இம்மாநாட்டின் முக்கியக் குறிக்கோளாக அமைந்தது.

உலகின் தொன்மையான மொழிகளில் ஒன்றான தமிழ்மொழி, சிறப்பான இலக்கியப் பாரம்பரியத்தைக் கொண்டதுடன், சமகாலத் தகவல் தொடர்புத் தொழில்நுட்பங்களுடன் இணைந்துகொண்டு விரிவடையும் திறனையும் கொண்டுள்ளது. இம்மாநாடு, தமிழில் இயற்கை மொழி செயலாக்கம் (Natural Language Processing), இயந்திரக் கற்றல் (Machine Learning), டிஜிட்டல் கல்வியியல் கருவிகள், மெய்நிகர் மற்றும் விரிவாக்கப்பட்ட யதார்த்தம் (VR/AR) போன்ற துறைகளில் மேற்கொள்ளப்படும் ஆய்வுகள் மற்றும் புதிய முயற்சிகளை வெளிக்கொணர்கிறது. மேலும், செயற்கை நுண்ணறிவு தமிழ்மொழியின் கல்வி, ஊடகம், கலாச்சாரம் மற்றும் தொழில்நுட்ப வளர்ச்சியில் எவ்வாறு செயல்படுகிறது என்பதைப் பன்னாட்டு கல்வியியல் பார்வையில் விவாதிக்கிறது.

இந்த மாநாட்டின் மூலம் தமிழில் செயற்கை நுண்ணறிவு ஆய்வுகளுக்கான கல்வியியல் சூழல்களை உருவாக்குவது, ஆய்வாளர்கள் மற்றும் தொழில்நுட்ப வல்லுநர்களின் பங்குபற்றுதலின் மூலம் உலகளாவிய அளவில் தமிழ் ஆராய்ச்சியை விரிவுபடுத்தவும் முடியும் என நம்பிக்கை கொண்டோம்.

மாநாட்டு ஆய்வுக்கோவையில் பல கட்டுரைகள் செயற்கை நுண்ணறிவுக் கருவிகள், தமிழின் இலக்கண அமைப்பு, சொற்களின் பல்வேறு பயன்பாடுகள் மற்றும் தகவல் தொடர்பு செயல்முறைகளை எவ்வாறு மேம்படுத்துகின்றன என்பதைக் கவனத்தில் கொண்டிருந்ததை உணர முடிந்தது. சமூக மற்றும் பொருளாதார வளர்ச்சிக்கான தமிழ்மொழி அடிப்படையிலான செயற்கை நுண்ணறிவுத் தீர்வுகளை முன்வைத்தன. தமிழை அடுத்த தளத்திற்கு எடுத்துச் செல்ல உதவும் செயற்கை நுண்ணறிவுக் கருவிகள் எவை, அவற்றால் வரும் நன்மை, தீமைகள் என அனைத்தையும் தொட்டுக் காட்டியிருக்கிறார்கள்.

இம்மாநாடு, பன்னாட்டு அளவில் பேராளர்களை ஒருங்கிணைத்து, தமிழ்மொழி மற்றும் செயற்கை நுண்ணறிவு இணையும் புதிய பரிமாணங்களை உருவாக்கும் வாய்ப்பை ஏற்படுத்துகிறது. இத்தகைய கல்வியியல் விவாதங்களும் ஆய்வுக் கட்டுரைகளும், தமிழ் மொழியின் தொழில்நுட்பப் பரிணாமத்தை வலுப்படுத்துவதோடு, பன்னாட்டுக் கல்வியியல் உலகில் தமிழுக்கு ஒரு தனித்துவமான அடையாளத்தையும் வழங்குகின்றது.

இம்மாநாட்டை வளப்படுத்திய அனைத்து ஆய்வாளர்களுக்கும், பங்கேற்பாளர்களுக்கும், எங்களுடன் கரம் கோர்த்து செயல்பட்ட நிறுவனங்களுக்கும், எமது கல்லூரி தமிழ் & தகவல் தொழில் நுட்பத்துறைகளைச் சார்ந்தக் கருத்தரங்கக் குழுவினருக்கும் எமது சிரம் தாழ்ந்த நன்றிகளைத் தெரிவித்துக் கொள்கிறேன். "தமிழ் செயற்கை நுண்ணறிவு 2025" மாநாடு கல்வி, ஆராய்ச்சி மற்றும் தொழில்நுட்ப முன்னேற்றத் தளங்களில் தமிழ்மொழியின் பங்கினை வலியுறுத்தும் வரலாற்றுச் சிறப்புமிக்க கல்வியியல் நிகழ்வாக அமையும் என்பதில் எமக்கு உறுதியான நம்பிக்கை உள்ளது.

நற்றமிழ் செழிக்க!

முனைவர் கோ. சுகன்யா
தமிழ்த்துறைத் தலைவர்

Message from Conference Chair

Dr.Venkatesh.K.Nadar,M.D
Director

TAMIL UNLIMITED LLC
10 Maybelle court
Mechanicsburg,PA17050 USA
tamilunltd@gmail.com

Dear Educators, Students, Researchers, and Developers,

Greetings,Today, AI is the buzzword around the world. It is the one technology where hype and reality seem to be on the same level. What were search engines and word editing platforms before are turning into an AI platform. One can say that ChatGPT has played a pivotal role in changing the landscape of technology. No one would have thought the search engines would be replaced so swiftly. Now we have AI technology everywhere surrounding our everyday life, no matter where we live or what we do. It is the need of the hour to invest in this global technology locally. If search engines were global technology, AI is a technology that can be customized to everyone, each sector, each region, each state, and each country.

It is our privilege and pleasure to conduct the sixth international educational conference with the prestigious PSGR Krishnammal College, Coimbatore. Out of forty-two paper presenters, most of them are students of PSGR Krishnammal College. The knowledge and experience they gain through this conference will shine in the coming decades. Tamil Nadu can witness a wave of women entrepreneurs in the Tamil computing field.

Behind their present experience and future endeavor is the work of professors who put their heart and soul into the upliftment and betterment of their students. I congratulate every paper presenter for their commitment to Tamil technology, which will preserve the traditions and antiquity of our language. My sincere thanks to our friends at OISCA Tamil Nadu, World Tamil Open-Source Family, Bharathi Tamil Sangam Bahrain, and Nagore Tamil Sangam for strengthening our efforts to take Tamil computing to grass roots.

Good luck to all!

Best,
VKN

பொருளடக்கம்

1. வகுப்பறையில் எண்ணியல் வழி கதை கூறல் Digital Storytelling in the Classroom 1

    முனைவர் கோ. சுகன்யா

2. மொழி கற்பித்தலில் செயற்கை நுண்ணறிவின் பங்கு 5

    முனைவர் மு. மோகனலட்சுமி

3. திருக்குறள் பெரிய மொழி மாதிரி நுண் பயிற்சி Thirukkural Large Language Model (LLM) Fine-tuning 9

    முனைவர்.இரா.குணசீலன்

4. தமிழ் மொழியின் வளர்ச்சிக்கு இயந்திர மொழிபெயர்ப்பு மற்றும் கணிப்பொறி கலைச் சொல்லாக்கத்தின் பங்கு............................. 16

    முனைவர் கா. இரவிக்குமார்

5. தமிழில் பிழை திருத்தத்தின் – தேவை, உருவாக்கம் மற்றும் பயன்பாடு 21

    கோ.லோகநாதன்

    புகழ்வாணன்.ச

    நித்தீஸ்குமார்.ச

    நவீன்.க.ஈ

6. தமிழ்மொழி வளர்ச்சியில் செயற்கை நுண்ணறிவுத் தொழில்நுட்பத்தின் பங்களிப்பு AI and its Contribution to the Growth of the Tamil Language" 26

    ருமதி.ச.ரா.வி.வான்மதி B.Lit.,M.A.,M.A(Eco).,M.Ed.,TPT.,DDTP.,

7. தமிழ்மொழி கற்றல் கற்பித்தலில் செயற்கை நுண்ணறிவின் பங்கு 33

    சு.கோபாலகிருஷ்ணன், எம்.ஏ., எம்.எட்., எம்.பில்.,

8. சென்னி செய்யறிவுக் கருவி (Jenni AI) மூலம் ஆய்வுக்கட்டுரை எழுதுவதற்கான வழிமுறைகள்முனைவர் சத்தியராஜ் தங்கச்சாமி,................................. 39

9. ChatGPTக்கு மாற்றாக முன்னணி செயற்கை அறிவுத் தொழில்நுட்பங்கள் 55

    முனைவர் சே.பிரேமா,

10. தமிழியல் ஆய்வுகளை மேம்படுத்த உதவும் செயற்கை நுண்ணறிவு 60

    முனைவர் இரா. அருணா

11. தமிழ்மொழியில் செயற்கை நுண்ணறிவுச் செயலிகளின் பயன்பாடுகளும் சவால்களும் (Applications and Challenges of AI in the Tamil Language).. 67

முனைவர் த.சங்கரன்,

12. கற்பித்தலில் AI 74

முனைவர் . D. நித்யா,

13. சாட் ஜிபிடியின் தமிழ் இலக்கியப் புரிதல் 80

முனைவர் இரா. ஜீவிதா,

உதவிப் பேராசிரியர், தகவல் தொழில்நுட்பத் துறை,

சு. ச. தன்யா,

மு. ஜெனோவா மாத்யூ,

14. கற்றல் கற்பித்தல் அடிப்படையில் செயற்கை நுண்ணறிவை முன்வைத்து தமிழ் மொழிச.. 87

முனைவர் கோ.திலகவதி

15. சாட் ஜிபிடியில் பாட்டும் தொகையும் Paattum Thogaum in Chat GPT 92

முனைவர்.இரா.தனசுபா

16. அன்றாட வாழ்க்கையில் செயற்கை நுண்ணறிவின் பயன்பாடு 101

முனைவர் ஜெ.கவிதா,

17. சாட் ஜிபிடியும் தமிழ் இலக்கியமும் 107

ர.காயத்திரி

முனைவர் ஆ.மகாலட்சுமி

18. தமிழுக்கான செயற்கை நுண்ணறிவுக் கருவிகள் 112

முனைவர். சி. தீபா

19. தமிழ் கற்பித்தலில் AI – Gaming கருவிகள் 117

முனைவர் மு.அன்பரசி

20. தமிழ்மொழி வளர்ச்சியில் கூகுள் செயற்கை நுண்ணறிவு கருவிகளின் பங்களிப்பு The contribution of Google's artificial intelligence tools in the development of theTamil language.................................. 122

முனைவர் ந. பிரதீபா

21. தமிழில் AI கருவிகள் செயல்பாடுகள் 127

திருமதி நா.குமுதா

22. தமிழ் மொழி மேம்பாட்டில் செயற்கை நுண்ணறிவின் (AI) பயன்பாடு 132

23. Tamil Voice Assistant – A Step Toward Inclusive AI 139

Rubadevi G ,

Nismitha Carolin A,

24. Artificial Intelligence In Tamil Language Development 144

Dr.G. Sohpia Reena,

Swetha.M,

Supriya. S ,

25. Role Of AI In Teaching And Learning Tamil 149

Beula Princy S M.Sc CT, Ph.D.

Shobhini A

Usha Nandhini P

26. Enhancing Information Access: Summarization Techniques For Tamil Language 154

Srimathi R, Premlatha K R, Abirami

A M, Lohitha K,

Pratika Lakshmi L G

27. Artificial Intelligence : Technology In The Development Of Computational Tamil 159

Dr. A. Vaideghy

S Kanishka,

28. AI is emerging as a potent instrument for the preservation of Tamil culture and language 163

Dr. R. Sivaranjani

Rajalakshmi

29. AI-Powered Tools to Improve Tamil Language Proficiency 168

Dr. G.SANGEETHA,

Ms. Nounika K S J,

Ms. Sachika K,

Ms. Sridhanya C.

30. Artificial Intelligence In Linguistics 178

B.Maaithili M.S.(IT & M)., M.Phil(CS).,

31. Artificial Intelligence Tools For Tamil 180

   Dr.R. Jeevitha,

   Mythili P,

   Varsha S,

32. Empowering Tamil through AI Powered Translation Tools 186

   Dr.V.Deepa

        S.Amritha Varshini 186

   T.E.Anushree 186

33. Empowering Tamil Language, Culture, and Classical Texts with AI Tools 194

   Dr T.Sangeeta

   R.Iswarya lakshmi

34. AI's Contribution To Tamil Culture Preservation

   Dr. R. Sivaranjani

   Rajalakshmi

   Priyadharshini.K

35. The Role of ChatGPT in Tamil Literature Research 202

   M.UVARANI M.E.,

36. Role Of Artificial Intelligence In Tamil Language: A Systematic Review 206

   Dr. R. Sudha,

   A Hariraj

   G Puvanprithivick

37. Use Of AI In Tamil Computing 213

   Dr. R. Sivaranjani,

   S. Pooja Sri,

   M. Nikitha, ... 213

38. Bridging Past and Future: AI Tool for Tamil Language Preservation and Digitization 218

   Dr. P. Parvathi,

   Ms. R. Madhumitha,

   Ms. A. Dharshini,

39. Comparative Analysis of AI Tools for Tamil Language Processing 224

Dr. A. Sakila

Dr. R. Suriyagrace

Mrs. M. Loganayaki

Ms. M. Samyuktha

Ms. D J. Shankari

Ms. V. Yogavarshini

40. NLP Toolkits and Libraries Adaptable for Tamil: A Survey and Evaluation 236

Mrs. Sudha V

41. A Comparative Study Of Ai-Powered Language Tools 241

Mrs. T. Prabha Kumari

Dr. R. Revathi

Ms. B. Sagana

Ms. J. Dhanusree

42. Artificial Intelligence Tools for the Tamil Language 253

C.Kiruthigadevi M.Sc.,M.Phil.,

R.Rajeswari MCA.,M.Phil.,

43. The Multifaceted Journey of Tamil Through Artificial Intelligence – Reflections in Education, Culture, and Society 260

Dr.R.Sivaranjani

Naveena.R

Varshini.S

44. Bridging Tradition and Technology: Game-Based Thirukkural Learning for School Students through Kural Pazhagu App 264

Sampath Ram

R Sethupathy,

A V K Varshan,

R Srimathi,

AM Abirami

Index 272

1. வகுப்பறையில் எண்ணியல் வழி கதை கூறல்
Digital Storytelling in the Classroom

முனைவர் கோ. சுகன்யா
உதவிப்பேராசிரியர் மற்றும் தமிழ்த்துறைத் தலைவர்
பிஎஸ்ஜிஆர் கிருஷ்ணம்மாள் மகளிர் கல்லூரி, கோயம்புத்தூர் – 641 004.
suganyag@psgrkcw.ac.in
8940708989

Abstract

Digital storytelling in the classroom combines the traditional art of storytelling with modern technology to make the teaching and learning process more engaging and impactful. By integrating multimedia elements such as audio, images, video, text, and animation, digital stories capture students' attention while enhancing their creativity, critical thinking, and communication skills. This approach helps present subject content in a more emotional, contextual, and relatable manner. Furthermore, digital storytelling transforms students into active learners, fostering collaboration, media literacy, and problem-solving abilities. In education, it proves to be an effective tool across various disciplines such as language learning, history, social sciences, and science. Thus, digital storytelling is regarded as a creative and effective pedagogy in the 21st-century learning environment.

Keywords

Digital Story Telling, Multimedia Learning, Student Engagement, Creativity, Collaborative Learning

எண்ணியல் வழியாகக் கதைசொல்லல்

கதைசொல்லல் இன்று நேற்று வந்தது அல்ல. பல ஆயிரம் வருடங்களாக இது நடைமுறையில் இருந்திருக்கிறது. வீட்டில் இருந்த பெரியவர்கள் குழந்தைகளை மடியில் வைத்துக் கதைசொன்னார்கள். திருவிழாக்களில் தடிகளில் பொம்மைகளைக் கட்டிக் கதைகள் கூறினார்கள். "கதைசொல்லல் என்பது ஆயிரக்கணக்கான ஆண்டுகளாக மனித சமூகத்தின் கலாச்சார பாரம்பரியத்தின் ஒருபகுதியாக இருந்துவந்துள்ளது" (Ohler, 2013). ஆனால் இன்று தொழில்நுட்பம், தகவல்பரிமாற்ற வளர்ச்சி கதைகூறுவதில் கலந்து, கதைசொல்லுதல் இன்று மேம்பட்டு கணினிவழியாக உருவாகி உள்ளது. இதனையே எண்ணியல் வழி கதைசொல்லுதல் என்கின்றோம்.

இது ஒரு தொழில்நுட்பமாற்றம் மட்டுமன்றி, கதைசொல்லுதல் புதிய தொழில்நுட்பவசதியில் உள்ள மேம்பட்ட தன்மைகளை உள்வாங்கி முன்னேற்றம் அடைந்துள்ளது.

எதற்காக எண்ணியல் வழியாகக் கதைசொல்லல் முக்கியமாகக் கருதப்படுகிறது.?

முன்னோர்களின் அனுபவங்களைப் பகிர்ந்துகொள்ளவும், மதிப்புகளைப் பரிமாறவும், சமூக நினைவுகளைப் பாதுகாக்கவும் கதைசொல்லல் முக்கியப் பங்கு வகித்தது. இன்றைய கல்விச்சூழலில், எண்ணியல் கதைசொல்லல் இந்த பாரம்பரியத்தைக் காப்பாற்றி, அதில் நவீனதொழில்நுட்பத்தின் சக்தியைச் சேர்க்கிறது (Robin, 2008).

மாணவர்கள் எல்லோரும் ஒரேவகையான கற்கும் ஆற்றல் உள்ளவர்கள் இல்லை என்பது தற்போதைய மாணவர்களின் தேர்ச்சி பற்றிய தரவுகள் வெளிப்படுத்துகின்றன. மாணவர்கள் எல்லோரும் ஒரே மாதிரியாகக் கற்பதில்லை. எனவே கல்வித்துறை சார்ந்தவர்கள் பல்வேறு ஆய்வுகளைத் தொடர்ந்து மேற்கொண்டு, கணினி வழி கற்பித்தல் மூலம் முன்னேற்றம் கண்டுள்ளார்கள். சாதாரண நிலையில் உள்ள மாணவனும் ஆர்வத்துடன் கற்பதை எண்ணியல் வழிகதை சொல்லுதல் ஊக்குவிக்கின்றது. இதன் காரணமாகக் கதைகள் கேட்கும் குழந்தைகளின் கற்பனைத்திறன் என்பது எல்லாக் குழந்தைகளுக்கும் முடிந்தவரை ஒன்றாக்கப்பட்டுள்ளது.

எண்ணியல் கதைசொல்லலின் வரையறை :

எண்ணியல் கதைசொல்லல் என்பது உரை, புகைப்படங்கள், வீடியோக்கள், பின்னணிஇசை, மற்றும் ஒலிவிளைவுகள் போன்ற பல்மாதிரி கூறுகளைப் பயன்படுத்தி கதைகளை உருவாக்கும் ஒரு செயல்முறையாகும் (Sadik, 2008). இது மாணவர்களுக்கு கதையை கேட்பவர்களாக மட்டுமல்ல, அதைப் படைப்பவர்களாகவும் மாற்றுகிறது.

எண்ணியல் கதைகள் என்பதில் அடிக்கடி ஒருகதைகுரல், புகைப்படங்கள், திரைப்படங்கள், வீடியோ, அனிமேஷன் (அசைவு). ஒலி, இசை, என்பது போன்ற உரைகள் உள்ளன.

பாடத்திட்டத்தை முழுவதும் உள்ளடக்கி நடைமுறை அறிவுமற்றும்திறன்களைக் கொண்டு கருப்பொருள் வகுப்பறையில் ஒரு உணர்ச்சியுடன் கற்பித்தல் இடம்பெறுகின்றது. மேலும் கணினியின் பயன்பாடு சாதாரண மனிதநடவடிக்கையில் ஏற்படுகின்ற பல அசௌகரியங்களை இல்லாது செய்துவிடுகின்றது.

வகுப்பறையில் பயன்பாடு

கதை சொல்லுதல் என்னும் பாரம்பரியத்தை எண்ணியல் வழி தமிழ் வகுப்பறையில் எண்ணியல் கதைசொல்லப் பயன்படுத்துவதன் மூலம், செம்மொழியின் பல கூறுகளை கல்லூரி மாணவர்களிடம் எளிமையாக் கொண்டு செல்ல முடிகிறது. மொழிக்கற்றலை பிற பாடங்கள் மூலமாகவும், பிற பாடங்களை தமிழ் மொழி வாயிலாகவும் கற்பிக்க இந்த நவீன கற்பித்தல் முறை வழி செய்கிறது.

மொழிக்கற்றல் : சொற்கள், வாக்கியஅமைப்பு, மற்றும் மொழிவெளிப்பாட்டை மேம்படுத்துகிறது.

வரலாறு மற்றும் சமூகஅறிவியல் : நிகழ்வுகளை உயிர்ப்புடன் விளக்குகிறது.

அறிவியல் : கருத்துக்களை காண்பித்தல் மற்றும் பரிசோதனைகளின் விளக்கங்களை வழங்குகிறது.

ஏன் அனைத்து நேரத்திலும் எண்ணியல் கதைகள் தயார்செய்வதற்கு முயற்சி எடுக்கப்படுகிறது.?

கற்கைநெறிகளிகளில் எண்ணியல் கதைகூறுவது மிகவும் பலமுள்ளதாக மாணவர்களிடையே காணப்படுகிறது. பலவகைப்பட்ட கற்றல்கற்பித்தல் வழிமுறைகளைக் காண்பிப்பதற்கு எண்ணியல் கதைசொல்லல் முக்கியமானதாகிறது. ஆக்கத்திறனை மேம்படுத்தும் வழியில் இது செயல்படுகிறது. அத்தோடு அவர்கள் தொடர்பாடல் நோக்கத்தை அடையச்செய்கிறது. அதுமட்டும் அல்லாது கூட்டாகச்செயல்படும் ஏனையவர்களுடைய அடைவையும் இத்தொழில்நுட்பம் அடையவழி செய்கிறது. கூட்டுமுயற்சியாக செயல்படுவதற்கு மாணவர்களின் சிந்தனையைத் தூண்டிவிடுகிறது. வாழ்நாள்பூராவும் கற்பதற்கும் இது வழிவகுக்கிறது.

கணினி இன்று எல்லோராலும் கையாளப்படும் ஒன்று. மேசையில் இருந்த கணினியின் ஆற்றலுக்கு பலமடங்கு மேலாகக் கையடக்க, மடிக்கணினிகள் செயல்படுகிறது. எண்ணியல் கதைகூறுவது என்பது ஒரு சிறிய குறுஞ்செய்தி குறும்திரைப்படமாகப் பரிணமிக்கிறது. பலராலும் சுலபமாகப் பயன்படுத்தக்கூடிய மென்பொருள்கள், வன்பொருள்கள் சுலபமாகக் கணினிசந்தையில் கிடைக்கப்பெறுகிறது. இந்த மென்பொருள்கள் வழியாக படங்களை, ஓசைகளை, அசைவுகளை, சத்தத்தை, இணைத்த ஒரு குறும்திரைப்படத்தை இன்றைய மாணவர்கள் சுலபமாகச் செயல்படக்கூடியவர்களாக இருக்கிறார்கள். அதில் மிக ஆர்வம் உள்ளவர்களாகவும் உள்ளனர்.

எண்ணியல் கதைசொல்லல் வகுப்பறையில் ஏன் ?

நன்மைகள் :

1. படைப்பாற்றல் வளர்ச்சி – மாணவர்கள் தங்கள்சிந்தனைகளைபுதுமையாகவெளிப்படுத்துகிறார்கள்.
2. தொடர்புதிறன் மேம்பாடு – வாய்மொழி மற்றும் எழுத்துத் திறன்களை வளர்க்கிறது.
3. . கூட்டுக்கற்றல் – குழுவாகச் செயல்பட்டு ஒத்துழைப்பை ஊக்குவிக்கிறது.
4. ஈடுபாடு அதிகரிப்பு – பல்மாதிரிகூறுகள் மாணவர்களின் ஆர்வத்தைத் தூண்டும்.
5. எண்ணியல் அறிவு – நவீன தொழில்நுட்பக் கருவிகளை அறிமுகப்படுத்துகிறது.

ஒருகாலகட்டத்தில் ஒரு பெரியகணினிமூலம் வளர்ந்த தொழில்நுட்பம் இன்று ஸ்மார்ட்போன்கள். மடிக்கணினிகள் மற்றும் டெஸ்க்டாப் கணினிகள், கையடக்க கணினிவரை வளர்ந்துள்ளது. இவற்றைப் பரந்த அளவிலான பயன்படுத்தப்படும் அறிவு, திறமை, மற்றும் செயல்பாடுகள் இன்றைய மாணவர்களிடையே வளர்ந்து உள்ளது. மேலும் கணினி வலைப்பின்னலில் இவ்வகையான கணினிகள் பின்னப்பட்டுள்ளன.

டிஜிட்டில் கதைகளைத் தயார்செய்யும்போது பலமென்பொருள்களைக் கையாளும் வழிவகைகளைக்கற்று அறியவேண்டிய நிலைக்கு மாணவர்கள் தள்ளப்படுகிறார்கள். தேடல் செயல்பாடும் அதிகரிக்க வேண்டியவர்கள் ஆகிறார்கள். மாதா, பிதா, குரு வழியாகக் கற்ற மாணவர்கள் இன்று மாதா, பிதா, கூகுளைப்

பயன்படுத்தித் தேடல் மூலம் தமக்குத் தேவையானவற்றைப் பெற்றுக்கொள்கிறார்கள். டிஜிட்டில் கதைகளை உருவாக்கும்போது மாணவர்களின் தராதரத்தை இது மேம்படுத்துகிறது. தொடர்பாடல் எண்ணங்களையும் அதிகமாக்குகிறது.

ஏனையவரின் கலாச்சார விழுமியங்களை அறிந்துகொள்வதற்கும், தமது கலாச்சார விழுமியங்களை ஏனையவர் அறியச்செய்வதற்கும் எண்ணியல் கதைசொல்லல் பெரிதும் பயன்படுகிறது. இத்தோடு மாணவர்களின் கேட்டல் ஆற்றலையும் கூர்ந்து கவனிக்கும் தன்மையையும், ஊக்கத்தையும் மகிழ்ச்சி ஊட்டும் செயல்பாடுகளையும், சொல்வளத்தையும் இது மேம்படுத்துகிறது.

சமூக வலைப்பின்னல் வழியாகச் சிறுவர்கள் இன்று கருத்தைப் பரிமாறிக்கொண்டு இருக்கிறார்கள். தமது சிந்தனைகளை, விமர்சனங்களை முகநூல் வழி பதிவுசெய்கின்றனர்.

எண்ணியல் தகவல், தரவு, கல்வியறிவு ஆகியனவற்றில் மாணவர்கள் மேம்பட சுயமாகச் சிந்திக்க, சுயஆற்றல் ஆக்கத்திறன் உள்ளவர்களா எண்ணியல் கதைசொல்லல் செயல்பாடு வழிவகுக்கிறது.

புதிய கற்றல் கற்பித்தலில் படங்களும் அதைப்பற்றி எழுதும் ஆற்றலும் ஓசையுடன் கேட்டலும் உள்ளடங்கி உள்ளன. இவ்வகையான ஆற்றலை எண்ணியல் கதைசொல்லல் உருவாக்கிறது.

முடிவுரை :

21 ஆம்நூற்றாண்டின் கல்விச் சூழலில், எண்ணியல் கதைசொல்லல் ஒரு சக்திவாய்ந்த கற்பித்தல் கருவியாகும். இது கற்றலை மேலும் அர்த்தமுள்ளதாக, ஈடுபாட்டுடன், மற்றும் பல்துறைத் திறன்களை வளர்க்கும் விதமாக மாற்றுகிறது. மாணவர்கள் தங்கள் சொந்த அனுபவங்கள் மற்றும் கற்பனைகளைப் பயன்படுத்தி கதை உருவாக்கும்போது, அவர்கள் அறிவியல், சமூக மற்றும் மொழித் திறன்களை ஒருங்கிணைத்துக் கற்றுக்கொள்கிறார்கள் (Lambert, 2010). ஆசிரியர்கள், இந்த அணுகுமுறையைப் பயன்படுத்தி, மாணவர்களின் ஆர்வத்தையும் பங்கேற்பையும் அதிகரிக்கமுடியும். மேலும் அவர்களை எண்ணியல் உலகில் திறமையாக வழி நடத்தவும் முடியும்.

References :

1. Ohler, J. (2013). Digital storytelling in the classroom: New media pathways to literacy, learning, and creativity (2nd ed.). Corwin Press.
2. Robin, B. R. (2008). Digital storytelling: A powerful technology tool for the 21st century classroom. Theory Into Practice, 47(3), 220-228. https://doi.org/10.1080/00405840802153916
3. 3.Sadik, A. (2008). Digital storytelling: A meaningful technology-integrated approach for engaged student learning. Educational Technology Research and Development, 56(4), 487-506. https://doi.org/10.1007/s11423-008-9091-8
4. Lambert, J. (2010). Digital storytelling: Capturing lives, creating community (3rd ed.). Digital Diner Press.

2. மொழி கற்பித்தலில் செயற்கை நுண்ணறிவின் பங்கு

முனைவர் மு. மோகனலட்சுமி
உதவிப்பேராசிரியர், தமிழ்த்துறை
பூ.சா.கோ. கலை அறிவியல் கல்லூரி, கோவை
9655014163

Abstract

Because of Language teaching and learning directed by technology, language education is undergoing fast a lots of changes. AI has a major share in changing the methods followed by teachers in implementing teaching-learning schemes. In the area of language education, especially in teaching-learning grammar and in error correction, the share given by AI is developing at a speed unimaginable to human brain. This article tries to find out ways to error correction and in getting feedback about the errors committed by learners.

Keywords: AI, learning, experiment, error correction, feedback, description.

கட்டுரைச் சுருக்கம்

தொழில்நுட்பத்தால் இயக்கப்படும் மொழி கற்பித்தல் மற்றும் கற்றல் காரணமாக மொழிக்கல்வித் துறை வேகமாகப் பெரும்மாற்றமடைந்து வருகிறது. செயற்கை நுண்ணறிவு (AI) கற்பித்தல் மற்றும் கற்றல் திட்டங்களில் ஆசிரியர்கள் ஈடுபடும் முறையை மாற்றுவதில் முக்கியப் பங்குவகிக்கிறது. மொழிக்கல்வித் துறையில், குறிப்பாக இலக்கணம் கற்பித்தல், கற்றல் மற்றும் பிழைதிருத்தலில் செயற்கை நுண்ணறிவின் பங்கு வியக்கத்தக்க வகையில் வளர்ச்சியடைந்து வருகிறது. இந்தக் கட்டுரை, இலக்கணப் பிழைகளைத் திருத்திப் பின்னூட்டம் பெறுவதற்கான வழிமுறைகளைக் கண்டறிய முயற்சிக்கிறது.

குறிச்சொற்கள்: செயற்கை நுண்ணறிவு, கற்பித்தல், கற்றல், சோதனை, பிழை திருத்தம், பின்னூட்டம், விளக்கம்.

செயற்கை நுண்ணறிவு

அண்மைக் காலமாக ஆசிரியர்களின் வாழ்வில் செயற்கை நுண்ணறிவின் பயன்பாடு தவிர்க்க முடியாத ஒரு கற்பித்தல் தொழில்நுட்பமாக அமைகின்றது. பெரும்பாலும் தொழில்நுட்பத்தைச் சார்ந்துள்ள இது கற்பித்தல்-கற்றல் செயற்பாடுகளில் குறிப்பிடத்தக்க தாக்கத்தை ஏற்படுத்தியுள்ளது எனவும் கூறலாம். செயற்கை நுண்ணறிவின் முதன்மை நன்மை, கற்பவர்களுக்கு உடனடியாகப் பின்னூட்டத்தை (feedback) வழங்குகின்ற அதன் திறன் ஆகும். எனவே, ஆசிரியர்கள் செயற்கை நுண்ணறிவை எதிர்கொள்ளும் மனப்பான்மை உள்ளவர்களாகவும் அதில் திறன்பெற்றவர்களாகவும் இருத்தல் நலம்பயக்கும்.

வகுப்பறைகளில் செயற்கை நுண்ணறிவின் பயன்பாடு மிகவும் புரட்சிகரமானது; மாணவர்களுக்கு ஆர்வமூட்டக்கூடியது. செயற்கை நுண்ணறிவு ஆசிரியர்களுக்கு இலக்கணம், இலக்கியம் கற்பிக்கும்போது, வரம்பற்ற பலன்களை வழங்கியுள்ளது. மரபு இலக்கணத்தின் அடிப்படையில் கற்பவர்களுக்குப் புத்தொளிதரும். செயற்கை நுண்ணறிவு வழி ஒருங்கிணைந்த இலக்கண, இலக்கியம் கற்பித்தல் மற்றும் மொழி கற்பித்தல் தொடர்பான பாடங்களைக் கற்பிப்பதில் ஓர் 'இணை ஆசிரியராக' உதவுகிறது. (Cristina Conati, et al, 2018)

சோதனை முயற்சி –1

இக்கூறுகளை அடிப்படையாகக்கொண்டு ஒரு சோதனை முயற்சி செய்யப்பட்டது. எடுத்துக்காட்டாக, பால், எண், இடத்தைக் (பாலறிகிளவி) காட்டும் விகுதிகளில் பிழையுடன் 'அவன் கல்லூரியைப் பார்த்தாள்' என்னும் வாக்கியம் செயற்கை நுண்ணறிவுக்குக் கொடுக்கப்பட்டபோது, அது அளித்த பதில் மிகவும் ஆர்வமூட்டக் கூடியதாக இருந்தது. அது வருமாறு:

"அவன் கல்லூரியைப் பார்த்தாள்" என்ற வாக்கியத்தில் ஒரு சிறு பிழை உள்ளது.

- அவன்: ஆண்பால்
- பார்த்தாள்: பெண்பால்
- ஒரு ஆண் செயலைக் குறிக்க, பெண்பால் வினைச்சொல் பயன்படுத்தப்பட்டுள்ளது. சரியான வாக்கியம் இது:
- அவன் கல்லூரியைப் பார்த்தான்.
- வேறு சில உதாரணங்கள்:
- அவள் படித்தாள்.
- நான் சாப்பிட்டேன்.
- நாம் விளையாடினோம்.

இவ்வாறு வினைச்சொற்களைப் பயன்படுத்தும்போது, செய்பவரின் பால் (ஆண்/பெண்) மற்றும் எண்ணிக்கை (ஒன்று/பல) ஆகியவற்றை(க்) கவனத்தில் கொள்ள வேண்டும்."

செயற்கை நுண்ணறிவின் பயன்பாட்டில் 'எழுவாயின்' என்னும் கலைச் சொல்லுக்குப் பதிலாகச் 'செய்பவரின்' என்றும்; 'எண்' என்னும் கலைச் சொல்லுக்குப் பதிலாக 'எண்ணிக்கை' என்னும் சொல்லும் ஒருமை/பன்மை என்னும் சொற்களுக்கு ஒன்று/பல என்றும் பயன்படுத்தப்படுவதற்குச் செயற்கை நுண்ணறிவின் தரவகத்தில் (corpus) இலக்கணக் கலைச்சொற்கள் இல்லாததே ஆகும். இதைப்போன்றே மெய் இரட்டித்தலிலும் பிழைகள் நேர்கின்றன. எனவே, தரவகம் இன்னும் சிறப்பாக மேம்படுத்தப்பட வேண்டும். அதற்கு ஆசிரியர்கள் ஏராளமான உள்ளீடு செய்து முனைப்பு காட்டவேண்டும்.

கற்பவர்கள் கணினி விசைப்பலகைகளைப் பயன்படுத்தி உரையை அல்லது தங்கள் விடைகளை உள்ளிடும்போது, செயற்கை நுண்ணறிவு அவர்களின் இலக்கணப் பிழைகளைச் சரிசெய்து திறன்களை மேம்படுத்துகின்ற பல நடவடிக்கைகளைப் பரிந்துரைக்கிறது. இதனால் மாணவர்கள் தங்கள் மொழித் திறன்களையும் இலக்கணத் திறன்களையும் கூர்மைப்படுத்த முடியும். மேலும், செயற்கை நுண்ணறிவு மாணவர்களின் குறைபாடுகள் மற்றும் தேவைகளைக் கண்டறிவதை எளிதாக்குகிறது, இதன் மூலம் ஆசிரியர் பாடத்தையும் கற்பிக்கும் உத்திகளையும் மாற்றியமைக்க முடியும் (Diane Larsen and Meredith L. L, 2021).

சோதனை முயற்சி-2

மொழியின் ஓர் இலக்கணக்கூறை செயற்கை நுண்ணறிவு எவ்வாறு பகுப்பாய்வு செய்து பிழைகளைச் சுட்டிக்காட்டி, பின்னூட்டம் தருகிறது எனப் பார்த்தோம். அடுத்த சோதனை முயற்சியாக இலக்கியத்தைச் சோதனை செய்த போது,

சிலப்பதிகாரத்தின் காட்சி காண் காதையின், "மாநீர் வேலிக் கடம்பெறிந்து இமயத்து / வானவர் மருள மலைவிற் பூட்டிய…" என்னும் அடியைக் கொடுத்தபோது, செயற்கை நுண்ணறிவு கொடுத்த கற்பித்தல் செயற்பாட்டின் படிகள் கீழ்வருமாறு:

"பெரிய கடல் சூழ்ந்த எல்லையைக் கொண்டதும், பகைவர்களுக்குத் துணை நின்றதுமான **கடம்ப மரத்தை (அதாவது பகைவர்களை)** அழித்து, தேவர்களும் வியக்கும்படி இமயமலையையே வில்லாக வளைத்து நாணேற்றிய…" என்பது அவ்வடிகளின் பொருள்.

இங்குச் சேரன் செங்குட்டுவனின் நிகரற்ற வீரம் பேசப்படுகிறது. கடம்ப மரத்தை அழித்தது அவனது பகையழிக்கும் திறனையும், இமயத்தைப் வில்லாக வளைத்தது அவனது பெரும் வலிமையையும் குறிக்கிறது. இமயத்தை வில்லாக வளைத்த செயல் சிவபெருமானின் திரிபுர சம்ஹாரத்துடன் ஒப்பிடப்பட்டு, மன்னனின் தெய்வீகத் தன்மையைப் புலப்படுத்துகிறது." என விளக்கத்தோடு செயற்கை நுண்ணறிவு கொடுத்தது.

ஆகவே, ஆசிரியர்கள் கற்பிப்பதற்குத் தேவையான குறிப்புகளையும் பின்னூட்டத்தையும் செயற்கை நுண்ணறிவு தருகிறது. இன்றையத் தகவல் பரிமாற்றத் தொழில்நுட்பக் காலத்தில் (information communication technology) கற்பித்தல்-கற்றல் செயற்பாடு எளிதாக நிறைவேறச் செயற்கை நுண்ணறிவு மிகவும் தேவையாகிறது.

கற்பித்தல்-கற்றல் செயற்பாடு

கற்பித்தல்-கற்றல் செயற்பாட்டின் கூறுகளை ஒட்டுமொத்தமாகக் கவனிக்கும்போது, ஆறு இன்றியமையாத அடிப்படைக்கூறுகள் உள்ளன. அவை பாடத்திட்டம், கற்பித்தல் பொருட்கள், ஆசிரியர், கற்பவர், அடைவு, மற்றும் மதிப்பீடு.

செயற்கை நுண்ணறிவு ஆசிரியர்களுக்குப் பல வகைகளில் உதவுவது போல, கற்பவர்கள் கணினி விசைப்பலகைகளைப் பயன்படுத்திப் பனுவலை அல்லது தங்களின் விடைகளை உள்ளீடு செய்யும்போது, செயற்கை நுண்ணறிவு அவர்களின் இலக்கணப் பிழைகளைச் சரிசெய்து, பின்னூட்டம் கொடுத்து, பல மேம்பாட்டு நடவடிக்கைகளைப் பரிந்துரைக்கிறது. கற்பவர்கள் தங்கள் மொழித் திறன்களையும் இலக்கணத் திறன்களையும் கூர்மைப்படுத்திக் கொள்ள முடியும். மேலும், செயற்கை நுண்ணறிவு ஆசிரியர்களுக்குக் கற்பவர்களின் குறைபாடுகள் மற்றும் தேவைகளைக் கண்டறிவதை எளிதாக்கித் தேவையான பயிற்சிகளைக் கொடுக்க உதவுகிறது. பாடத்திட்டத்தின் அடிப்படையில் இரண்டாவது கூறான கற்றல்-கற்பித்தல் பொருட்கள் அல்லது பாடநூல்கள் எழுதும் போது, தேவையான இடத்தில் செயற்கை நுண்ணறிவின் பயன்பாட்டை ஊக்குவிக்கலாம். அது மாணவர்களின் திறன்களை மேம்படுத்த உதவும் மூன்றவது கூறான ஆசிரியருக்கும் கற்பவர்களுக்கும் செயற்கை

நுண்ணறிவு எவ்வாறெல்லாம் உதவமுடியும் என்பதை முன்னரே பார்த்தோம். இவ்வாறு செயற்கை நுண்ணறிவைப் பயன்படுத்தும் போது மாணவர்களின் அடைவு கூடுதலாக இருக்கிறது என்பது கண்கூடு. இந்த ஐந்து கூறுகளையும் அடிப்படையாகக் கொண்டு தேர்வுகள் நடத்தும் போது அவர்களின் அடைவைச் சீராக மதிப்பீடு செய்ய முடியும்.

'இணை ஆசிரியரான' செயற்கை நுண்ணறிவைப் பயன்படுத்திக் கற்பவர்களின் செயல்திறனைப் பகுப்பாய்வு செய்வதால் நிறைய நேரம் சேமிக்கப்படுகிறது. ஆசிரியர்கள் கற்பவர்களை ஊக்கப்படுத்தவும் அவர்களின் சிக்கல்களைச் சரிசெய்வதிலும் தீர்ப்பதிலும் அந்நேரத்தைப் பயன்படுத்திக்கொள்ள முடியும்.

முடிவுரை

செயற்கை நுண்ணறிவைப் பயன்படுத்துவதால் மொழி கற்பதில் சிக்கல்களையும் தேவைகளையும் கொண்ட மாணவர்களைக் கவனித்துக்கொள்ள ஆசிரியர்களுக்குக் கூடுதல் நேரம் கிடைக்கிறது. அது ஆசிரியர்களது பணிச்சுமையைக் குறைப்பதோடு, மாணவர்களின் முன்னேற்ற வளர்ச்சி நடவடிக்கைகளை மேற்கொள்ளவும் உதவுகிறது. எதிர்காலத்தில், கற்பவர்களை மையப்படுத்திய பாடப் பொருட்களைப் பொருத்தமான வடிவமைப்புடன் உருவாக்க ஆசிரியர்கள் உழைக்க வேண்டியது வரும்.

துணைநூற்கள்

1. Cristina Conati and Krzysztof J. Kozlowski. (Eds.) 2018. The Handbook of Research on
2. Artificial Intelligence in Education. Springer.
3. Diane Larsen-Freeman and Meredith L. L. Connell. 2021. The Impact of Artificial
4. Intelligence on Language Learning. Routledge.

3. திருக்குறள் பெரிய மொழி மாதிரி நுண் பயிற்சி
Thirukkural Large Language Model (LLM) Fine-tuning

முனைவர்இரா.குணசீலன்
தமிழ் இணைப்பேராசிரியர்,
பி.எஸ்.ஜி கலை அறிவியல் கல்லூரி, கோயம்புத்தூர்
gunathamizh@gmail.com,
9524439008

ஆய்வுச் சுருக்கம்

நவில்தொறும் நயம் தரும் நூலான திருக்குறள், இன்றைய செயற்கை நுண்ணறிவு வளர்ச்சிகளுக்கு ஏற்ப பல வடிவங்களில் இணையத்தில் தரவுகளாகக் கிடைக்கின்றது. திருக்குறளின் மூல பாடம், உரை தொடர்பான விளக்கங்களை உரை, ஒலி, காணொலி, குறுஞ்செயலி, சொல்லடைவு, தொடரடைவு வடிவிலும் பெறமுடிகிறது. திருக்குறள் ஏஐ என்ற தளம் ஒரு அடிப்படையான தேடுபொறிபோல செயல்படுகிறது. சாட் ஜி.பி.டி, ஜெமினி போன்ற செயற்கை நுண்ணறிவு உரையாடிகள் வழியாக குறள் விளக்கங்களைப் படங்களாகவும், காணொலிகளாகவும் உருவாக்கமுடிகிறது. என்றாலும் பதில்களின் துல்லியத்தன்மை குறைவாகவே உள்ளது. இச்சூழலில் LLM என அழைக்கப்படும் பெரிய மொழி மாதிரிகளை திருக்குறளுக்கென நுட்பமாக வடிவமைத்தல் தேவையாகிறது.

பொதுவான LLM மாடல்கள் இணையத்தில் உள்ள பல்லாயிரக்கணக்கான தரவுகளைக் கொண்டு பயிற்சி பெற்றிருக்கும். ஆனால், திருக்குறள் போன்ற ஒரு குறிப்பிட்ட துறை சார்ந்த, ஆழமான அறவியல் கருத்துகளைக் கொண்ட ஒரு இலக்கியத்தைப் புரிந்துகொள்ளவும், அதிலிருந்து துல்லியமான பதில்களை உருவாக்கவும் அவை போதுமானதாக இருக்காது. அதனால் திருக்குறளுக்கென பெரிய மொழி மாதிரிகளை உருவாக்கி ஜெமினி போன்ற உரையாடிகளுக்கு நுண்பயிற்சி (Fine-tuning) செய்வதன் மூலம், இக்கருவிகள் வழியாக திருக்குறள் தொடர்பான நுட்பமான பதில்களைப் பெறமுடியும்.

இயற்கை மொழி செயலாக்கத்தில் (Natural Language Processing – NLP), விரிதரவு (Corpus) என்பது ஒரு பெரிய, கட்டமைக்கப்பட்ட மொழித் தரவுத் தொகுப்பாகும். இது மொழியியல் ஆய்வுகளுக்கும், மொழி மாதிரிகளைப் பயிற்றுவிப்பதற்கும் பயன்படுத்தப்படுகிறது. விரிதரவு இரண்டு முக்கிய வகைகளாகப் பிரிக்கப்படுகிறது. மூல உரை விரிதரவு (Plain Corpus) மற்றும் இலக்கண, மொழியியல் விவரங்கள் கொண்ட விரிதரவு (Tagged Corpus)

குறிச்சொற்கள்:

திருக்குறள், பெரிய மொழி மாதிரி, இயற்கை மொழி செயலாக்கம், நுண்பயிற்சி, செயற்கை நுண்ணறிவு, ஆக்கமுறை செயற்கை நுண்ணறிவு

கட்டுரையின் உள்ளடக்கங்கள்:

5. பெரிய மொழி மாதிரி விளக்கம் –Large Language Model (LLM) Fine-tuning
6. திருக்குறளுக்கான LLM-ல் நுண் பயிற்சி அளிப்பதன் தேவை, தற்போது உள்ள மொழித் தரவுகள்
7. தரவுத் தயாரிப்பு (Data Preparation) –குறள் எண், மூலபாடம், சொல் பகுப்பாய்வு, அதிகார விளக்கம், உரை விளக்கம்1,2, ஆங்கில உரை, உணர்வுப் பகுப்பாய்வு, கேள்வி பதில், படம் மற்றும் காணொலி தொடர்பான குறிச்சொற்கள், விலங்கு, பறவை, தாவரங்கள் தொடர்புடைய குறள்கள், மையக்கருத்து, பயன்பாட்டுச் சூழல், உவமை தொடர்பான செய்திகள்
8. தரவு வடிவம் (Data Formatting): ஒருங்குறி வடிவில் CSV அல்லது JSONL முறையில் பதிவுசெய்தல்

9. தரவுச் சுத்திகரிப்பு (Data Cleaning) தரவுகளில் எழுத்துப் பிழைகள், இலக்கணப் பிழைகள், அல்லது கருத்துப் பிழைகள் இருந்தால் அவற்றைச் சரிசெய்தல்
10. சொல் பகுப்பு (Tokenization) அணுகுமுறைகள், இலக்கண, மொழியியல் அடிப்படையிலான சொல் பகுப்பு
11. பயிற்சிக்கான மாதிரி தேர்ந்தெடுத்தல் ஜெமினி API, OpenAI chat models, Llama 2
12. நுண்பயிற்சி செயல்முறை (Fine-tuning Process)
13. மதிப்பீடு மற்றும் மேம்பாடு (Evaluation and Improvement)
14. வலைப்பதிவு, இணையதளம், தனிப்பட்ட தேடுபொறி (CSE), ஆக்கமுறை நுண்ணறிவுக் கருவிகள்
15. பயன்கள், தடைகள்,எதிர்காலம் (Gen AI,(AI Agent)

குறிச்சொற்கள்

திருக்குறள், பெரிய மொழி மாதிரி, இயற்கை மொழி செயலாக்கம், நுண்பயிற்சி, செயற்கை நுண்ணறிவு, (Natural Language Processing – NLP), Large Language Model (LLM), Fine-tuning), Artificial Intelligence, Gen AI

முன்னுரை:

நவில்தொறும் நயம் தரும் நூல் திருக்குறள். அதனால் கற்போரின் அறிவுக்கேற்ப புதிய புதிய சிந்தனைகளைத் தருகிறது. இன்றைய செயற்கை நுண்ணறிவு வளர்ச்சியால், பல வடிவங்களில் இணையத்தில் தரவுகளாக இந்நூல் கிடைக்கின்றது. திருக்குறளின் மூல பாடம், உரை தொடர்பான விளக்கங்களை உரை, ஒலி, காணொலி, குறுஞ்செயலி, சொல்லடைவு, தொடரடைவு வடிவிலும் பெறமுடிகிறது. திருக்குறள் ஏஐ என்ற தளம் ஒரு தேடுபொறிபோல செயல்படுகிறது. சாட் ஜி.பி.டி, ஜெமினி போன்ற செயற்கை நுண்ணறிவு உரையாடிகள் வழியாக குறள் விளக்கங்களைப் படங்களாகவும், காணொலிகளாகவும் உருவாக்கமுடிகிறது. என்றாலும் பதில்களின் துல்லியத்தன்மை, நம்பகத்தன்மை குறைவாகவே உள்ளது. இச்சூழலில் LLM என அழைக்கப்படும் பெரிய மொழி மாதிரிகளை திருக்குறளுக்கென நுட்பமாக வடிவமைத்தல் மற்றும் அவற்றுக்கான நுண்பயிற்சியளித்தல் காலத்தின் தேவையாகிறது.

திருக்குறள்– பெரிய மொழி மாதிரிகள், நுண்பயிற்சி:

பொதுவான LLM மாதிரிகள், இணையத்தில் உள்ள பல்லாயிரக்கணக்கான தரவுகளைக் கொண்டு பயிற்சி பெற்றிருக்கும். சாட் ஜிபிடி, ஜெமினி போன்ற உரையாடிகள் இலவசம், கட்டணம் என இருநிலைகளில் பயன்படுத்தப்படுகின்றன. அதற்கேற்ப தேடல் முடிவுகளும் வேறுபடுகின்றன. ஜெமினி உரையாடி, ஜூலை 10–2025 தேதி வரையிலான தரவுகளைத் தமிழில் வைத்திருப்பதாக குறிப்பிடுகிறது. ஆனால், திருக்குறள் போன்ற ஒரு குறிப்பிட்ட துறை சார்ந்த, ஆழமான அறவியல் கருத்துகளைக் கொண்ட ஒரு இலக்கியத்தைப் புரிந்துகொள்ளவும், அதிலிருந்து துல்லியமான பதில்களை உருவாக்கவும் இதுவரை உள்ள தரவுகள் போதுமானவை அல்ல. "LLM–கள் மனித மொழியைப் புரிந்துகொண்டு, அதைப் பகுப்பாய்வு செய்து,

உகந்த பதில்களை உருவாக்கும் திறன் கொண்டவை. இவை Pretraining மற்றும் Fine-Tuning போன்ற செயல்முறைகள் மூலம் பயிற்சி பெறுகின்றன" என்கிறார் கணியம் தமிழரசன் (2025).

திருக்குறளில் **Plain Corpus சில உள்ளன,Tagged Corpus LLMக்கு ஏற்றவாறு இல்லை** திருக்குறளுக்கென பெரிய மொழி மாதிரிகளை உருவாக்கி ஜெமினி போன்ற உரையாடிகளுக்கு நுண்பயிற்சி (**Fine-tuning**) செய்வதன் மூலம், இக்கருவிகள் வழியாக திருக்குறள் தொடர்பான துல்லியமான பதில்களைப் பெறமுடியும். மொழியாசிரியரும் மாணவர்களும் llm எவ்வாறு செயல்படுகிறது. அதற்கான தரவுகளை எவ்வாறு உள்ளீடு செய்யவேண்டும் என்று புரிந்துகொண்டு இலக்கணம்,மொழியியல், கணினி நுட்பங்களுடன் தரவுகளை சொல்பகுப்பு மற்றும் குறிப்புகளுடன் வழங்கவேண்டும். எல்லா நுட்பங்களையும் ஆசிரியர்களோ மாணவர்களோ அறிந்து செயல்படுத்துவது கடினம் என்றாலும் ஒவ்வொருவரும் ஒரு நுட்பத்தையாவது அறிந்து அதில் மொழியை வளப்படுத்துவது எளிது.அதற்கு அரசு அல்லது தனியார் நிறுவனங்கள் ஊக்கம் நல்கினால் இது இயலும்

விரிதரவு (Corpus)

இயற்கை மொழி செயலாக்கத்தில் (Natural Language Processing - NLP), **விரிதரவு (Corpus)** என்பது ஒரு பெரிய, கட்டமைக்கப்பட்ட மொழித் தரவுத் தொகுப்பாகும். இது மொழியியல் ஆய்வுகளுக்கும், மொழி மாதிரிகளைப் பயிற்றுவிப்பதற்கும் பயன்படுத்தப்படுகிறது. விரிதரவு, மூல உரை(**Plain Corpus)** மற்றும் இலக்கண, மொழியியல் விவரங்கள் கொண்ட விரிதரவு **(Tagged Corpus)** என இருவகைப்படும். திறந்த மூல உரிமத்துடன் கிடைக்கும் தரவுகள் பெரிதும் மூல உரை விரிதரவாகவே உள்ளன. அதனால் திருக்குறளுக்கான, இலக்கண, மொழியியல் விளக்கத்துடன் கூடிய தரவுகளை உருவாக்கவேண்டிய தேவை உள்ளது.

பெரிய மொழி மாதிரி விளக்கம் –Large Language Model (LLM):

பெரிய மொழி மாதிரி என்பது ஒரு வகை செயற்கை நுண்ணறிவு ஆகும். இது இணையத்தில் உள்ள பல்வேறு உரைத் தரவுகளைப் (Text data) பயிற்சி செய்வதன் மூலம் மொழி பற்றிய ஆழமான புரிதலைப் பெறுகிறது. **"மனித மொழியைப் புரிந்துகொள்ளவும், உருவாக்கவும் பயிற்சி பெற்ற ஆழமான கற்றல் (Deep Learning) நுட்பங்களைப் பயன்படுத்தி வடிவமைக்கப்பட்ட கணினி நிரலாகும்"**

என்ற விளக்கம் விக்கிப்பீடியாவில் உள்ளது. திருக்குறளை, இலக்கணம் மற்றும் மொழியியல் பகுப்பாய்வு அடிப்படையில் பெரிய மொழி மாதிரியாக உருவாக்கி நுண்பயிற்சி வழங்கினால் மேலும் துல்லியமான தேடல் முடிவுகளைப் பெறமுடியும்.

தரவுத் தயாரிப்பு (Data Preparation) :

குறள் எண், மூலபாடம், சொல் பகுப்பாய்வு, அதிகார விளக்கம், தொடர்புடைய அரிகாரங்கள், இணைச் சொற்கள், உரை விளக்கம்1,2, ஆங்கில உரை, உணர்வுப் பகுப்பாய்வு, குறள் தொடர்பான கேள்வி பதில், படம் மற்றும் காணொலி தொடர்பான குறிச்சொற்கள், விலங்கு, பறவை, தாவரங்கள் தொடர்புடைய குறள்கள்,

மையக்கருத்து, பயன்பாட்டுச் சூழல், உவமை தொடர்பான செய்திகள் என மிகப்பெரிய அளவிலான தரவுகளை உருவாக்குதல் வேண்டும். இத்தரவுகளை கூகுள் விரிதாள், அல்லது எம்.எஸ். விரிதாளிலில் உருவாக்கி CSV கோப்பு வடிவில் சேமிக்கவேண்டும்.பிறகு **JSONL** வடிவில் மாற்றிக்கொள்ளலாம். திருக்குறளுக்கான பெரிய மொழி மாதிரித் தரவுகளுள், செல்வகுமாரின் இணையதளத்தில் திருக்குறளுக்கான மூலம், உரைகளுக்கானத் தரவு குறிப்பிடத்தக்கதாக உள்ளது. இதில்,

"இந்த dataset **JSONL (JSON Lines) format**–ல் உள்ளது. ஒவ்வொரு திருக்குறளுக்கும் அதன் பல்வேறு **உரைகள்** சேர்த்து கொடுக்கப்பட்டுள்ளன. திருக்குறளை chat-style question-answer format-ஆக fine-tune செய்யலாம்"என்ற குறிப்புடன் இத்தரவு உள்ளது. மேலும், திறந்த மூல உரிமத்துடன் திருக்குறளுக்கான பல தரவுகள் உருவாக்கப்பட்டிருந்தாலும் திருக்குறளின் ஆழமான கருத்துகளை வெளிப்படுத்த மேலும் பல நுட்பங்களுடன் மொழி மாதிரிகளை உருவாக்கவேண்டும்.

தரவு முன் செயலாக்கம் (Data preprocessing):

தரவுகளில் எழுத்துப் பிழைகள், இலக்கணப் பிழைகள், அல்லது கருத்துப் பிழைகள் இருந்தால் அவற்றைச் சரிசெய்யவேண்டும். "தரவை சுத்தம் செய்து, ஒழுங்கமைத்து பயிற்சிக்கு ஏற்றவாறு மாற்றவேண்டும். தரவு முன் செயலாக்கத்தின் முக்கிய நோக்கம் தரவின் தரத்தை மேம்படுத்துவது"(ஜெயஸ்ரீ சுவாமிநாதன்,2024) என்று செயற்கை நுண்ணறிவு நூல் குறிப்பிடுகிறது.

சொல் பகுப்பு (Tokenization) அணுகுமுறைகள்:

இலக்கண, மொழியியல் அடிப்படையிலான சொல் பகுப்பு நுண்பயிற்சிக்கு ஏற்றதாகும். பெரிய உரைத் தொகுப்பை, சிறிய, தனித்தனி அலகுகளாகப் பிரித்து வழங்குவதால் பெரிய மொழி மாதிரிகள் எளிதில் புரிந்துகொள்ளும். நுண் பயிற்சியில் சொல்பகுப்பு என்பது LLM-க்கு மனித மொழியைப் புரிந்துகொள்ள உதவும் ஒரு பாலமாகும். "சொல் பகுப்பு சரியாக இருந்தால், (Parts of Speech –POS Tagging) விதி அடிப்படையிலான பகுப்பாய்வுக்கும் இயந்திரக் கற்றலுக்கும் எளிமையாக இருக்கும்"என்பார் ரீமா தெரசா(2024). மொழி தெரியாத ஒருவருக்கு உடலசைவு மொழி அவரின் கருத்தை வெளிப்படுத்த எவ்வளவு துணைபுரிகிறதோ அதுபோல சொல் பகுப்பு நேர்த்தியாக இருந்தால் நுண்பயிற்சிக்குப் பின் துல்லியமான முடிவுகளைப் பெறமுடியும்.

பயிற்சிக்கான மாதிரியைத் தேர்ந்தெடுத்தல்:

ஜெமினி API, OpenAI chat models, Llama 2 போன்ற பல மொழி மாதிரிகள் உள்ளன. "கூகுள் ஏஐ ஸ்டுடியோ" 6 (Application Programming Interface) மேம்படுத்துநர்கள், ஆற்றல்வாய்ந்த பெரிய மொழி மாதிரிகளை அணுகி, தங்கள் சொந்தப் பயன்பாடுகள், சேவைகள் மற்றும் தயாரிப்புகளில் ஒருங்கிணைக்க உதவுகிறது. எழுத்து வடிவத் தரவுகள் கேள்வி, பதில் மற்றும் கதை, கவிதை உருவாக்கவும், பட உருவாக்கம், காணொலி உருவாக்கத்திற்குத் தேவையான தரவுகள் தேவை. சான்றாக கான

முயலெய்த அம்பினில் என்ற குறளுக்கான படத்தை உருவாக்கும்போது வேட்டையாடச் சென்றவன் கையில் வில் வைத்திருந்தானா, வேல் வைத்திருந்தானா என்று அதற்குத் தெரியாது மாறாக இப்போது இந்தக் குறளுக்கப் படம் உருவாக்கினால் ஆங்கிலேய வேட்டைக்காரன் கையில் துப்பாக்கி வைத்துக்கொண்டு செல்வதுபொல படம் உருவாக்குகிறது. அதனால் படம், காணொலி தொடர்பான குறிப்புகளையும் சேர்த்து மாதிரி உருவாக்கவேண்டும் உரை உள்ளீட்டிற்கு மட்டுமல்லாமல், படங்கள், ஒலி போன்ற உள்ளீடுகளுக்கும் பதிலளிக்கும் திறன், மொழிபெய்ப்புத் திறன் திருக்குறள் நுண்பயிற்சிக்குப் பெரிதும் உதவும்.

நுண்பயிற்சி செயல்முறை (Fine-tuning Process):

"கூகுள் கிளவுடின் **வெர்டெக்ஸ்** AI என்பது ஜெனரேட்டிவ் AI ஐ உருவாக்குவதற்கும் பயன்படுத்துவதற்கும் முழுமையாக நிர்வகிக்கப்படும், ஒருங்கிணைந்த AI மேம்பாட்டு தளமாகும்"(கிளவுட் கூகுள்,2025) gemini-2.5-flash, gemini-2.5-pro போன்ற மாதிரிகளில் ஒன்றைத் தேர்ந்தெடுக்கலாம். Generative AI Studio சென்று, "Tune Model" அல்லது "Create a Custom Model" போன்ற விருப்பத்தைத் தேர்ந்தெடுத்து நுண்பயிற்சி வழங்கலாம். பயிற்சி முடிந்ததும், புதிய நுண் பயிற்சி செய்யப்பட்ட மாதிரி வெர்டெக்ஸ் AI இல் கிடைக்கும். நுண்பயிற்சி வழங்கியபின் சரிபார்ப்புத் தரவுத் தொகுப்பைக் (validation dataset) கொண்டு மதிப்பீடு செய்யவேண்டும். பிறகு அதில் உள்ள குறைகளை நீக்கி மேம்படுத்தவேண்டும்.

தனிப்பட்ட தேடுபொறி (CSE):

மேற்கண்ட செயல்முறைகள் கட்டணத்துடனும் அதிகமான தொழில்நுட்ப சிக்கல்களுடனும் மேற்கொள்ளப்படும் என்பதால் **வலைப்பதிவு, இணையதளம்** போன்ற தளங்களில், வலைத்தள உரிமையாளர் தங்கள் தளத்தில் கூகிளின் தேடல் தொழில்நுட்பத்தைப் பயன்படுத்தி தனிப்பயனாக்கப்பட்ட தேடுபொறியைச் சேர்க்க அனுமதிக்கும் ஒரு சேவை உள்ளது. "(Google Custom Search Engine – CSE)" (Google Custom Search Engine,2025) நாம் விரும்பும் இணையதளத்தில் திருக்குறள் போன்ற குறிப்பிட்ட பக்கங்களை **பெரிய மொழி மாதிரிக்கான தரவுகளுடன் பக்கங்களாக** உருவாக்கி அந்த பக்கங்களின் முகவரி மற்றும் முதன்மைப் பக்க முகவரியை கூகுள் தனிப்பயனாக்க தேடுபொறிப் பக்கத்தில் இணைத்து அதன் தேடல் பெட்டியை விரும்பும் இணையதளத்தில் இணைக்கவேண்டும். குறிப்பாக பார்வையாளர்கள் தேடும்போது நாம் குறிப்பிட்ட பக்கங்களுக்கு முன்னுரிமை வழங்கவேண்டும் என்று தேர்ந்தெடுத்தால் ஓரளவுக்குத் துல்லியமான உரைத் தேடல் முடிவுகளைப் பெறமுடியும். இவ்வாறு திருக்குறளுக்கான தரவுகளை உள்ளீடுசெய்து தனிப்பயனாக்கப்பட்ட தேடுபொறி, "வேர்களைத்தேடி" (www.gunathamizh.com,2025) என்ற தளத்தில் வெளியிடப்பட்டுள்ளது. ஆனால் படம் உருவாக்குதல், வீடியோ உருவாக்குதல், கவிதை, கதை உருவாக்குதல் என பல்லூடகம் சார்ந்த முடிவுகளைப் பெற இந்த நுட்பம் போதுமானதல்ல.

பயன்கள், தடைகள், எதிர்காலம் (Gen AI, AI Agent)

திருக்குறளுக்கென தனிப்பட்ட பெரிய மொழி மாதிரியை உருவாக்கினால், திருக்குறள் தொடர்பான துல்லியமான செய்திகளை, எழுத்து வடிவில் கதையாகவே, கவிதையாகவோ பெறமுடியும். திருக்குறள் செயற்கை நுண்ணறிவு உரையாடி, படம் உருவாக்கம், காணொலி உருவாக்கம், விளையாட்டு உருவாக்கம், கேள்வி பதில் உருவாக்கம், அதிகாரத்தின் சுருக்கமான கருத்து, குறளில் இடம்பெறும் உணர்வுகளை அறிதல், மொழிபெயர்ப்பு என பல பயன்களைப் பெறமுடியும்.

இலக்கண, மொழியியல் அடிப்படையிலான சொல் பகுப்பாய்வு, பல்வேறு உரைகளில் நடுநிலையுடன் சரியான உரையைத் தேர்ந்தெடுத்தல், வெகுளி, கேண்மை போன்ற பொருள் மாறிய, வழக்கொழிந்த சொற்களுக்கு இணையான சொற்களைப் பரிந்துரை செய்தல், உரைத் தரவுகள் மட்டுமின்றி ஒலி, படம், காணொலி உருவாக்குதலுக்கேற்ற தரவுகளை உருவாக்குதலில் அச்சுவடிவில் உள்ள பல நூல்களை ஒருங்குறியாக மாற்றுதல் மதிப்பீடு செய்யப்பட்ட படைப்பாக்கப் பொதும அடிப்படையிலான தரவுகளைப் பெறுதல் பெரிய தடையாக உள்ளது.

எதிர்காலத்தில் திருக்குறளுக்கென தனியான தேடுபொறி, உரையாடி, திருக்குறளுக்கென மெய்நிகர் ஆசிரியர் அல்லது கற்பித்தல் உதவியாளர் என பல வியக்கத்தக்க செயற்கை நுண்ணறிவுக் கருவிகளை உருவாக்கமுடியும்.

நிறைவுரை:

திருக்குறளுக்குப் பல்வேறு உரைகள் காலந்தோறும் எழுதப்பட்டுள்ளன. ஒரு குறளுக்கு பல்வேறு விளக்கங்கள் உள்ளன. இந்நூலில் உள்ள பல சொற்கள் வழக்கொழிந்துவிட்டன. மதச்சார்பற்ற நூல் என்பதைக் கருத்தில் கொண்டு திருக்குறளுக்கான பெரிய மொழி மாதிரியை உருவாக்குதலில் சில தடைகள் இருந்தாலும் திட்டமிட்டு உருவாக்கினால் தமிழ் மொழியின் பெருமையை உலகறியும் என்பது மட்டுமின்றி மனிதகுலம் பயன்பெறும்.

References:

1. தமிழரசன்.(2025, February 6). LLM-களின் கட்டமைப்பு மற்றும் செயல்பாடு. கணியம். Retrieved from http://kaniyam.com/large-language-models-workings-in-tamil/
2. பெரிய மொழி மாதிரி,. Retrieved August 01, 2025, from https://ta.wikipedia.org/wiki/பெரிய_மொழி_மாதிரி
3. செல்வக்குமார்துரைப்பாண்டியன், திருக்குறள் Dataset. Retrieved August 01, 2025, from https://huggingface.co/datasets/Selvakumarduraipandian/Thirukural
4. ஜெயஸ்ரீ சுவாமிநாதன். (April, 2024) p60. செயற்கை நுண்ணறிவு எதிர்காலத்தை வடிவமைக்கும் நண்பன் (I ed.). Chennai: NCBH.
5. Reema Thareja, Artificial Intelligence. Classical AI. 2023, p365.
6. ஏஐ ஸ்டுடியோ கூகுள். https://aistudio.google.com/
7. கிளவுட் கூகுள். https://cloud.google.com/vertex-ai
8. கூகுள் தனிப்பயன் தேடுபொறி,Google Custom Search Engine – CSE.https://programmablesearchengine.google.com/about/
9. வேர்களைத்தேடி, https://www.gunathamizh.com/p/blog-page_8.html

4. தமிழ் மொழியின் வளர்ச்சிக்கு இயந்திர மொழிபெயர்ப்பு மற்றும் கணிப்பொறி கலைச் சொல்லாக்கத்தின் பங்கு

முனைவர் கா. இரவிக்குமார்
இணைப் பேராசிரியர்,கணிப்பொறி அறிவியல் துறை
தமிழ்ப் பல்கலைக்கழகம்,தஞ்சாவூர்

ஆய்வுச் சுருக்கம்

தொழில்நுட்ப கலைச்சொல்லாக்கமும் அறிவியல் தமிழ் அமைப்பும் என்னும் தமிழ் மொழியின் மொழி நடையை எவ்வாறு கணிப்பொறி அறிவியலுக்கு தக்கவாறு மாற்றி அமைத்துக்கொண்டு அறிவியல் தமிழினையும் கலைச்சொற்களையும் வளர்க்க வேண்டும் என்பதை விரிவாக ஆராய்ந்துள்ளது. ஒரு சொல்லை ஆக்கும் போது அத்துறை சார்ந்த வல்லுநர்களையும், மொழி வல்லுநர்களையும் ஒன்றிணைந்து செயல்படுதல் வேண்டும். அறிவியல் தமிழாக்கத்தில் இலக்கண விதிகளுக்குத் தளர்வு தந்து மொழி நடையை அமைத்துகொள்ள வேண்டும். உருவாக்கப்படும் கலைச்சொற்களை மூலச்சொற்களின் கருத்தை தெளிவுபடச் உணர்த்துதல் வேண்டும். தமிழாக்கம் செய்யப்பட கலைச்சொல் வெறும் மொழிபெயர்ப்புச் சொல்லாக அமையக்கூடாது என அறிவுறுத்துகிறது. தொழில்நுட்ப அறிவியல் தமிழ்ப் பாடங்கள் மொழித் திறன்களையும், அறிவியல் திறன்களையும் வளர்ப்பதை நோக்கமாகக் கொண்டவை மாணவர்களுக்கு கணிப்பொறி அறிவியல் தமிழ்ப் பாடநூல்களில் கலைச்சொற்கள் எவ்வாறு அமைய வேண்டும் என்பதைக் கூறுகின்றது. அறிவியல் தமிழ்ப்பாட கலைச்சொற்கள் ஒவ்வொரு பாடத்தின் முடிவிலும் அமைதல் மாணவர்களுக்கு இன்றியமையாததாக அமையும். தவறான மொழிப்பெயர்பினைத் தவிக்க கருத்தை உள்வாங்கி மொழி பெயர்க்கப்படல் வேண்டும். சொல்லுக்குச் சொல், வரிக்கு வரி மொழிப்பெயர்ப்பதனால் பாடநூலில் பொருளற்ற பல வாக்கியங்கள் அமையும். ஆங்கிலத்தில் இருந்து தமிழில் மொழி பெயர்க்கப்படும் போது தமிழ் மொழியின் உச்சரிப்பில் பெயர்த்தல் கூடாது. வழக்கில் உள்ள சொல்லை விடுத்து புதிய சொற்களை பயன்படுத்த வேண்டும். செப்பமான கலைச்சொற்களை மட்டுமே பயன்படுத்திட வேண்டும்.

குறிச்சொற்கள்(Keywords)

கணிப்பொறி,இயந்திர மொழிபெயர்ப்பு,கலைச்சொற்கள்,அறிவியல் தமிழ்

முன்னுரை(Introduction):

இயந்திர மொழிபெயர்ப்பு(Machine Translation) மற்றும் கணிப்பொறி கலைச் சொல்லாக்கம்(computational terminology) தமிழ் மொழியின் வளர்ச்சியில் மிக முக்கிய பங்களிப்புகளை வழங்குகின்றன. இவை குறைந்த வளங்கள் கொண்ட மொழிகளான தமிழ் போன்ற மொழிகளுக்கு சிறப்பாக செயல்படுகின்றன. தமிழ் போன்ற திறனியல் மொழிகளில் சுயமொழி பேச்சு பிரச்சினையாக வருகிறது. இதற்கு எதிராக மேற்பரியாக செயல்பட்டு, சோர்க்கப் பிரிவில் உள்ள இழப்புகளை குறைக்கும் வகையில் மாதிரிகள் உருவாக்கப்படுகின்றன.இவற்றின் முன்னேற்றம் முக்கியமாக தமிழ் அடிப்படையிலான ஊடகக் கோப்புகள் மற்றும் முதன்மை மொழி கோப்புகளால் உள்ளது.

இயந்திர மொழிபெயர்ப்பு(Machine Translation):

இயந்திர மொழிபெயர்ப்பு என்பது கணினி அல்லது ஓர் இயந்திரத்தால் மாந்தர்களின் இயல்மொழி ஒன்றில் இருந்து மற்றொரு இயல்மொழிக்குத் தானியங்கியாய் மொழிபெயர்ப்பதுஆகும்.இன்று பெரும்பாலும் கணினிவழியாகத் தக்க மென்பொருளைப் பயன்படுத்தி எழுத்துவடிவில் உள்ள உரையையோ, பேச்சையோ ஒருமொழியில் இருந்து மற்றொரு மொழிக்கு மொழிபெயர்ப்பது ஆகும்.இது பழங்காலத்தில் இருந்து வரும் பொதுவான மொழிபெயர்ப்புக் கலையின் ஒரு கூறாகவும், தற்கால கணிப்பீட்டு மொழியியலில் (computational linguistics) ஒரு முக்கிய உள்துறையாகவும் இருக்கும் ஒரு துறை ஆகும். கணினியின் துணையால் மாந்தர்களும் சேர்ந்து உருவாக்கும் கூட்டு மொழிபெயர்ப்பு ஆகிய இயந்திரத்துணையோடு செய்யும் மாந்த மொழிபெயர்ப்பு (machine–aided human translation) என்பது போன்ற துறைகளில் இருந்து சற்று வேறுபட்ட துறை ஆகும்.ஒரு மொழியில் கூறப்படும் ஒவ்வொரு சொல்லுக்கும், இன்னொரு மொழியில் அதே பொருள் சுட்டும் சொற்களை ஈடாக இடுவதால் மட்டும் மொழிபெயர்ப்பு நிறைவு தருவதாக அமைவதில்லை. ஒரு மொழியிலே பல சொற்கள் சேர்ந்து அதில் முழுப்பொருள் தரும் ஒரு சொற்றொடராகும் முறையானது மற்றொரு மொழியில் வேறு அடுக்கில் அல்லது வரன்முறையில் வந்து ஈடான சொற்றொடராகும். ஓர் இயந்திரத்தைப் பயன்படுத்தி மொழிபெயர்ப்புச் செய்யலாம் என்னும் கருத்து, முதன் முதல் 17ஆம் நூற்றாண்டைச் சேர்ந்த பிரான்சிய அறிவியலாளர் இரெனே இடேக்கார்ட்டு அவர்களால் 1629 இல் முன் வைக்கப்பட்டது.நவம்பர் 20, 1629 இல் டேக்கார்ட் பியர் மெர்செனன் (Pierre Mersenne) என்பாருக்கு எழுதிய *பொதுமொழி* (universal language) என்னும் கருத்தை முன் வைத்தார்;

அதன்படி எல்லா மொழிகளிலும் ஒரு சொற்கருத்தைக் கூறும் சொற்களைப் பொதுமொழியில் ஒரு குறியீடு தந்து, அதனையே எல்லா மொழிகளிலும் இட்டு, இயந்திரத்தைக் கொண்டு சொல்லுக்குச் சொல் மொழி பெயர்க்கலாம் என்னும் கருத்து நிலவியது. இதனைப் பயன்படுத்தி 1661 இல் பெக்கர் என்பார் 10,000 இலத்தீன் சொற்கள், சொற்கூறுகளுக்குக் குறியீடுகள் தந்து அகராதியையே உருவாக்கினார். ஆனால் கிரேக்கம் , எபிரேயம், இடாய்ச்சு போன்ற மொழிகளுக்கும் தரவில்லை. சொற்றொடர் சிக்கல்கள் பற்றியவற்றையும் எதிர்கொள்ளவில்லை. இது போல சான் வில்க்கின்சும் வேறு பலரும் இந்தப் பொதுமொழிக் கருத்து பற்றி கருத்துகள் முன்வைத்துள்ளனர். சூலை 22, 1933 இல் அருமேனியப் பின்புலம் உள்ள பிரான்சிய பொறியியலாளர் சியார்ச்செசு ஆர்ட் என்பாருக்கு மொழிபெயர்ப்பி இயந்திரம் ஒன்றிற்கு புத்தாக்க உரிமம் (patent) வழங்கப்பட்டது. இயந்திர மொழிபெயர்ப்பின் வகைகள்:

Rule–Based Machine Translation (RBMT)

இலக்கண விதிகள் அடிப்படையில் மொழிபெயர்ப்பு செய்கிறது.

10. Statistical Machine Translation (SMT)
11. புள்ளியியல் தரவுகள் (corpus) அடிப்படையில் மொழிபெயர்ப்பு செய்கிறது.
12. Neural Machine Translation (NMT) (இப்போது அதிகம் பயன்படுத்தப்படுகிறது)

- செயற்கை நரம்பியல் வலைப்பின்னல் (Neural Networks) அடிப்படையில் இயங்கும்.
- அதிகத் துல்லியத்துடன் மொழிபெயர்ப்பு செய்கிறது.

கணிப்பொறி கலைச்சொல்லாக்கம் (Computational Terminology)

கணிப்பொறி கலைச்சொல்லாக்கம் என்பது தினசரி ஆங்கில கணினித் தொழில்நுட்பச் சொற்களை துல்லியமான தமிழில் மொழிபெயர்க்கும் முறையாகும். இதன் மூலம், கணினி, மென்பொருள், தரவுத்தளம் போன்ற சொற்களுக்கு ஒரேநிலை தமிழ் சொற்கள் அமைத்து, மொழிக் கட்டமைப்பின் தெளிவு உறுதி செய்யப்படுகிறது. "**கலைச் சொல்லாக்கம்**" என்பது புதிய தமிழ் தொழில்நூற்களுக்கான தற்கால உகந்த சொற்றொடர்கள் உருவாக்கம், குறித்த சொற்றொடரின் வேற்றுமைக்கு ஏற்ப அவற்றை மொழிபெயர்த்தல் என்று வரையறுக்கலாம் .1995–ஆம் ஆண்டில், "தமிழும் கணிப்பொறியும்" கருத்தரங்கத்தில் கணிப்பொறிச் சொற்களுக்கான தமிழ் சொற்பிரசங்க அகராதி உருவாக்க ஆரம்பிக்கப்பட்டது. இதில் சுமார் 4000 கணிப்பொறி சொற்கள் சேர்க்கப்பட்டன.கலாச்சாரமான பொருள், மொழியியல் அழகு மற்றும் உணர்ச்சிப் பண்புகள் போன்றவை கவனத்தில் கொள்ளப்பட்டு மொழிபெயர்க்கும் முனைகளில், மொழியியல் கூறு (suffixes) மற்றும் உயிரியலின் மாற்றங்களை உணர AI–இல் சேர்க்க முயற்சிகள் இடம்பெறுகின்றன. து கணினி மொழிபெயர்ப்பு மென்பொருள் அல்லது எய்ஐ (AI) அடிப்படையிலான மாடல்களைப் பயன்படுத்தி, ஒரு மொழியில் உள்ள தகவலை மற்றொரு மொழிக்கு மனித தலையீடு இல்லாமல் மாற்றுகிறது. கணிப்பொறி கலைச்சொல்லாக்கம் (Computer Terminology Translation in Tamil) என்பது, கணிப்பொறி துறையில் பயன்படுத்தப்படும் ஆங்கிலக் கலைச்சொற்களுக்குத் தமிழாக்கம் செய்வதைக் குறிக்கும். இது தொழில்நுட்பத்தைத் தமிழ் மொழியில் புரிந்துகொள்ள உதவுகிறது.

கணினி உதவியுடன் தமிழை கற்றலும், கற்பித்தலும் – Computer Assisted Learning and Teaching of Tamil.

புலத் தமிழர்கள், தமிழ் மொழியை இரண்டாம் மொழியாக கற்பித்தலும், தொழில்நுட்பத்தின் தாக்கமும் – Tamil Diaspora, Teaching Tamil as a second–language and impact of Technology

தமிழ் வலைவாசல்: வலைப்பதிவு, வலைப்பதிவுத் திரட்டி, விக்கிப்பீடியா – Tamil Portal: Blogger, Aggregator, Wikipedia etc.

தமிழ் தன்மொழியாக்கம், தமிழ் தட்டச்சு, கட்டற்ற திறமூல மென்பொருட்கள் – Tamil localization, Tamil keyboard, open–source software

இயற்கை மொழி முறையாக்கம், ஒளி எழுத்துணரி , தகவல் மீட்டெடப்பு, செயற்கை அறிவாண்மை – Natural Language Processing: OCR, Information Retrieval, Artificial Intelligence

கைக்கருவிகளில் தமிழ், நகர்பேசி, சிறப்புத் தேவைகள் உடையோருக்குத் தமிழ் – Tamil in handheld, mobile phones, Tamil for special needs

மின்பதிப்பின் ஒருங்கிணைப்பு, களஞ்சியம், தேடு பொறிகள் – Preparation E-Texts, Corpora, Search Engines

கணிமை மொழியியல் – Computational Linguistics

இயற்கை மொழி முறையாக்கம்: – உருபனியல் அடையாளம்காட்டிகள் – Natural Language Processing: Morphological Tagger

தமிழ் கலைச்சொற் தரவுத்தளம் – Database of Tamil technical terms and glossaries

இணையத் தமிழ் இலக்கியத் தரவுத்தளம், தமிழ் அகராதிகள், தேடு பொறிகள் – Online Database of Tamil literature, Tamil Dictionaries and Search Engines.

முடிவுரை:

கணிப்பொறி கலைச்சொல்லாக்கம் என்பது தொழில்நுட்ப மொழிகளுக்கு தமிழின் சாசனம் மிகுந்து கானப்படுகின்றன. சரியான சொல் தேர்வு, மொழியியல் அமைப்பு, சமூக ஆதரவு ஆகியவற்றின் மூலம் தமிழ் தொழில்நுட்பக் கலைச்சொற்கள் மேலும் செழிக்க வாய்ப்புள்ளது.இயந்திர மொழிபெயர்ப்பு மற்றும் கணிப்பொறி சொல்லாக்கம் தமிழ் மொழியை தொழில்நுட்பத்தின் முன்னணி மொழியாக மாற்றும் முக்கிய அம்சங்கள் ஆகும். சரியான தொகுப்பு, மொழியியல் ஆதரவு, சமுதாய அழைப்பு, மற்றும் நிதியுதவி இணைந்தால், தமிழ் உலகளாவிய அளவில் பன்மொழி அணுகலை சிறப்பான, செயல்திறன் வாய்ந்த தமிழ் கலைச்சொற்கள் உருவாக்கப்படும். கணிப்பொறி துறையில் பயன்படுத்தப்படும் ஆங்கிலக் கலைச்சொற்களுக்கு தமிழ் மொழிபெயர்ப்பு செய்வது என்பது அறிவை democratize செய்வதற்கான ஒரு முக்கியமான அடிகல்லாகும். இதன் மூலம்:

- மாணவர்கள் மற்றும் பொதுமக்கள், தொழில்நுட்பத்தைக் **துல்லி**யமான தமிழில் புரிந்து கொள்ள முடிகிறது.
- அறிவியல் மற்றும் தகவல் தொழில்நுட்பம் போன்ற துறைகளில் தாய்மொழியில் கல்வி பெறும் வாய்ப்பு அதிகரிக்கிறது.
- மொழி பாதிப்பின்றி தொழில்நுட்ப உலகில் சமபங்கு பெற முடிகிறது.
13.

கலைச்சொல்லாக்கம் என்பது ஒரே மொழிபெயர்ப்பு செயலல்ல. அது ஒரு மொழிக்குரிய பார்வை மற்றும் பண்பாட்டு பாங்குடன் தொழில்நுட்பத்தை அணுகும் முயற்சியாகும். இச்சுற்றுப் சூழலை உருவாக்குவதே நம் மொழியின் வளர்ச்சிக்கான வழியைக் காட்டும்.எனவே, கணிப்பொறி கலைச்சொல்லாக்கம் என்பது தமிழ் மொழியில் தொழில்நுட்பத்தைப் பரப்பும் முக்கிய முயற்சியாக திகழ்கிறது. இது தொழில்நுட்பக் கல்வியை எல்லோருக்கும் எட்டிக்கொள்ளச் செய்யும் ஒரு மேம்பட்ட முன்னேற்ற வழியாகவும் அமைகிறது.

துணைநூற் பட்டியல்:

- முனைவர் இல.சுந்தரம்,கணினித் தமிழ்,விகடன் பிரசுரம்,மே 2015
14. . Roger S.Pressman, Software Engineering, McGraw Hill International Editions, 2017
15. Fundamentals of Software Engineering, 4Th Edn by Rajib Mall, Phi, 2014
16. Bob Hughes and Mike Cotterell, "Software Project Management", McGraw Hill, Second Edition, 2016
17. Walker Royce, "Software Project Management", Addition Wesley, 2015.

5. தமிழில் பிழை திருத்தத்தின் – தேவை, உருவாக்கம் மற்றும் பயன்பாடு

கோ.லோகநாதன்
உதவிப் பேராசிரியர் தமிழ்த்துறை
புகழ்வாணன்.ச
நித்தீஸ்குமார்.ச
நவீன்.க.ஈ
இரண்டாம் ஆண்டு கணினி அறிவியல் மற்றும் தரவுப் பகுப்பாய்வுத் துறை
கே.பி.ஆர் கலை அறிவியல் மற்றும் ஆராய்ச்சிக் கல்லூரி கோயம்புத்தூர்
;logeshlogu73439@gmail.com
9655766583

ஆய்வுப்பொருண்மை:

இன்றைய உலகில், மொழி மற்றும் தொழில்நுட்பம் ஒன்றோடொன்று இணைந்து செயல்படுகின்றன. உலகில் மொழிகளுக்கான தொழில்நுட்பங்கள் உருவாகி வருகின்றன. ஆனால் தமிழ் போன்ற செம்மொழிக்கு, அதற்கேற்ப சிறந்த எழுத்துப் பிழை திருத்தும் வசதிகள் குறைவாகவே உள்ளன. இந்தச் சூழ்நிலையில், தமிழில் பிழை திருத்துச் செயலியின் (Auto–Correction App) உருவாக்கம் அவசியமாக உள்ளது.வளர்ந்து வரும் தொழில்நுட்ப காலகட்டத்தில், சமூக ஊடகங்கள், தகவல் பரிமாற்றச் செயலிகள் இணையதளங்களில் தமிழ் எழுதும் மக்களின் எண்ணிக்கை நாளுக்குநாள் அதிகரித்துவருகிறது. ஆனால் தமிழில் உள்ள உயிர்மெய் எழுத்துக்கள், விகுதி அமைப்புகள் மற்றும் இலக்கணச் சிக்கல்களை உணர முடியாத சூழலே நிலவி வருகிறது.இதனால், பயனாளர்கள் பிழையுடன் உரை வெளியிட வேண்டிய நிலை உருவாகியுள்ளது.

ஆய்வு நோக்கம்:

இந்தத் ஆய்வின் முதன்மை நோக்கம், தமிழில் தானாக பிழை திருத்தும் ஒரு நவீன பயன்பாட்டை வடிவமைப்பதாகும்.இது பின்வரும் அம்சங்களை கொண்டதாக இருக்கும்:தட்டச்சு செய்யும் நேரத்தில் எழுத்துப் பிழைகளை கண்டறிந்து சரிசெய்யும் திறன்.வாக்கியப் பொருளை பொருத்து சரியான சொற்களை பரிந்துரை செய்யும் செயற்கை நுண்ணறிவு முறை.இயற்கை மொழி செயலாக்கம் (Natural Language Processing) மற்றும் கணினிக் கற்றல் (Machine Learning) ஆகிய தொழில்நுட்பங்களை இணைத்தல்.பேச்சுமொழிமற்றும் இலக்கிய மொழிக்கேற்ப இரு நிலைகளில் செயல்படும் வசதி.

முன்னுரை:

மொழி என்பது மனித சமுகத்தின் அடையாளமும், அறிவுத் துறையின் ஆழமும் ஆகும். உலகின் பல மொழிகளில் தகவல் பரிமாற்றம், படைப்பு, மற்றும் செயற்கை நுண்ணறிவு (AI) தொழில்நுட்பங்கள் வளர்ச்சி பெற்று வருகின்றன. இந்நிலையில், தமிழ் மொழி உலகில் பழமையான செம்மொழியாக இருப்பதுடன், மிகுந்த இலக்கியச் செழுமையையும் கொண்டு வளர்ந்து வரும் மொழியாகும். தமிழ் மொழியில் , கலை, கலாசாரம், ஆன்மிகம், அறிவியல், தொழில்நுட்பம் என பல துறைகளில் பங்களிப்புகள் உள்ளன. எனினும், இன்று துரிதமாக வளர்ந்துவரும் டிஜிட்டல் உலகில், தமிழின் பங்கு முழுமையாக உருவாகவில்லை என்பதே உண்மை. தகவல் பரிமாற்றம்

அதிகரித்துள்ள இன்றைய சமூகத்தில், பலரும் சமூக ஊடகம், மின்னஞ்சல், வலைப்பதிவுகள், மற்றும் கல்வி பயன்பாடுகளில் தங்கள் கருத்துக்களை தமிழில் பதிவு செய்து வருகின்றனர். இந்த வேகமான தட்டச்சு சூழலில், எழுத்துப் பிழைகள், இலக்கணப் பிழைகள், மற்றும் வாக்கிய அமைப்பு பிழைகள் ஏற்படுவது இயல்பானதாயிற்று. இதற்குப் தீர்வாக, ஆங்கிலத்தில் Grammarly, Google Spell Checker போன்றவை தானாக பிழைகளை கண்டறிந்து திருத்தும் வகையில் செயல்படுகின்றன. ஆனால் தமிழ் மொழியில் இதுபோன்ற முழுமையான, நம்பகமான, நவீன பிழை திருத்தும் கருவிகள் இல்லை என்றே கூறலாம்.

தமிழில் பிழை திருத்தத்தின் – தேவை

தமிழ் மொழிக்குரிய எழுத்து அமைப்புகள் (உயிரெழுத்து, மெய்யெழுத்து, உயிர்மெய், சந்தி, விகுதி, சேர்க்கை, தனிச்சொல் – கூட்டுசொல்) ஆகியவை எல்லாம் மொழியின் நுட்பங்களை எடுத்துக்காட்டுகின்றன. ஆனால் இவ்வளவு நுட்பம் கொண்ட மொழிக்கான தானாக பிழை திருத்தும் செயலிகள் இல்லை என்பது ஒரு பெரிய குறையாகும். தமிழ் பேசும் மக்கள் அதிகமாக இருந்தாலும், இணையத்தில் தமிழை எழுதும் பயனர் ஒருவருக்கும் உடனடியாக பிழையை திருத்தும் வசதி இல்லாமல் இருப்பது, மொழியின் வளர்ச்சிக்கு தடையாக இருக்கிறது. இதனைத் தாண்டி செல்லும் முயற்சியாக, தமிழ் தானாகத் திருத்தும் பயன்பாடு (Tamil Auto–correction App) என்பது உருவாக்கப்பட வேண்டும். இது ஒரு சாதாரண பிழை திருத்தும் கருவியாக இல்லாமல், தொழில்நுட்பத்தில் தமிழின் வளர்ச்சியை ஊக்குவிப்பதாக அமையும்.

தமிழ் மொழி என்பது உலகின் பழமையான செம்மொழிகளில் ஒன்றாகும். வரலாற்றுப் பாரம்பரியம், இலக்கியம், இசை, நடனம் என பலதரப்பட்ட கலாச்சாரப் பங்களிப்புகளுடன் மெருகுபெற்ற மொழியாக இருந்தாலும், இன்று வளர்ந்து வரும் டிஜிட்டல் சூழலில் தமிழ் தன்னிறைவு அடைய தவிப்பது கண்முன்னே தெரிகிறது. குறிப்பாக, இணையதளங்கள், செயலிகள், சமூக ஊடகங்கள், மற்றும் கல்வி வடிவங்களில் தமிழ் பயன்படுத்தப்படும் நேரங்களில் எழுத்துப் பிழைகள், இலக்கணச் சிக்கல்கள் போன்றவை பெரிதாகக் காணப்படுகின்றன. இந்தச் சூழ்நிலையில், தமிழில் தட்டச்சு செய்யும் பயனாளர்கள், குறிப்பாக மாணவர்கள், ஆசிரியர்கள் மற்றும் பொது மக்களுக்குப் பிழைகளைத் தானாக திருத்தும் ஒரு நவீன கருவி இருக்க வேண்டும் என்பதே இந்த திட்டத்தின் அடிப்படைத் தேவையாகும். தமிழில் typing செய்யும் போதெல்லாம் விகுதிப் பிழை, உயிர்மெய் எழுத்துப் பிழை, சொற்களின் பொருள் தொடர்புடைய பிழை போன்றவை தவறாக இடம் பெறுகின்றன. ஆனால் அவை சரியாக திருத்தப்படாதபோதும், வாசகர்கள் அதனைப் புரிந்துகொள்ள இயலாத நிலை ஏற்படுகிறது. பிழைகளுடன் கூடிய சொற்றொடர்களை சமூக வலைதளங்களில் காண முடிகிறது இதனை தவிர்ப்பது முதன்மையான இலக்காகும்.

ஆங்கில மொழியில் Grammarly, Microsoft copilot போன்ற பயன்பாடுகள் எழுத்துப் பிழைகளை மட்டுமின்றி, இலக்கணப் பிழைகள், வார்த்தைத் தேர்வு, எனப் பல பரிமாணங்களிலும் சீர்திருத்தம் செய்து தருகின்றன. இது அவர்களின் மொழி

எழுத்துத் தரத்தை வளர்க்கிறது. அதே போன்று தமிழிலும் இத்தகைய தொழில்நுட்ப வசதிகள் உருவாக்கப்பட வேண்டும். இது வருங்காலத்தில் தமிழின் வளர்ச்சிக்கும், பயனரின் கல்வித் திறனுக்கும், அடித்தளமாக அமையும்.

பயன்கள்:

தமிழ் தானாகத் திருத்தும் பயன்பாட்டின் உதவியால் பல துறைகளிலும் பல தரப்பினருக்கும் நன்மைகள் ஏற்படுகின்றன. இதில் கல்வி, தொழில்துறை, சமூக ஊடகம், நிர்வாகம் என பல்வேறு பிரிவுகள் அடங்கும். முதலில், மாணவர்கள் தமிழில் இணைய தளங்களில் எழுதும்போது முறையான பயிற்சி பெறுவார்கள். அவர்கள் எழுதும் ஒவ்வொரு வார்த்தைக்கும், வாக்கியத்திற்கும் பிழை இருந்தால் உடனடியாக திருத்தம் காட்டப்படும். இதன் மூலம், எழுதும் போது தானாகவே துல்லியமும், சரியான சொற்களும் பயன்படுத்தப்படுகின்றன. புலனம், முகநூல் போன்ற செயல்களில் ஆங்கில மொழியில் நாம் தட்டச்சு செய்யும் பொழுது அதில் உள்ள பிழைகள் தானாகவே நமக்குச் சுட்டிக் காட்டப்படுகின்றன அது போன்று தமிழிலும் இருந்தால் நன்றாக அமையும்.

அதேபோல், ஆசிரியர்கள், பேராசிரியர்கள், எழுத்தாளர்கள், பத்திரிகையாளர், வலைப்பதிவர்கள் போன்றவர்களுக்கும் இந்தப் பயன்பாடு மிகுந்த உதவியாக அமைகிறது. அவர்கள் எழுத்துப் பிழைகளைத் தவிர்க்க, நேரத்தை மிச்சப்படுத்த, தங்களது படைப்புகளைப் பரிமாறுவதற்கும் இது துணையாகும். மேலும், தமிழில் தொழில் தொடர்பான மின்னஞ்சல்கள், அறிக்கைகள், இணையதள உள்ளடக்கம் போன்றவற்றிலும் பிழையுள்ள மொழி பயன்பாடு வளர்ந்து வருகிறது. சமூக ஊடகங்களில் தினமும் தமிழில் பதிவுகள் அதிகரித்து வருகின்றன. ஆனால் பிழையுடன் எழுதுவதால் அதன் அர்த்தம் மாறுவதோடு, வாசகர்களுக்கு தவறான கருத்தை ஏற்படுத்தும் வாய்ப்பும் உள்ளது. இந்தப் பயன்பாட்டின் மூலம், எல்லோரும் பிழையின்றி தமிழை எழுதலாம் என்ற நம்பிக்கையும் உருவாகிறது.

மென்தமிழ் பயன்பாட்டுச் செயலி:

தமிழ் மொழியில் பிழை திருத்தும் கருவிகள் பற்றிய ஆர்வம் கடந்த பத்து வருடங்களில் மெதுவாகவே வளர்ந்துவந்தாலும், அந்த துறையில் தெளிவான முயற்சியாக உருவான ஒரு செயலி தான் மென்தமிழ் (MenTamizh). இது முதன்மையாக ஒரு பண்பாட்டுத் தமிழுக்கே உரிய எழுத்துப் பிழைகளைத் திருத்தும் desktop word processor ஆகும். MenTamizh செயலியில் பயனாளர் உரையை type செய்து அல்லது copy-paste செய்து, பிழை திருத்தங்களைப் பார்க்கலாம். இதில் அகராதி அடிப்படையிலான பிழைத்திருத்தம் நடைபெறும். குறிப்பாக, எழுத்துப் பிழைகள், சந்திப் பிழைகள் மற்றும் விகுதி பிழைகளை rule-based முறையில் கணிப்பதற்கான வசதிகள் இதில் உள்ளன. ஆனால், இதில் typing நேரத்தில் திருத்தம் காட்டும் real-time suggestion வசதி இல்லை என்பதே அதன் மிகப்பெரிய குறையாகும். மேலும், இது பழைய desktop முறையைப் போலவே செயல்படுவதால், mobile அல்லது இணைய தளங்களில் நேரடி பயன்படுத்த முடியாத இயலாமை உள்ளது. இதைவிட முந்திய நிலையில், நாம் உருவாக்கும் தமிழ்

தானாகத் திருத்தும் பயன்பாடு என்பது Grammarly போலவே பயனாளரின் தட்டச்சு செய்யும் ஒவ்வொரு நொடிக்கும் உடனடி பிழை திருத்த பரிந்துரைகளை வழங்கும் வகையில் உருவாக்கப்படுகிறது. பயனர் எழுதும் போதே, அந்தச் சொல் சரியா தவறா என program தெரிந்து கொள்ளும். அதன் பிறகு, பிழை இருந்தால் கீழ் கோடு (red underline) போன்ற visual குறிக்கோள்கள் மூலம் உடனடியாக காட்டும். இதில் பிழையின் காரணமும், பதிலாக பரிந்துரைக்கப்படும் சொற்களும் சேர்த்து காட்டப்படும். இது பயனாளருக்கு ஒரு real-time ஆசிரியர் போன்று செயல்படும். மேலும், உங்கள் பயன்பாட்டின் மிகப்பெரிய வலிமை – இது ஒரு முழுமையான மொழிப் புரிதல் தொழில்நுட்பத்தின் அடிப்படையில் இயங்கும் என்பதே. பயனர் பயன்படுத்தும் சொற்கள், வாக்கிய அமைப்புகள், மற்றும் எழுத்து நடை ஆகியவற்றைப் புரிந்து கொண்டு, பொதுவாக இருப்பது போலல்லாமல், சூழ்நிலைக்கு ஏற்ப சரியான சொல் அல்லது இலக்கணத்தை பரிந்துரைக்கும்.

மொழியின் வளர்ச்சியில் மென்தமிழ் செயலியின் பங்கு:

தமிழ் மொழி என்பது இனத்தின் அடையாளம் மட்டுமல்ல; அது நம் எண்ணத்தையும், உரையாடலையும், அறிவையும் வெளிப்படுத்தும் கருவியாகவும் விளங்குகிறது. இவ்வாறு ஒரு மொழி வளர வேண்டுமானால், அதில், பிழையற்ற எழுத்து நடை, மற்றும் மொழி விழிப்புணர்வு என்பன முக்கியப் பங்கு வகிக்கின்றன. தமிழ் தானாகத் திருத்தும் பயன்பாடு, இந்த மொழி விழிப்புணர்வை உருவாக்கும் ஒரு சக்தியாக அமைகிறது. இன்றைய தலைமுறையினர் தமிழில் எழுதும் பொழுது ஏற்படும் பிழைகளை, அவர்கள் அறியாமலேயே செய்கிறார்கள். ஆனால், இந்தச் செயலி பிழைகளை மட்டும் திருத்துவதில் மட்டுமின்றி, பிழையின் காரணத்தையும், சரியான சொல் எது என்பதை உணரச் செய்கிறது. இது மாணவர்களின் துல்லியத் தமிழ் அறிவை வளர்க்கும். அதோடு, சமூக ஊடகங்களில், இணையவழி செய்திகளில், வலைப்பூக்களில், தமிழில் எழுதும் மக்கள் பலர் எழுத்துப்பிழைகளுடன் எழுதுவதால், வாசிப்பவர்களுக்கு தவறான அர்த்தம் தோன்றும். இதைத் தடுக்கும் வகையில், இந்தத் திருத்தும் பயன்பாடு பிழையின்றி எழுதும் பழக்கத்தை ஏற்படுத்துகிறது. இதன் மூலம், பொதுத் தமிழ்ப்பயன்பாட்டின் தரம் உயருகிறது.மேலும், தமிழில் தொழில், அரசு நிர்வாகம், கல்வி, ஊடகம் போன்ற துறைகளில் ஒரு மொழி துல்லியத்துடன் பயன்படுகிறதா? என்பதை அடிப்படையாக வைத்துத்தான் அந்த மொழியின் மரியாதையும், பரவலும் தீர்மானிக்கப்படுகிறது. இந்தச் செயலி, தமிழுக்குப் புதிய வலிமை சேர்க்கிறது – குறிப்பாக இளம் தலைமுறையில் மொழி மீது பராமரிப்பு உணர்வை வளர்க்கும்.மொத்தத்தில், தமிழ் தானாகத் திருத்தும் பயன்பாடு என்பது ஒரு மென்பொருள் சாதனமாக மட்டுமல்ல, தமிழ் மொழி பாதுகாப்பிலும், பராமரிப்பிலும் பங்களிக்கும் ஒரு நவீன மொழிப் புரட்சி என்றும் கூறலாம்.

இவ்வாய்வின் மூலம், தமிழில் தானாக பிழைகளை திருத்தும் ஒரு நவீன மென்பொருள் உருவாக்குவதன் அவசியமும், பயன்பாடும் தெளிவாக நிரூபிக்கப்படுகின்றன. இது தமிழ் மொழியின் பயன்பாட்டை மேம்படுத்துவதோடு மட்டுமல்லாமல், உலகளாவிய டிஜிட்டல் மேடைகளில் தமிழ் மொழிக்கான வளர்ச்சி

வாய்ப்புகளை உயர்த்தும். இப்பயன்பாடு, எதிர்கால சந்ததியருக்கு தமிழை நேசிக்கும் எண்ணத்தை விதைக்கக்கூடிய ஒரு புதியஉந்து சக்தியாக அமையும்.

துணை நூற்பட்டியல்

1. முனைவர் பெ.இளையாப்பிள்ளை (2021) கணினித் தமிழ் வளர்ச்சியும் சவால்களும் தொகுதி–1 , சென்னை; தமிழ் இணையக் கல்விக்கழகம்

6. தமிழ்மொழி வளர்ச்சியில் செயற்கை நுண்ணறிவுத் தொழில்நுட்பத்தின் பங்களிப்பு
AI and its Contribution to the Growth of the Tamil Language"

ருமதி.ச.ரா.வி.வான்மதி B.Lit.,M.A.,M.A(Eco).,M.Ed.,TPT.,DDTP.,
தமிழாசிரியர் & தமிழ்த்துறை தலைவர்,
முதுநிலை ஒருங்கிணைப்பாளர்,
முனைவர் பட்ட ஆய்வாளர்,
பி கே என் வித்யாலயா, திருமங்கலம். மதுரை மாவட்டம் – 625706.
srvvanmathi@gmail.com
9787915602.

ஆய்வுச் சுருக்கம்:

21ஆம் நூற்றாண்டின் முக்கிய தொழில்நுட்ப முன்னேற்றங்களில் ஒன்றான செயற்கை நுண்ணறிவு(AI) மொழி சார்ந்த பல துறைகளில் மறக்க முடியாத தாக்கங்களை ஏற்படுத்தி வருகிறது. செறிவும் நுட்பமும் கொண்ட தமிழின் இலக்கண அமைப்பும் அதன் பண்பாட்டுப் பின்னணியும், செயற்கை நுண்ணறிவுடன் ஒருங்கிணையும்போது, புதிய வாய்ப்புகளையும் சில சவால்களையும் உருவாக்குகின்றன.

இவ்வாய்வு கணினித் தமிழின் தொடக்கநிலையை விளக்கி, தமிழுக்கே உரிய மொழியியல் முறைமைகள் எவ்வாறு செயற்கை நுண்ணறிவுத் தொழில்நுட்பத்துடன் இணைக்கப்படுகின்றன என்பதையும் எடுத்துக்காட்டுகிறது. AI4Bharat, TamilBERT, Vakyansh போன்ற தமிழ் மையக் கருவிகள் மற்றும் ChatGPT போன்ற பெரிய மொழி மாதிரிகள், தமிழில் இயற்கை மொழி புரிதல், உரை உருவாக்கம், மொழிபெயர்ப்பு போன்ற செயல்களில் பயன்படுத்தப்படுகின்றன. தமிழ்மொழியின் எதிர்கால வளர்ச்சிப் பாதையில் செயற்கை நுண்ணறிவு ஒரு சக்திவாய்ந்த இயக்கியாக உருவாவதற்கான சாத்தியங்களை ஆய்வதே இக்கட்டுரையின் நோக்கமாகும்

Abstract:

21st century, AI is making a profound impact across various language–related domains. Tamil, with its rich grammatical structure and deep cultural roots, presents both challenges and opportunities when integrated with AI technologies. This paper introduces the early stages of computational Tamil and explains how Tamil–specific linguistic structures are being aligned with modern AI systems.

It highlights the use of AI tools and platforms such as AI4Bharat, TamilBERT, and Vakyansh, along with large language models like ChatGPT, in enabling natural language understanding, text generation, translation, and speech recognition in Tamil.

The article also examines AI-driven innovations in Tamil language learning and teaching, its applications in Tamil literature, and the relevance of linguistics in this context.

குறிச் சொற்கள்:

செயற்கை நுண்ணறிவு, இயற்கை மொழி செயலாக்கம், மொழிபெயர்ப்பு தொழில்நுட்பம்

Key Words :

AI, AI4Bharat, TamilBERT, Vakyansh, Chat GPT

முன்னுரை:

தமிழ் மொழி, உலகின் தொன்மையான மொழிகளில் ஒன்றாகவும், செறிவும் சிறப்பும் வாய்ந்ததுமான இலக்கிய பாரம்பரியத்துடன் கூடியதுமான மொழியாகவும் விளங்குகிறது. பல நூற்றாண்டுகளாக தமிழ் மொழி பேசப்பட்டு வருகின்ற நிலையில்,

இந்நவீன யுகத்தில் தொழில்நுட்பங்களுடன் தமிழின் ஒரு புதிய பரிணாமம் நிகழ்ந்துவருகிறது. குறிப்பாக செயற்கை நுண்ணறிவு, மொழிகளை புரிந்து கொண்டு செயலாக்கும் தன்மையினால், தமிழுக்குள் நுழைந்து பல்வேறு வாய்ப்புகளை உருவாக்கி வருகிறது. இக்கட்டுரை, அந்த வாய்ப்புகளையும் சவால்களையும் ஆராய்கிறது.

கணினித் தமிழ் வளர்ச்சியின் முன்னோடிகள்:

தமிழ் மொழி கணினி உலகில் இடம்பிடிக்கத் தொடங்கிய காலம் 1980களாகும். அந்தக் காலத்தில் எழுத்துரு குறியீடுகள், சொற்கள், வார்த்தைகள் ஆகியவற்றை கணினியில் காண்பிக்கக்கூடிய தனித்தன்மை வாய்ந்த திட்டங்கள் தோன்றின. TSCII, TAB, Unicode போன்ற குறியீட்டு முறைகள் உருவாக்கப்பட்டன. இந்தக் கட்டமைப்புகள் தமிழை கணினியில் எழுத, படிக்க, பகிர்ந்து கொள்ளும் வழிகளை உருவாக்கின.

தமிழ் வட்டார மொழிகள் மற்றும் வழக்குச்சொற்களும் கணினியமைப்பில் இடம் பெறுவதற்காகப் பல தொலைநோக்குத் திட்டங்கள் மேற்கொள்ளப்பட்டன. இதன் மூலம் பன்முகத்தன்மை கொண்ட தமிழை ஒருங்கிணைக்கும் பணிகள் வலுப்பெற்றன.

தமிழ் கணினியமைப்பில் வட்டாரமொழி மற்றும் வழக்குச்சொற்களுக்கு இடமளித்த முக்கிய திட்டங்கள்

1. **EMILLE Corpus:**

EMILLE Corpus திட்டம் இந்திய சிறுபான்மையினர் மொழிகளுக்கான மென்பொருள் வளங்களை உருவாக்கும் நோக்கில் 2000-ஆம் ஆண்டு தொடங்கப்பட்டது. "வடஇந்தியப் பல்கலைக்கழகங்களில் பேசப்படும் தமிழ் மாதிரிகள் சேகரிக்கப்பட்டு தொகுக்கப்பட்டன. இது மொழியின் பன்முக பரிணாமத்தையும், வட்டாரச் சாயல்களையும் மொழியியல் கருவிகளில் பிரதிபலிக்கச் செய்யும் ஒரு முன்னோடிய முயற்சியாக அமைந்தது. இந்த முயற்சி, மொழியியல் தரவுகளை மையமாகக் கொண்டு செயற்கை நுண்ணறிவு இயந்திரங்களுக்கான பயிற்சி தரவுகள் உருவாக்கும் துவக்க கட்டங்களை நிலைநிறுத்தியது"[1].

TDIL Project

மத்திய அரசின் TDIL (Technology Development for Indian Languages) திட்டம், இந்திய மொழிகளில் இயற்கை மொழி செயலாக்க கருவிகளை உருவாக்கும் தளமாகத் திகழ்கிறது. "இதில், தமிழ் மொழியின் சொற்பயன்பாடுகள், வடிவியல் கட்டமைப்புகள், மற்றும் வட்டார சொற்கள் ஆகியவை கணினிக்கு ஏற்ற வகையில் தொகுக்கப்பட்டன. இதன் வழியாக, மொழி தொழில்நுட்பத்தில் உள்ள மாநிலமொழிகளின் பங்கு அதிகரித்து, அரசியல் மற்றும் சமூக வலிமையாக்கமும் ஏற்படுகிறது"[2]. TDIL Project (1991);z

Tamil WordNet

Tamil WordNet என்பது தமிழில் சொற்களின் அர்த்தத் தொடர்புகள் மற்றும் வகைப்பாடுகளை உருவாக்கும் முயற்சி. இதில் விகுதி, பிரயோக நிலைகள், மற்றும் வட்டாரப் பயன்பாடுகள் ஆகியவை உள்ளடக்கப்பட்டுள்ளன. "இத்தகைய முயற்சிகள், தமிழ் போன்ற செறிவான மொழிகளுக்கு 'semantic web' சார்ந்த தொழில்நுட்பங்களில் இடமளிக்கவும், பன்மொழி மொழிபெயர்ப்பை நுட்பமாக உருவாக்கவும் உதவுகின்றன" Tamil WordNet (2010)

Ezhil Language Foundation

தமிழில் கணினி நிரலாக்கத்தை ஊக்குவிக்கும் நோக்கில் உருவான Ezhil Language Foundation, திறந்த மூல நிரலாக்கத்தில் தமிழ் வழிச் செயலிகளை உருவாக்குகிறது. இதில் "தமிழ் சொற்களின் வட்டார வழக்குகள், பிழையின்றி கையாளும் பிழைதிருத்தி மற்றும் மொழிமாற்ற கருவிகள் போன்றவை வெளியிடப்பட்டுள்ளன. இது, மூல மொழி அடிப்படையிலான AI மேம்பாடுகளில் மக்கள் பங்கேற்பை உறுதிப்படுத்தும் வகையில் தொழில்நுட்ப ஜனநாயகத்தை ஊக்குவிக்கிறது"(Ezhil Language Foundation,2008)

AI4Bharat– Bhashini

AI4Bharat நிறுவனத்தின் Bhashini திட்டம், தமிழில் இயற்கை மொழி செயலாக்கம், மொழிபெயர்ப்பு, உரை உரைமாற்றம் போன்றவையில் ஈடுபடுகிறது. தமிழ் மொழியின் பன்முகத்தன்மை, இலக்கிய பாணிகள், வட்டாரப் பயன்பாடுகள் அனைத்தும் இந்தத் தரவுகளில் இணைக்கப்பட்டுள்ளன. இந்த முயற்சி, "பெரும்பான்மையல்லாத மொழிகளுக்கான தரவுச் செல்வாக்கை உறுதிசெய்யும் மற்றும் மொழிக்கற்றலுக்கு ஏதுவான மெய்நிகர் சூழல் உருவாக்கும் முயற்சியாக பார்க்கப்படுகிறது" [5]. AI4Bharat– Bhashini (2022)

தமிழ் மொழிக்கற்றலில் AI:

மாணவர்களுக்கும் ஆசிரியர்களுக்கும் பயனுள்ளதாக இருக்கும் வகையில் செயற்கை நுண்ணறிவு (AI) பல்வேறு வடிவங்களில் தமிழ் மொழிக்கற்றலுக்குத் தொண்டாற்றுகிறது.

1. **AI அடிப்படையிலான தமிழ் பயிற்சி செயலிகள்**

“Keezh”, “TamilPal”, “Paadam” போன்ற செயலிகள் மாணவர்களுக்கு வார்த்தைச் சிக்கல்களை நீக்கி தமிழ் மொழியை எளிதில் கற்றுக்கொள்வதற்குத் துணை செய்கின்றன.

▶ நவீன செயலிகள் Natural Language Processing (NLP) தொழில்நுட்பத்தின் மூலம் மாணவரின் சொற்பிழைகள் மற்றும் வாசிப்பிழைகளைப் பகுத்து முன்னேற்றம் தருகின்றன. Keezh App(2019)

2019ஆம் ஆண்டு உருவாக்கப்பட்ட *Keezh* செயலி, சிறுவர் தமிழ் எழுத்துத் திறனும் வாசிப்புத் திறனும் மேம்படச் செய்யும் ஒரு சிறப்பு கல்வி கருவியாகும். இச் செயலி இயற்கை மொழி செயலாக்கம் (NLP) சார்ந்த Morphological Analyzer மற்றும் Spell

Checker தொழில்நுட்பங்களை ஒருங்கிணைக்கிறது. மாணவர் உள்ளிடும் சொற்கள் தானாகவே அதன் இடைநிலைச் சொல் கூறுகளாகப் பிரிக்கப்பட்டு, பிழைகள் துல்லியமாகக் குறிக்கப்படுகின்றன. இதன் மூலம் மாணவர், எழுத்துப்பிழைகளை சுலபமாக அடையாளம் கண்டு திருத்திக் கொள்ள முடிகிறது. மேலும், "Text-to-Speech வசதி வழங்கப்பட்டுள்ளதால், தவறான வாசிப்பு உடனடியாக சீர்செய்யப்படுகிறது. இந்த செயலியின் வடிவமைப்பு, சிறுவர் தங்களின் சொற்தொகை (vocabulary) மற்றும் உச்சரிப்பு திறனை ஒரே நேரத்தில் மேம்படுத்தும் வகையில் அமைந்துள்ளது."[6] கல்வி நிபுணர்கள், மொழி பயிற்சியாளர்கள், மற்றும் பெற்றோர் ஆகியோர் எளிதாகப் பயன்படுத்தும் வண்ணம், Keezh App திறந்த மூலமாக (open source) இலவசமாகப் பகிரப்படுகிறது. இதன் மூலம், பொருளாதாரச் சுமை இல்லாமல், தரமான தமிழ் மொழிக் கல்வியைப் பெறும் வாய்ப்பு அனைவருக்கும் கிடைக்கிறது.

TamilPal App

TamilPal செயலி உரை புரிதல் மற்றும் சொல் பயிற்சிக்காக உருவாக்கப்பட்டுள்ளது. "மாணவரின் பதில்கள் Natural Language Understanding (NLU) தொழில்நுட்பத்தின் மூலம் புரிந்து கொள்ளப்பட்டு, திருத்தங்கள் வழங்கப்படுகின்றன. மேலும் Conversational AI வழியாக தமிழில் உரையாடல் நடைபெறுகிறது. இது Freemium மாதிரியில் ரூ199 விலையில் கிடைக்கின்றது"[7] (Sujatha, 2022, pg.no.14), TamilPal App(2021)

Paadam App

Paadam செயலி பாடநூல் அடிப்படையில் மாணவர்களுக்கு தமிழ் பாடங்களை கற்பிக்கும் சிறப்பான முயற்சியாகும். "இது Sentence Parsing மற்றும் Auto Correction Feedback வசதிகளைக் கொண்டுள்ளது. மாணவரின் வாசிக்கும் மற்றும் எழுதும் முயற்சிகளை கணிக்கக்கூடியது. இதன் மாத சந்தா ரூ149 ஆகும்" [8] (Sujatha, 2022, pg.no.16). Paadam App (2022)

Google Assistant

Google Assistant முதலில் 2016-இல் ஆங்கிலத்தில் Google I/O Developer Conference-இல் அறிமுகமானது. தமிழில் ஆதரவு 15 ஆகஸ்ட் 2018 அன்று Google India Blog-இல் அறிவிக்கப்பட்டது. 'Google Assistant இப்போது தமிழ் பேசுகிறது' என்ற செய்தியுடன், இது தமிழ் மொழியைப் பேசும், புரியும் திறனுடன் செயல்படத் தொடங்கியது. "வாக்கியங்களை தமிழில் உரைக்கச் சொல்லி அதன் அர்த்தத்தையும் இலக்கணத்தையும் தொகுப்பதற்கும் இது பயனுள்ளதாக உள்ளது"[9]. Google Assistant(2016 – தமிழில்,2018)

Amazon Alexa

Amazon Alexa முதலில் 2014-இல் Amazon Echo சாதனத்தில் ஆங்கிலத்தில் அறிமுகமானது. 2021-இல், Alexa தமிழ் மொழியை புரிந்து பதிலளிக்கும் திறனுடன் மேம்படுத்தப்பட்டது. இது மாணவர்களின் பேசும் திறனை மேம்படுத்தும் AI Voicebot

கருவியாக செயல்படுகிறது. AI சார்ந்த மொழிவழி உதவிகள் தமிழில் வழங்கப்படுவதால், மாணவர்கள் எளிதில் தகவல் பெறுவதற்கும் திறனை வளர்ப்பதற்கும் உதவுகிறது (Amazon India, 2021). வாக்கியங்களைத் தமிழில் உரைக்கச் சொல்லி அதன் அர்த்தத்தை, இலக்கணத்தைத் தொகுப்பதற்கும் பயனுள்ளதாக இருக்கின்றன. AI Voicebots மாணவர்களின் பேசும் திறனை மேம்படுத்துகின்றன. வ் Amazon Alexa (2014 தமிழில் 2021)

சொற்பிறப்புகளின் பதிவு (Speech to Text tools)

தமிழ் உரை உரைக்கும் செயலிகள் (Speech-to-Text) மூலம் மாணவர்களின் சொற்பிறப்புகள், பேச்சுகள் எழுத்துருவாக்கம் செய்யப்படுகின்றன. இது ஆசிரியர்கள் திருத்தம் செய்ய, மதிப்பீடு செய்யப் பயன்படுகிறது.

1. **Google Speech Recognition API**

Google Speech Recognition API முதலில் 2008–இல் Android OS–ல் உள்ள Voice Search வசதியாக அறிமுகமானது. பின்னர் 2011–இல் தனித்திறனான Speech API வடிவத்தில் வெளியிடப்பட்டது. 2015–இல், தமிழ் மொழிக்கு ஆதரவு வழங்கப்பட்டது. "Google Voice Input (Speech–to–Text) வசதியின் மூலம், தமிழ் மொழியில் பேசுதல், டிக்டேஷன் மற்றும் உரைமாற்றம் செய்யும் வசதிகள் கிடைக்கின்றன. Android Gboard–ல் 'தமிழில் பேசு–எழுது' போன்ற வசதிகள் அறிமுகம் செய்யப்பட்டன"[10]. Google Speech Recognition API (2008 தமிழில் 2015)

Mozilla DeepSpeech

Mozilla DeepSpeech என்பது திறந்த மூல Speech–to–Text இயந்திரமாகும். இது முதலில் 2017–இல் ஆங்கிலத்தில் அறிமுகமானது. தமிழ் மொழிக்கான ஆதரவு 2020–இல் OpenSLR மற்றும் Mozilla Common Voice திட்டங்களின் மூலம் உருவாக்கப்பட்டது. "தமிழ் உரை மற்றும் ஒலி தரவுகள் சேகரிக்கப்பட்டு, பெரும்பான்மையான மாடல்கள் தமிழ்ச் சமூகத்தால் பயிற்றுவிக்கப்பட்டுள்ளன. இதில் Sandeept's Tamil Model போன்றவை குறிப்பிடத்தக்கவை"[11.] Mozilla DeepSpeech (2017 தமிழில் 2020)

தமிழ் பாடல்களின் அனுபவக் கண்காட்சி மற்றும் செயற்கை நுண்ணறிவின் பங்களிப்பு

சமூக, கலை மற்றும் மொழி சார்ந்த அறிவாற்றலை உயர்த்தும் நோக்கில் Augmented Reality (AR) மற்றும் Virtual Reality (VR) தொழில்நுட்பங்கள் பயன்பாட்டில் உள்ளன. தமிழ் பாடல்கள், கதைகள், பழமொழிகள், மற்றும் கலைச்சொற்கள் ஆகியவை 3D காணொளிகள் மற்றும் சஞ்சிகை வடிவங்களில் காட்சியாக மாற்றப்படுகின்றன. இது மாணவர்களுக்கு உணர்வுமிக்க பயிற்சி சூழலை உருவாக்கும் வகையில் செயல்படுகிறது. எடுத்துக்காட்டாக, பழமொழி ஒன்றின் செயல்பாடு மற்றும் அதன் நுணுக்கம் VR அடிப்படையில் விளக்கப்படும் போது, அது மாணவனின் மனதிற்கு ஆழமான புரிதலை ஏற்படுத்துகிறது.

தமிழ்ப்பொருளை விளக்கும் கருவிகள்

தமிழில் சொல்லின் பலவகை அர்த்தங்களை தெளிவுபடுத்துவதற்காக தமிழ் WordNet, Google Translate (Tamil), AI Dictionary Tools போன்ற கருவிகள் பயன்படுகின்றன. இவைகள் சொற்களுக்கிடையிலான பொருளறி தொடர்புகளை விளக்குவதோடு, மொழிபெயர்ப்பு, சொற்களஞ்சிய மேம்பாடு போன்ற பணிகளுக்கும் ஆதரவளிக்கின்றன. இது மாணவர்களின் சொல் வட்டாரத்தை விரிவாக்கும் ஒரு சிறந்த வாய்ப்பாக அமைகிறது.

இலக்கண பிழை திருத்தி மென்பொருட்கள்

சொல்லமைப்புப் பிழைகள், இலக்கண பிழைகள் மற்றும் Sandhi பிழைகளை அடையாளம் காணும் மென்பொருட்கள் வளர்த்துவரப்படுகின்றன. Morphological Analyzers, Syntax Parsers போன்ற கருவிகள் எழுத்துப் பிழைகளை நிரூபிக்கின்றன. இவை, ஆசிரியர்களுக்கும் மாணவர்களுக்கும் எழுத்துத் திறனை மேம்படுத்த உதவுகின்றன.

வாசிப்புத்திறன் மேம்பாட்டு கருவிகள்

குரல்வழி வாசிப்பு பயிற்சி கருவிகள் (Text-to-Speech), AI துணை செயலிகள் மற்றும் குழந்தைகளுக்கான Read-Along செயலிகள் வாசிப்புத் திறனையும் உச்சரிப்புத் திறனையும் மேம்படுத்துகின்றன. இது மாணவர்களின் சொற்பொழிவுத் திறனையும் ஊக்குவிக்கிறது.

சவால்களும் சாத்தியங்களும்

தமிழ் மொழியின் பல்வேறு வகைகள், வட்டாறுமொழிகள், வங்கம், வழக்குச் சொற்கள் ஆகியவை AI-க்கு மிகப்பெரிய சவாலாக இருப்பினும், அதே நேரத்தில் மிகுந்த வாய்ப்புகளையும் அளிக்கின்றன. ஒரே சொல் பல அர்த்தங்களைக் கொண்டிருக்கும் சூழ்நிலைகள், துல்லியமற்ற தரவுகள் உள்ளிட்டவை AI-யை குழப்பக்கூடியவை. எனினும், தரவுத்தொகுப்புகளின் பரிசுத்தம் மற்றும் மாடல் பயிற்சியின் வலிமை மூலம் இந்த சிக்கல்களை சமாளிக்க முடியும்.

எதிர்காலத்தில் தமிழ் உரை சுருக்கங்கள், உரையாடல் செயலிகள், வலைவழித் தேடல்கள், பேச்சு அடிப்படையிலான கருவிகள் ஆகியவை தமிழ்க் கற்றலில் பிரதான பங்கு வகிக்கப்போகின்றன. AI கருவிகள் மொழிபெயர்ப்பு, உரை விளக்கம், இலக்கிய வாசிப்பு போன்றவற்றில் பன்முகத் திறனை மேம்படுத்தும் ஒரு புதுமையான உந்துதலாக இருக்கின்றன.

முடிவுரை:

தமிழ்மொழியின் வளர்ச்சியில் செயற்கை நுண்ணறிவு ஒரு சக்திவாய்ந்த இயக்க சக்தியாக செயல்படுகிறது. மொழியியல் மேம்பாடு, கல்வி, இலக்கியம், தகவல் பரிமாற்றம் ஆகிய துறைகளில், AI தொழில்நுட்பங்கள் தமிழ் மொழியின் பரவலுக்கும் பயனுக்கும் முக்கிய பங்களிப்பை அளிக்கின்றன. செயற்கை நுண்ணறிவுடன் தமிழ்மொழியை ஒருங்கிணைக்கும் முயற்சிகள் தொடர்ந்தால், உலகளவில் தமிழின் தாக்கம் பெருகும் என்பதில் சந்தேகமில்லை.

துணை நூல்கள்:

1. Ortiz Suarez, P. et al. (2020). The OSCAR Corpus: Multilingual Data for NLP . LREC Proceedings .
2. Kumaran, A. (2010). Technology Development for Indian Languages (TDIL) Initiatives . MeitY, Government of India.
3. Narayanasamy, R., Ilavarasan, R., & Ramanathan, A. (2012). Tamil WordNet and Semantic Web Technologies . Journal of Language Technology and Computational Linguistics .
4. Annamalai, M. (2019). Keezh: A Tamil Spell Checker and Learning App . Ezhil Language Foundation.
5. Vasudevan, N., & Srivatsan, A. (2023). Bhashini and AI4Bharat: Democratizing Indian Languages through AI . AI4Bharat Research Series .
6. Ortiz-Suarez, P.J., Sagot, B., & Romary, L. (2020). A monolingual corpus for a medium-resourced language: The case of Tamil. Proceedings of the 12th International Conference on Language Resources and Evaluation (LREC 2020).
7. Sujatha, R. (2022). Innovations in Tamil EdTech: A Study on Paadam App . Tamil Virtual Academy Journal .
8. Bowman, S. (2022). Understanding the Capabilities of GPT Models in Literary Texts . Stanford NLP Lab.
9. Google Developers Blog. (2015). GBoard Update Release Notes - Tamil Voice Input . Retrieved from https://developers.google.com
10. Mozilla Common Voice Project. (2020). Tamil Language Statistics and Dataset . Retrieved from https://commonvoice.mozilla.org

7. தமிழ்மொழி கற்றல் கற்பித்தலில் செயற்கை நுண்ணறிவின் பங்கு

சு.கோபாலகிருஷ்ணன், எம்.ஏ., எம்.எட்., எம்.பில்.,
முதுகலைத் தமிழாசிரியர்,
அரசினர் மேல்நிலைப்பள்ளி, கருவாக்குறிச்சி, மன்னார்குடி தாலுகா,திருவாரூர் மாவட்டம்–
614 018. 9750883557
:sgakshaya7@gmail.com

ஆய்வுச் சுருக்கம்:

மனித வாழ்க்கையானது பிறந்தது முதல் கற்றலில் தொடங்கி, தொடர்ந்து பலவற்றையும் கற்று, அறிவு விரிவடைந்து கொண்டே வருகிறது. வளர்ந்து கொண்டிருக்கும் மனித அறிவை இயற்கை நுண்ணறிவு என்றும், மனித அறிவைப் பயன்படுத்திச் செய்யும் பணிகளைக் கணினியைச் செய்ய வைப்பது செயற்கை நுண்ணறிவு என்பதாகும். கல்வித்துறையின் பகுதிகளாகிய கற்றல் கற்பித்தலில் செயற்கை நுண்ணறிவின் பங்கு மகத்தானதாக உள்ளது. உலகின் பழமையான செம்மொழிகளில் ஒன்றாக மொழியியல் மற்றும் பண்பாட்டுப் பாரம்பரியத்தில் தமிழ்மொழி தனியிடத்தைப் பெற்றுள்ளது. சங்க இலக்கியங்கள், காப்பியங்கள் மற்றும் பல்வேறு இலக்கிய வகைமைகளும் மொழியின் முக்கியத்துவத்தைக் காட்டுகின்றன. தமிழ் இலக்கியங்களில் இல்லாத செய்திகளே இல்லை எனலாம். செய்யுள் வடிவில் அமைந்துள்ளனவற்றை மாணவர்கள் பொருளுணர்ந்து கற்பதற்குச் செயற்கை நுண்ணறிவு பயன்படுகிறது. செயற்கை நுண்ணறிவுத் தளங்களைப் பயன்படுத்திக் கற்பித்தலில் ஆசிரியர்கள் ஈடுபடும்போது மாணவர்களின் ஆர்வம் மிகுதியாகிறது.

குறிச்சொற்கள்:

செயற்கை நுண்ணறிவு (artificial intelligence), ஆழ்ந்த கற்றல் (deep learning), இயற்கை மொழிச் செயலாக்கம் (Natural language processing), ஜெமினி (google gemini), க்ரோக் 3 (grok3), க்ளாட் (claude ai), மிஸ்ட்ரல் (mistral ai), பெர்பிளக்ஸ்டி (perplexity ai), ரேகா (reka ai), பேச்சு அடிப்படையிலான செயலிகள் (speech recognition & voice assistant), சுனோ (suno ai)

முன்னுரை:

மனிதனின் படைப்பாக்கத் திறன் இயந்திரங்களின் மூலமாகச் செயல்படுத்தப்படுமானால் அதுவே செயற்கை நுண்ணறிவு என்பதாகும். இதில் கற்றல், பகுத்தறிவு, சுயதிருத்தம் ஆகியவை அடங்கும். இதன்மூலம் மனிதர்களைப் போன்று அல்லது மனிதர்களைவிட அதிகம் சிந்திக்கும் மற்றும் செயல்படக்கூடிய அறிவுத்திறன் கொண்ட கணினிகளை உருவாக்குவதை நோக்கமாகக் கொண்டு செயல்பட்டு வருகின்றன. இந்தத் தொழில்நுட்பமானது விவசாயம், மருத்துவம், கல்வி, தொழில்துறை, ரோபாட்டிக்ஸ், ஆளில்லா விமானம் ஓட்டுதல், இராணுவம் போன்ற பல துறைகளிலும் பயன்படுத்தப்படுகிறது. கல்வித்துறையில் தொழில்நுட்பம் என்பது ஒரு கருவி என்பதை நன்கு உணர்ந்து செயற்கை நுண்ணறிவுத் தளங்களைப் பயன்படுத்தினால் ஆழமான கற்றல் உறுதியாகிறது. இதனைப் பயன்படுத்தி தமிழில் கவிதைகள், கட்டுரைகள், பாடல்கள் எழுதும் பயிற்சிகள் மூலமாக மாணவர்களின் படைப்புத் திறன் அதிகமாவதுடன் சுயசிந்தனையும் வளர்கிறது. மாணவர்கள் தங்களிடமுள்ள இயல்பான இயற்கை நுண்ணறிவை

வளர்த்துக்கொள்ள செயற்கை நுண்ணறிவைப் பக்கபலமாகப் பயன்படுத்தலாம். மாணவர்கள் தங்களுக்கு எழும் சந்தேகங்களை இரவு, பகல் என்றில்லாமல் எப்பொழுது வேண்டுமென்றாலும் தெளிவு பெறுவதற்குச் செயற்கை நுண்ணறிவுத் தளங்கள் பயன்படுகின்றன. செயற்கை நுண்ணறிவுத் தளங்களுக்குத் தூக்கம், இடைவேளை எடுத்தல் போன்றவை அவசியம் இல்லை. 'பழையன கழிதலும் புதியன புகுதலும் வழுவன கால வகையினானே' என்ற நன்னூல் பாடல் வரிகளுக்கேற்ப தமிழ்மொழியைக் கற்பிப்பதில் புதிய தொழில்நுட்பங்கள் ஆசிரியர்களாலும், மாணவர்களாலும் வரவேற்கப்படுகின்றன.

கல்வித்துறையில் செயற்கை நுண்ணறிவு:

செயற்கை நுண்ணறிவானது கல்வித்துறையில் பல மாற்றங்களை ஏற்படுத்தி வருகின்றது. இது கற்றல் அனுபவங்களை தனிப்பயனாக்கி, ஒவ்வொரு மாணவரின் திறனுக்கேற்ப வழிகாட்டி, அவர்களின் கல்விப் பயணத்தை எளிதாக்குகிறது. மாணவர்களின் தனிப்பட்ட தேவைகள் மற்றும் விருப்பங்கள் ஆகியவற்றைக் கவனத்தில் கொண்டு கற்றல் முன்னேற்றத்தை அதிகரிக்க உதவுகின்றது. கல்வியாளர்களுக்குக் கற்பித்தல் பொருட்களை வடிவமைக்கவும், மாணவர்களைப் புதிய வழியில் ஈடுபடுத்தவும் செயற்கை நுண்ணறிவுக் கருவிகள் பயன்படுகின்றன. மாணவர்களின் செயல்திறனை மதிப்பிடப் பயன்படுத்தப்படுகிறது. மாணவர்கள் செயற்கை நுண்ணறிவுத் தளங்களை எவ்வளவு பயன்படுத்தி நாம் கொடுக்கக்கூடிய செயல்திறன் நடைமுறைகளைச் செய்கிறார்கள் என்பதைக் கண்டறிய ஒரு சில செயற்கை நுண்ணறிவுத் தளங்கள் பயன்படுகின்றன. கற்றலில் குறைபாடுடைய குழந்தைகளுக்குக் கல்வியைப் போதிக்கச் செயற்கை நுண்ணறிவுத் தளங்கள் பேருதவியாக உள்ளது. செயற்கை நுண்ணறிவானது ஆசிரியர்கள் பிற பணிகளைச் செய்வதற்கு அதிக நேரத்தை வழங்குகிறது. கல்வி நிறுவனங்களின் நேரம், செலவை பெரிதும் குறைத்து, பணிகளின் துல்லியத்தை மேம்படுத்துகிறது. செயற்கை நுண்ணறிவுத் தொழில்நுட்பத்தைப் பயன்படுத்தி தமிழ் இலக்கணம், சொற்களஞ்சியம், தொடரியல் மற்றும் உச்சரிப்பு ஆகியவற்றின் தேர்ச்சியானது மொழியியல் புலமைக்கு அடித்தளமாக அமைகிறது.

எல்.எல்.எம்.:

எல் எல் எம் என்பது மனிதனைப் போன்ற உரையைச் செயலாக்க, புரிந்துகொள்ள மற்றும் உருவாக்க வடிவமைக்கப்பட்ட மேம்பட்ட செயற்கை நுண்ணறிவு அமைப்பு முறைகளாகும். இணையதளங்கள், புத்தகங்கள் மற்றும் கட்டுரைகள் போன்ற பல்வேறு மூலங்களிலிருந்து பில்லியன் கணக்கான சொற்களைக் கொண்டிருக்கும் அவை ஆழமான கற்றல் நுட்பங்களைக் கொண்டது. வினாக்களுக்கு விடை அளித்தல், உரை வழங்குதல், மொழிபெயர்த்தல் போன்ற பணிகளை இது செய்கிறது. எல்.எல்.எம் எவ்வளவு தரவுகளைக் கொண்டுள்ளதோ அதற்கு ஏற்பவே அதனால் துல்லியமான தகவல்களைத் தர இயலும். (பி.சிரஞ்சீவி 2025), மின்னஞ்சலில் வரக்கூடிய செய்திகளை inbox மற்றும் spam க்கு அனுப்புமாறு கணினியின் மின்னஞ்சல் வடிவமைக்கப்பட்டுள்ளதால் அதன் பணியைச் செய்கிறது. (எம்.ராஜ்குமார் B,2025)

சேட்ஜிபிடி:

சேட்ஜிபிடி என்பது தற்போது பல்வேறு துறையிலுள்ள நிபுணர்களாலும் பரவலாகப் பயன்படுத்தப்படும் செயற்கை நுண்ணறிவுத் தளமாகும். தமிழ்மொழியின் பல்வேறு பேச்சு வழக்குகளையும், சூழல்களையும் புரிந்து கொள்ளும்படியாக சேட்ஜிபிடி வடிவமைக்கப்பட்டுள்ளதால் இது மிகவும் துல்லியமான மொழிபெயர்ப்புகளை வழங்குகிறது. உரைச் சுருக்கம் முதல் உரையாடல் உருவாக்கம் வரை பல்வேறு மொழிப் பணிகளில் குறிப்பிடத்தக்க பங்கினை நரம்பியல் மொழிமாதிரிகள் நல்கியுள்ளன. மேம்படுத்தப்பட்ட மொழி மாதிரிகளின் எழுச்சியுடன் மொழித் தொழில்நுட்பக் கற்றல் என்பது வெறும் புரிதலோடு மட்டுமல்லாமல் படைப்புத் தொகுப்பாக விரிவடைந்துள்ளது. ஆசிரியர்களும் மாணவர்களும் இதனைப் பயன்படுத்தி புதியதொரு உள்ளடக்கத்தை உருவாக்கவும், மொழியியல் மாறுபாடுகளை ஆராயவும் முயற்சிகள் செய்ய வழிவகை செய்கிறது. சேட்ஜிபிடியானது தொடர்ந்து புதிய தகவல்களைப் பெற்று தமிழ்மொழியின் வளர்ச்சிக்கேற்பத் தன்னை மேம்படுத்திக் கொள்கிறது. இதில் கேட்கப்படும் இலக்கண, இலக்கியம், கலாச்சாரம், பண்பாடு போன்ற சந்தேகங்கள் அனைத்திற்கும் பதிலளிக்கிறது. ஆசிரியர்கள் மாணவர்களிடம் கவிதை எழுதுமாறு கூறினால் மாணவர்கள் சேட்ஜிபிடியைப் பயன்படுத்துவதைக் காண முடிகின்றது. இத் தொழில்நுட்பமானது ஒரு படத்திற்குக் கவிதை எழுத வேண்டும் எனில் எத்தனை வரிகளில் வேண்டும் என்று மாணவர்களின் விருப்பத்தைக் கேட்டு நிறைவு செய்கிறது. சேட்ஜிபிடி என்ற செயற்கை நுண்ணறிவுத் தளமானது மிகச் சிறந்த கற்றல் கருவியாகச் செயல்படுகிறது. ஜெமினி, க்ரோக் 3 , க்ளாட், மிஸ்ட்ரல், பெர்பிளக்ஸ்டி, ரேகா போன்றவை சேட்ஜிபிடி போன்று செயல்படக்கூடிய செயற்கை நுண்ணறிவுத் தளங்கள் ஆகும். சில தளங்கள் தவிர பெரும்பாலும் இத்தளங்கள் அனைத்திற்கும் கட்டணம் அளிக்க வேண்டும்.

சுனோ செயற்கை நுண்ணறிவு:

சுனோ' என்பது தமிழ்ப் பாடல்களின் வரிகளை உள்ளீடு செய்தால் வெவ்வேறு இராகங்களில் பாடல்களை உருவாக்கும் வல்லமையைக் கொண்ட செயற்கை நுண்ணறிவுத் தளமாகும். மாணவர்களுக்குத் தமிழ் இலக்கியங்களில் இடம்பெற்றுள்ள நீண்ட செய்யுள்களை வாசிப்பு முறையில், மனனம் செய்வதில் சிரமங்களை எதிர்நோக்கினர். மேலும் மனனம் செய்தாலும் விரைவாக மாணவர்கள் மறந்து விடுகின்றனர். சுனோ என்னும் செயற்கை நுண்ணறிவின் துணையுடன் பாடலாக மாற்றப்படும்போது செய்யுளானது தெளிவான தொனியுடனும், இனிமையான இசையுடனும் மாணவர்களைக் கவர்ந்து மனனம் செய்வது மாணவர்களுக்கு எளிமையாக உள்ளது. இசை என்பது நம் வாழ்வின் தொடக்கம் முதல் இறுதி வரை இடம்பெறக் கூடிய கலையாகும். மாணவர்கள் திரையிசைப் பாடல்களை மனனம் செய்து பாடக்கூடிய மெட்டுக்களில் பலவித இராகங்களோடு தமிழ் செய்யுள்கள் அமையும்போது மாணவர்கள் விருப்பத்துடன் கற்பதற்குச் சுனோ செயற்கை நுண்ணறிவு துணை செய்கின்றது. ஆசிரியர்கள் செய்யுளைக் கற்பிப்பதில் இருந்த சிரமம் மிகவும் குறைந்துள்ளது.

வையகம் பனிப்ப வலனேர்பு வளைஇப்
பொய்யா வானம் புதுப்பெயல் பொழிந்தென
ஆர்கலி முனைஇய கொடுங்கோல் கோவலர்
ஏறுடை இனநிரை வேறுபுலம் பரப்பிப்
புலம்பெயர் புலம்பொடு கலங்கிக் கோடல்
நீடுஇதழ்க் கண்ணி நீர் அலைக் கலாவ
மெய்க்கொள் பெரும்பனி நலிய பலருடன்
கைக்கொள் கொள்ளியர் கவுள்புடையூஉ நடுங்க

நக்கீரர் இயற்றிய நேரிசை ஆசிரியப்பாவில் அமைந்த நெடுநல்வாடையின் இப்பாடலைச் சென்ற ஆண்டு பன்னிரண்டாம் வகுப்பு மாணவர்கள் மனனம் செய்ய மிகவும் சிரமப்பட்டனர். இப் பாடல் வரிகளைச் சுமோ செயற்கை நுண்ணறிவுத் தளத்தைப் பயன்படுத்தி சினிமாப் பாடல் மெட்டில் எனது நண்பரின் உதவியுடன் அமைத்த பின் மாணவர்கள் மிகவும் எளிமையாக மனனம் செய்தனர்.

இத்தளத்தைப் பயன்படுத்துவதற்கு மின்னஞ்சல் முகவரி மற்றும் தொலைபேசி எண் ஆகியவற்றை உள்ளீடு செய்து உள்நுழைய வேண்டும். இத்தளத்தில் செய்யுள் வரிகளை உள்ளீடு செய்து எந்தப் பாடல் மெட்டில் வேண்டும் என்று கேட்டால் அமைத்துத் தருகிறது. அத்துடன் பாடலோடு video இணைத்து சின்னஞ்சிறார்களுக்கு அளிக்கும் வழிவகையும் இத்தளத்தில் உள்ளது. இத்தளத்தைக் குறிப்பிட்ட அளவுக்கு மேல் பயன்படுத்தக் கட்டணம் செலுத்த வேண்டும்.

இயற்கை மொழிச் செயலாக்கம் (என்.எல்.பி):

கணினி மற்றும் மென்பொருள் அமைப்புகள் மனிதர்கள் பேசுவதையும், எழுதுவதையும் புரிந்து கொள்வதற்கும் பதிலளிப்பதற்கும் பயன்படும் செயற்கை நுண்ணறிவின் ஒரு துறையாகும். இது நாம் எழுதும்போது உள்ள எழுத்துப் பிழைகளையும், இலக்கணப் பிழைகளையும் திருத்தம் செய்கின்றது. நாம் பேசுபவனவற்றைப் புரிந்து கொண்டு எழுத்துருக்களாக மாற்றுகின்றன. ஒரு மொழியில் உள்ளீடு செய்தவற்றை மற்றொரு மொழிக்குக் கணினியின் மூலமாக மொழிபெயர்ப்பு செய்கிறது.

பேச்சு அடிப்படையிலான செயலிகள்:

இது மனிதர்களின் குரலால் உள்ளீடுகளைப் பெற்று அதனை நன்கு புரிந்து கொண்டு வேறு மொழியிலும் உரையாக மாற்றக் கூடிய செயற்கை நுண்ணறிவின் ஒரு துறையாகும். வெளிநாடுகளில் உள்ள மாணவர்கள் தமிழ்மொழியைக் கற்பதற்கு ஆசிரியர்களைத் தேடிச் செல்லாமல் செயற்கை நுண்ணறிவுத் தளங்களைப் பயன்படுத்திக் கற்கின்றனர். காசி சங்கமம் நிகழ்வில் பாரதப் பிரதமர் ஆற்றிய உரையைச் செயற்கை நுண்ணறிவின் உதவியால் தமிழில் மொழிபெயர்ப்பு செய்து தொலைக்காட்சியில் ஒளிபரப்பு செயயப்பட்டது.

முடிவுரை:

தமிழ்மொழியின் சொல்லகராதியை இயந்திரக் கற்றல் முறையில் செயற்கை நுண்ணறிவு மாதிரிக்குப் பயிற்றுவிப்பது எளிது என்றாலும் அதன் பயன்பாடுகள், இலக்கண விதிகள் குறித்துப் பயிற்றுவிப்பது சவாலானதாகும். எழுத்துப் பிழைகள், இலக்கணப் பிழைகள், ஒற்றுப் பிழைகள் இல்லாமல் செழுமையான தமிழ்மொழியை இணையத்தில் உள்ளீடு செய்வதன் மூலம் பிற்காலத் தலைமுறையினருக்குத் தமிழை உலகளாவிய அளவில் எடுத்துச் செல்லலாம். பழமொழிகள், சொலவடைகள், பேச்சு வழக்குகள், சூழலுக்கு ஏற்ப பொருள் தருபவை போன்றவற்றைக் கருத்தில் கொண்டு தரவுகளை ஏற்படுத்த வேண்டும்.

செயற்கை நுண்ணறிவுத் தொழில்நுட்பம் என்பது குரல் உதவியாளர்கள், வரைபட வழிகாட்டுதல்கள் மற்றும் ஆன்லைன் பரிந்துரைகள் போன்றவற்றின் மூலமாக மக்களின் அன்றாட வாழ்க்கையின் ஒரு பகுதியாகவே ஆகிவிட்டதை உணர முடிகின்றது. அலைபேசியைப் பயன்படுத்தும் ஒரு பாமர மனிதன்கூட செயற்கை நுண்ணறிவைப் பயன்படுத்த அறிந்துள்ளான் என்பதே உண்மையாகும். செயற்கை நுண்ணறிவுத் தொழில்நுட்பத்தை ஆசிரியர்களும், மாணவர்களும் தமிழ்மொழியின் வளர்ச்சிக்கு அதிகமாகப் பயன்படுத்தக் கற்றுக் கொண்டால் நமது தன்னேரிலாத தமிழ்மொழி மேலும் வளமடையும் என்பதில் ஐயமில்லை. மாணவர்களுக்கு ஆசிரியர்கள்அளிக்கக் கூடிய அறிவுசார் செயல்பாடுகள் அனைத்தையும் செயற்கை நுண்ணறிவுத் தளங்களைப் பயன்படுத்திச் செய்யாமல் தங்களின் மூளையைப் பயன்படுத்திச் செய்துவிட்டு மேற்கொண்டு அறிவதற்குச் செயற்கை நுண்ணறிவைப் பயன்படுத்துவது நல்லது. 'அளவுக்கு மீறினால்

அமிர்தமும் நஞ்சு' என்பதை உணர்ந்து செயற்கை நுண்ணறிவை மாணவர்கள் பயன்படுத்த வேண்டும். செயற்கை நுண்ணறிவுத் தொழில்நுட்பத்தைப் போன்று புதுப்புது தொழில்நுட்பங்கள் வரும்போது அவற்றை அச்சத்துடன் அணுகாமல் பயனுள்ள வகையில் பயன்படுத்தினால் வாழ்க்கை வளம் பெறும். சிலவற்றைத் தவிர பெரும்பாலான செயற்கை நுண்ணறிவுத் தளங்கள் கட்டணம் வசூலிப்பதாக அமைந்துள்ளது. அனைத்திற்கும் அடிப்படையாக இணையம் நன்றாகச் செயல்பட்டால் மட்டுமே கணினியின் செயற்கை நுண்ணறிவுத் தளங்களைச் சிறப்பாகப் பயன்படுத்த இயலும்.

துணைநூல் பட்டியல்:

1. அறிவியல் தமிழ், 2024, ஸ்ரீகன்யகா பரமேஸ்வரி மகளிர் கலை மற்றும் அறிவியல் கல்லூரி, சென்னை – 600 001.
2. எம்.ராஜ்குமார் B.Tech., கணினிப் பொறியாளர், 22, 3வது தெரு, சூர்யோதயா கார்டன்ஸ், பித்ரஹல்லி, பெங்களூரு – 560 049. (அலைபேசி வழி நேர்காணல்)
3. பி.சிரஞ்சீவி, B.sc artificial intelligence, இரண்டாம் ஆண்டு மாணவர், 678, 2வது தெரு, திருக்குமரன் நகர், வீரப்பாண்டி, திருப்பூர் – 641 605. (அலைபேசி வழி நேர்காணல்)

8. சென்னி செய்யறிவுக் கருவி (Jenni AI) மூலம் ஆய்வுக்கட்டுரை எழுதுவதற்கான வழிமுறைகள்முனைவர் சத்தியராஜ் தங்கச்சாமி,

உதவிப்பேராசிரியர், தமிழ்த்துறை,
ஸ்ரீ கிருஷ்ணா ஆதித்யா கலை மற்றும் அறிவியல் கல்லூரி, கோயமுத்தூர் – 641042.
9600370671,
sathiyarajt@skacas.ac.in

ஆய்வுச் சுருக்கம்

செய்யறிவுத் தொழில்நுட்பத்தின் பயன் இன்று எவிட முடியாத அளவிற்குப் பெருகியுள்ளது. அதில் சாட்சிபிடி, செமினி, கிளாடு, பெர்பிளக்சிட்டி போன்ற செய்யறிவுக் கருவிகளின் எண்ணிக்கை 2024ஆம் ஆண்டு நிலவரப்படி பத்தாயிரத்தையும் தாண்டியுள்ளன. அதிலும் ஆக்கமுறைச் செய்யறிவுக் கருவிகள் (Gen AI Tools) மட்டும் இரண்டாயிரத்திற்கும் மேல் உள்ளன என்பது குறிப்பிடத்தக்கது. அவற்றுள் ஆய்வுக்கான கருவிகளாகச் சென்னி (Jenni), பேப்பர்பால் (Paperpal), எசிஇசுபேசி (Elicit), குயில்பாட் (QuillBot), லிட்மேப்சு (LitMaps), கான்சென்குசி (Consensus), சைட்.ஏஐ (Sci.ai) போன்றன உள்ளன. இவற்றுள் சென்னி செய்யறிவுக் கருவி ஒரு முன்னோடிக் கருவியாகும். இதனைப் பயன்படுத்தி, தமிழ்மொழியில் தரமான ஆய்வுக்கட்டுரைகளை எழுத முடியும். இது தமிழ்மொழி பயனாளர்களுக்கான மொழித் தடைகளைத் தாண்டி, பன்னாட்டுடன் இணைந்து செயல்பட இத்தொழில் நுட்பம் ஒரு அரிய வாய்ப்பாக அமைகிறது. இந்தக் கட்டுரையில் சென்னி செய்யறிவுக் கருவியின் இயங்குமுறை, பயன்கள், செயல்முறைக் கட்டுப்பாடுகள், பயன்படுத்தும் வழிமுறைகள் தெளிவாக எடுத்துரைக்கப்படுகின்றன. குறிப்பாக, கணக்கு உருவாக்கம், தலைப்புத் தேர்வு, தரவுச் சேகரிப்பு, கட்டமைப்புத் திட்டமிடல், எழுத்து நடை, திருத்தம், விமர்சன மதிப்பீடு ஆகியவை விவரிக்கப்படுகின்றன. இக்கருவி கட்டுரையின் தரத்தை மேம்படுத்துவதையும், புதிய கண்டுபிடிப்புகள் உருவாக்குவதற்கான ஊக்கத்தையும் தரும் எனக் கூறப்படுகிறது. இருப்பினும் சில சவால்கள் உள்ளன. இருப்பினும் காலத்துக்கேற்ப வளர்ந்து வரும் செய்யறிவுக் கருவிகளைத் தமிழ்க் கல்வி, ஆராய்ச்சியில் புகுத்தல் வேண்டும். அவ்வாறு செய்யும்பொழுது, சூழல் இலகுவாகும். அதனை இந்த ஆய்வு முதன்மை நோக்கமாகக் கொண்டு உணர்த்துகிறது.

The utility of Artificial Intelligence (AI) technology is particularly prominent today. As of 2024, the number of AI tools like ChatGPT, Gemini, Claude, and Perplexity has exceeded ten thousand. Notably, over two thousand of these are generative AI tools. Among them, tools for research include Jenni, Paperpal, Elicit, QuillBot, LitMaps, Consensus, and Sci.ai. The Jenni AI tool is a pioneering one among these. It can be used to write high–quality research articles in Tamil. This provides a rare opportunity for Tamil language users to overcome language barriers and collaborate internationally. This article clearly explains the working principles, benefits, operational controls, and usage methods of the Jenni AI tool. Specifically, it details topic selection, data collection, structure planning, writing style, revision, and critical evaluation. Furthermore, it is stated that Jenni AI will improve the quality of articles and encourage the creation of new discoveries. Despite some challenges, this study's primary objective is to demonstrate that Tamil education and research are quickly adopting and utilizing these evolving AI tools to foster global growth.

திறவுச் சொற்கள்

செயற்கை நுண்ணறிவு, சென்னி AI, தமிழ் ஆய்வுக்கட்டுரை, AI எழுத்துக் கருவிகள், தரமான உள்ளடக்கம், மொழிதத் தொழில்நுட்பம்

Artificial Intelligence, Jenni AI tool, Tamil research article, AI writing tools, Quality content, Language technology

அறிமுகம்

செய்யறிவுக் கருவியின் பயன்பாடு அதிகரித்துள்ள இந்தக் காலக்கட்டத்தில் தமிழ் ஆராய்ச்சியாளர்களும் கல்வியாளர்களும் அதற்குப் பயிற்சி எடுக்கவேண்டிய

தேவையும் உள்ளது. ஏனெனில், பத்தாயிரத்திற்கும் மேற்பட்ட செய்யறிவுக் கருவிகள் பயன்பாட்டில் உள்ளன (செமினி செய்யறிவுக் குறிப்பு, 2025). இவை அனைத்துத் துறைகளின் வளர்ச்சிக்கும் பயன்பட்டு வருகின்றன என்பதை தமிழ் ஆய்வாளர்கள், கல்வியாளர்கள் அறிதல் வேண்டும். இங்கு, (Bhagat, at el., 2024), (Shubham, Shubham & Dhamiwal, Anjali., 2024), (Ailyn, Diana., 2024), (Sani, Ijaz & Abbas, Nadeem., 2025), Artificial Intelligence Applications for Industry 4.0: (Javaid, Mohd at el., 2021) போன்ற ஆய்வுகளைச் சுட்டிக்காட்டலாம். இது போன்ற ஆய்வுகள் மருத்துவம், நிதித்துறை, உற்பத்தி, தொழில், போக்குவரத்து, சில்லறை வர்த்தகம் போன்ற துறைகளில் செய்யறிவுத் தொழில்நுட்பத்தின் பங்களிப்புகளை விளக்கியுள்ளன. எனவே, செய்யறிவுக் கருவியின் பயன்பாடு வரவேற்கத் தக்க ஒன்றாகும். அதற்கு ஏற்பத் தமிழ் ஆய்வாளர்கள், கல்வியாளர்கள் தயாராகிக் கொள்வது காலத்தில் கட்டாயமாகும்.

இன்று பலதிறப்பட்ட செய்யறிவுக் கருவிகளில் ஆய்விற்கான எழுது கருவிகளின் வரவு, ஆய்வாளர்களின் எழுத்துப் பயிற்சிச் சோம்பலைத் தருவதாகப் பலர் கருத வாய்ப்புண்டு. இதன் வரவைத் தவிர்க்க முடியாததன் காரணங்களினால்தான் ஆங்கிலம் போன்ற மொழி ஆராய்ச்சியாளர்கள் இது போன்ற கருவிகளைப் பயன்படுத்தத் தவறுவதில்லை. அதற்காக அவர்களின் ஆய்வு முடங்கிவிடவில்லை. இன்னும் வீரியத்துடன் வெளிவந்து கொண்டிருக்கின்றன. இதற்குச் சான்று யூடியூப் காணொலிகளில் இந்தக் கருவிகளைப் பற்றி அறிமுகம் செய்யும் காணொலிகள் தமிழில் உள்ளனவா எனப் பார்க்கும்பொழுது அறியலாம். முன்னணித்தர ஆய்விதழ்களும் செய்யறிவுக் கருவியைப் பயன்படுத்தி எழுதலாம் என்ற வரையறையைக் கொண்டு வந்திருப்பது உற்று நோக்கத்தக்கது. அவ்விதழ்கள் பத்து விழுக்காடு அளவிற்குப் பயன்படுத்தலாம் என்ற நெறிகளையும் வகுத்துள்ளனர். (Sathiyaraj(Thangasamy,2025),),(WiseUp Communications.,2024,). (Venket,2023),(Valli, R.,2021)இந்தப் புரிதல்களோடு சென்னி செய்யறிவுக் கருவியின் பயன்பாட்டின் முக்கியத்துவத்தைப் புரிந்து கொள்ளலாம்.

இந்தச் செய்யறிவுத் தொழில்நுட்பத்தைப் பயன்படுத்தி ஆய்வுக்கட்டுரைகளை எழுதும் நேரத்தைக் குறைத்துக் கொள்ள முடியும். இந்தக் கருவியானது, ஆராய்ச்சியாளர்கள் தங்கள் ஆய்வுக் கருத்துக்களைத் துல்லியமாகவும், விரைவாகவும் வெளிப்படுத்த உதவுகிறது (Elakiya, 2022). தமிழ் மொழியில் ஆய்வுக்கட்டுரைகளை எழுதுவதற்கு இக்கருவியைப் பயன்படுத்துவது, மொழித் தடைகளைத் தாண்டி, உலகளாவிய அறிவார்ந்த சமூகத்துடன் இணைந்து செயல்பட ஒரு சிறந்த வாய்ப்பை வழங்குகிறது எனலாம். இந்தக் கருவியின் பயன்பாட்டு வழிமுறைகளைப் பின்பற்றி, தரமான ஆய்வுக்கட்டுரைகளை உருவாக்குவது குறித்து இந்தக் கட்டுரை விளக்குகின்றது.

ஆய்விதழ்களில் செய்யறிவுக் (AI) கருவிகளைக் கையாளும் நெறிகள்

மனிதர்களின் வழிகாட்டுதல் இல்லாமல், ஒரு புதிய ஆராய்ச்சியைத் தொடங்கும் திறன் AI தொழில்நுட்பத்திற்கு இல்லை என்பதை முதலில் நாம் புரிந்துகொள்ள வேண்டும். வெளியிடப்பட்ட ஒரு படைப்புக்கோ அல்லது ஆய்வு வடிவமைப்பிற்கோ

செய்யறிவுக் கருவிகள் பொறுப்பேற்க முடியாது. பொதுவாக, ஆசிரியர் பொறுப்புக்கு (இந்த வழிகாட்டுதல்களில் உள்ள ஆசிரியர் பொறுப்புப் பிரிவில் விவாதிக்கப்பட்டபடி) இது ஒரு அத்தியாவசியத் தேவையாகும். மேலும், செய்யறிவுக் கருவிகளுக்குச் சட்டபூர்வமான அங்கீகாரமோ அல்லது பதிப்புரிமை வைத்திருக்கவோ அல்லது வழங்கவோ இயலாது. எனவே இவற்றை உணர்ந்து பின்வரும் குறிப்புகளை ஆய்வாளர்கள் உற்றுநோக்குதல் வேண்டும்.

சாட்சிபிடி (ChatGPT) போன்ற பெருந்தரவு மாதிரிச் (Large Language Models) செய்யறிவுக் (AI) கருவிகளின் பயன்பாடு ஆய்வு வெளியீடுகளில் வேகமாக அதிகரித்து வருகிறது. இருப்பினும் தற்பொழுது வரை COPE (Committee on Publication Ethics) எனும் அமைப்பும், WAME (World Association of Medical Editors), JAMA Network போன்ற பிற அமைப்புகளுடன் இணைந்து, செய்யறிவுக் கருவிகளை ஆய்வுக்கட்டுரையின் ஆசிரியராகப் பட்டியலிட முடியாது என்று வலியுறுத்தி வருவதையும் நாம் புரிந்துகொள்ள வேண்டும். எதிர்காலத்தில் இதன் தற்பொழுதைய வரையறையில் மாற்றம் நிகழலாம்.

1.1.1 COPE–இன் நிலைப்பாடு

செய்யறிவுக் கருவிகளால் முழுமையாக ஆய்வுகள் செய்யும்பொழுது பொறுப்பேற்றல், தேவைகளைப் பூர்த்தி செய்தல், அவை சட்டபூர்வமான நிறுவனங்களாக இல்லாதது, நல முரண்பாடுகள் (conflicts of interest) இருப்பதையோ அல்லது இல்லாமல் இருப்பதையோ அல்லது அவை உறுதிப்படுத்தவோ அல்லது பதிப்புரிமை, உரிம ஒப்பந்தங்களை நிர்வகிக்கவோ முடியாத நிலையெனப் பல சிக்கல்கள் உள்ளன. ஆகையால், கட்டுரை எழுதுவதிலோ, படங்கள் அல்லது வரைகலைக் கூறுகளை உருவாக்குவதிலோ, தரவுகளைச் சேகரித்துப் பகுப்பாய்வு செய்வதிலோ செய்யறிவுக் கருவிகளைப் பயன்படுத்தும் ஆசிரியர்கள், கட்டுரையின் மையப்பொருள், முறைகள் (Materials and Methods), பிரிவு (அல்லது அதைப் போன்ற பிரிவில்) போன்றவற்றில் செய்யறிவுக் கருவி எவ்வாறு பயன்படுத்தப்பட்டது, எந்தக் கருவி பயன்படுத்தப்பட்டது என்பதை வெளிப்படையாகத் தெரிவிக்க வேண்டும் என அறிவுறுத்தியுள்ளது (COPE Council., 2023).

ஆய்விதழ்களில் தரப்பட்டுள்ள செய்யறிவுப் பயன்பாட்டு நெறிகள்

எல்சிவரின், இசுபிரிங்கர் நேச்சர் (Springer Nature), வில்லே (Wiley) ஆகிய முன்னணி ஆய்விதழ்களில் ஆய்வுக்கட்டுரைகள் வெளியிடுவோர் செய்யறிவுக் கருவியைப் பயன்படுத்தும்பொழுது கடைப்பிடிக்க வேண்டிய முறைகளை வரையறுத்துள்ளது. அவற்றைப் பின்வருமாறு அறிந்துகொள்ளலாம்.

எல்சிவரின் (Elsevier) செய்யறிவுப் பயன்பாட்டு நெறி

எல்சிவரின் (Elsevier) வெளியீட்டாளர், செய்யறிவுக் கருவியைய்யும் அதன் உதவி தொழில்நுட்பங்களையும் கட்டுரையின் மொழி, வாசிப்புத்திறனை மேம்படுத்த மட்டுமே பயன்படுத்த அனுமதிக்கின்றனர். இவர் உள்ளடக்கத்தை உருவாக்குவதில் அனுமதி அளிக்கவில்லை. இந்த வெளியீட்டாளர் அக்கருவிகளை ஆசிரியராகப்

பட்டியலிடக் கூடாது என்றும், உள்ளடக்கத்திற்கு ஆசிரியரே முழுப் பொறுப்பு என்றும் குறிப்பிடுகின்றமை குறிப்பிடத்தக்கது. மேலும் இக்கருவியின் பயன்பாடுகுறித்த தெளிவான அறிவிப்பு கட்டுரையில் இடம்பெற வேண்டும் என்றும் வலியுறுத்துகின்றது (Elsevier, n.d).

இசுபிரிங்கர் நேச்சரின் (Springer Nature) செய்யறிவுப் பயன்பாட்டு நெறி

இசுபிரிங்கர் நேச்சர் (Springer Nature), பெருந்தரவு மாதிரி (Large Language Models–LLMs) ஆசிரியத்துவத்திற்கான நிபந்தனைகளைப் பூர்த்தி செய்யாது என்று கூறுகிறது. ஒரு பெருந்தரவு மாதிரி பயன்படுத்தப்பட்டால், அது அங்கீகாரப் பிரிவு (acknowledgements) அல்லது முறைகள் பிரிவில் (methods section) முறையாக ஆவணப்படுத்தப்பட வேண்டும் எனக் கூறுகின்றது. அதாவது வாசிப்புத்திறன், நடை, இலக்கணம், எழுத்துப்பிழை ஆகிய திருத்தங்களுக்காக "AI உதவி நகல் திருத்தம்" (AI assisted copy editing) எனும் நிலையில் பயன்படுத்திக் கொள்ளலாம் என்று கூறியுள்ளது. அவற்றை அறிவிக்கப்பட வேண்டிய கட்டாயமும் இல்லையென நெறியினை வகுத்துள்ளது. இருப்பினும், இறுதிப் பதிப்பிற்கு மனிதரே பொறுப்பேற்க வேண்டும் என்று வலியுறுத்துகிறது (Springer Nature., n.d.).

வில்லேவின் (Wiley) செய்யறிவுப் பயன்பாட்டு நெறி

வில்லே (Wiley) செய்யறிவுக் கருவிகளை எழுதும் செயல்பாட்டில் ஒரு "துணையாக" (companion) பயன்படுத்த வரவேற்கிறது. ஆனால், அதை முழுமையாகவோ ஆசிரியரின் எழுதும் தன்மைக்கு மாற்றாகவோ பயன்படுத்தக் கூடாது எனக் குறிப்பிட்டுள்ளது. ஆசிரியர்கள் உள்ளடக்கத்தின் துல்லியத்திற்கு முழுப் பொறுப்பேற்க வேண்டும் என்றும், செய்யறிவுக் கருவித் தொழில்நுட்பங்களின் பயன்பாட்டை ஒப்படைக்கும்போது அவற்றைக் குறிப்பிட வேண்டும் என்றும் வலியுறுத்துகிறது வில்லேயின் செய்யறிவுப் பயன்பாட்டு நெறிகள் (Reading & Writing., n.d.).

மதிப்பாய்வு (Peer Review)

மதிப்பாய்வு (Peer Review) தொடர்பான செய்திகளில், செய்யறிவுத் தொழில்நுட்பம் மிகவும் வரையறுக்கப்பட்ட அடிப்படையில் மட்டுமே பயன்படுத்தப்பட வேண்டும். ஒரு ஆசிரியர் அல்லது மதிப்பாய்வாளர் (Peer Reviewer), மதிப்பாய்வு அறிக்கையின் எழுதப்பட்ட கருத்துக்களின் தரத்தை மேம்படுத்த ஆக்கமுறைச் செய்யறிவுக் (Generative AI) கருவியைப் பயன்படுத்தலாம். இந்தப் பயன்பாடு, கையாளும் ஆசிரியரிடம் (Handling Editor) மதிப்பாய்வு அறிக்கையை ஒப்படைக்கும்போது வெளிப்படையாக எப்படிப் பயன்படுத்தப்பட்டுள்ளது என அறிவிக்கப்பட வேண்டும்.

இந்த வரையறுக்கப்பட்ட பயன்பாட்டு வழக்கைத் தவிர, ஆசிரியர்கள் அல்லது மதிப்பாய்வாளர்கள் கையெழுத்துப் பிரதிகளை (அல்லது புள்ளிவிவரங்களையும் அட்டவணைகள் உட்பட கையெழுத்துப் பிரதிகளின் எந்தப் பகுதிகளையும்) செய்யறிவுத் தொழில்நுட்பத்தில் பதிவேற்றக் கூடாது. இத்தொழில்நுட்பம் உள்ளீட்டுத்

தரவைப் பயிற்சி அல்லது பிற நோக்கங்களுக்காகப் பயன்படுத்தக்கூடும். இது மதிப்பாய்வுச் செயல்முறையின் இரகசியத்தன்மை, ஆசிரியர்கள், மதிப்பாய்வாளர்களின் தனியுரிமை, மதிப்பாய்வில் உள்ள கையெழுத்துப் பிரதியின் பதிப்புரிமை ஆகியவற்றை மீறக்கூடும் என்பதைக் கவனத்தில் வைத்துக்கொள்ள வேண்டும்.

மேலும், மதிப்பாய்வு செயல்முறை என்பது ஒரு மனித முயற்சியும் பொறுப்புமாகும். ஒரு ஆய்வு இதழின் தலையங்கக் கொள்கைகள், மதிப்பாய்வு மாதிரியின்படி, ஒரு மதிப்பாய்வு அறிக்கையைச் சமர்ப்பிப்பதற்கான பொறுப்பும் கடமையும், ஒரு ஆய்விதழ்களிலிருந்து சமர்ப்பிக்கப்பட்ட ஒரு கையெழுத்துப் பிரதியை மதிப்பாய்வு செய்வதற்கான அழைப்பை ஏற்றுக்கொண்ட தனிநபர்களுக்கு மட்டுமே உரியது. இந்தச் செயல்முறையை ஒரு உருவாக்கச் செய்யறிவுக் கருவிக்கு ஒப்படைக்கக் கூடாது என்று அழுத்தம் திருத்தமாக மேற்கண்ட ஆய்விதழ்களின் வழிகாட்டு நெறிமுறைகளில் குறிப்பிடப்பட்டுள்ளன (Springer Nature., n.d.). இந்தப் புரிதல்களோடு சென்னி செய்யறிவுக் கருவியின் பயன்பாட்டின் முக்கியத்துவத்தைப் புரிந்து கொள்ளலாம்.

இந்தச் செய்யறிவுத் தொழில்நுட்பத்தைப் பயன்படுத்தி ஆய்வுக்கட்டுரைகளை எழுதும் நேரத்தைக் குறைத்துக் கொள்ள முடியும். இந்தக் கருவியானது, ஆராய்ச்சியாளர்கள் தங்கள் ஆய்வுக் கருத்துக்களைத் துல்லியமாகவும், விரைவாகவும் வெளிப்படுத்த உதவுகிறது (Elakiya, 2022). தமிழ் மொழியில் ஆய்வுக்கட்டுரைகளை எழுதுவதற்கு இக்கருவியைப் பயன்படுத்துவது, மொழித் தடைகளைத் தாண்டி, உலகளாவிய அறிவார்ந்த சமூகத்துடன் இணைந்து செயல்பட ஒரு சிறந்த வாய்ப்பை வழங்குகிறது எனலாம். இந்தக் கருவியின் பயன்பாட்டு வழிமுறைகளைப் பின்பற்றி, தரமான ஆய்வுக்கட்டுரைகளை உருவாக்குவது குறித்து இந்தக் கட்டுரை விளக்குகின்றது.

சென்னி செய்யறிவுக் கருவி: அறிமுகம்

சென்னி செய்யறிவுக் கருவி என்பது மேம்பட்ட பெருந்தரவு மொழி மாதிரி ஆகும். இது பெரிய அளவிலான மொழித் தரவுகளின் அடிப்படையில் உருவாக்கப்பட்டுள்ளது. இது மனிதனைப் போன்ற உரையை உருவாக்கக்கூடியது (Ramesh, 2022). இதன் பயன்பாட்டினைப் பின்வரும் கருத்தியல்கள் மூலம் அறியலாம்.

- இது இலக்கணப் பிழைகளைச் சரிசெய்வது மட்டுமல்லாமல், உள்ளடக்கத்தினை மேம்படுத்தவும் உதவுகிறது.
- இது, தமிழ் ஆய்வுக்கட்டுரைகளை எழுதுவதில் ஏற்படும் கால தாழ்த்தத்தைக் குறைக்கின்றது. இதன் பயன்பாட்டில் மூன்று முக்கியக் காரணிகள் உள்ளன. அவற்றுள்,
- முதலாவது, இது தரமான ஆய்வு உள்ளடக்கத்தை உருவாக்க உதவியாக உள்ளது (Qian et al., 2025).

- இரண்டாவது, இது நேரத்தை மிச்சப்படுத்துகிறது. ஏனெனில் சென்னி செய்யறிவுக் கருவி ஒரு சில நிமிடங்களில் முழுமையான கட்டுரை ஒன்றை உருவாக்க முடியும்.
- மூன்றாவதாக, இது மொழித் தடைகளைத் தகர்க்கிறது. காரணம், இக்கருவியால் பல்வேறு மொழிகளில் உள்ள உள்ளடக்கத்தை மொழிபெயர்க்கவும், மாற்றியமைக்கவும் முடியும்.

ஆய்வுக்கட்டுரை உருவாக்கத்தில் சென்னி செய்யறிவுக் கருவி

சென்னி செய்யறிவுக் கருவி கல்வி, ஆராய்ச்சி நோக்கங்களுக்காக வடிவமைக்கப்பட்டுள்ளது. இது பயனர்களுக்கு, ஆராய்ச்சியாளர்களுக்கு எழுதுவதில் உதவியாக இருக்க வேண்டும் என்ற நோக்கத்தை அடிப்படையாகக் கொண்டு உருவாக்கப்பட்டுள்ளது. இந்தக் கருவி, பல்வேறு வகையான உள்ளடக்கத்தை உருவாக்கக்கூடிய அதிநவீன மொழி மாதிரியைப் பயன்படுத்துவதால் ஆய்வுக் கட்டுரைகள், பிற ஆராய்ச்சி ஆவணங்களை உருவாக்குவதில் பயனுள்ளதாக இருக்கும் (Divyaroobasharma, 2021). இக்கருவி பயனர்களின் உள்ளீடுகளுக்கு ஏற்ப உள்ளடக்கத்தை உருவாக்குகிறது. அதனுடன் இலக்கணப் பிழைகளைச் சரிசெய்து, ஆய்வு நடையை மேம்படுத்துவதை முதன்மையாகவும் கொண்டுள்ளது.

இக்கருவியின் முக்கிய சிறப்பம்சங்களில் ஒன்று, அதன் உள்ளுணர்வு இடைமுகம் ஆகும். இது பயனர்களுக்கு எளிதாகப் பயன்படுத்தக்கூடிய வகையில் வடிவமைக்கப்பட்டுள்ளது. பயனர்கள் தங்கள் ஆராய்ச்சித் தலைப்பு, முக்கிய குறிப்புகளை உள்ளிட்டால், இக்கருவி மூலம் பொருத்தமான உள்ளடக்கத்தை உருவாக்க முடியும். அவ்வாறு உருவாக்கப்பட்ட உள்ளடக்கங்களை ஒழுங்கமைக்க உதவும் பல்வேறு மாதிரியமைப்புகளையும் (டெம்ப்ளேட்களையும்) வழங்குகிறது. இதன்வழி ஒரு நல்ல கட்டமைப்பை உருவாக்க முடியும் என்பது குறிப்பிடத்தக்கது.

சென்னி செய்யறிவுக் கருவித் தளப் பயனர் கணக்கு உருவாக்கம்

கூகுளில் சென்னி ஏஐ (Jenni AI) எனத் தேடினால் சென்னி.ஏஐ (jenni.ai) என்ற தளத்தை முதல் தேடலில் காட்டும். அதனைச் சொடுக்கி உள்ளே சென்றால், பதிவுப்படிவம் (Sign Up) எனும் நீலநிறப் பொத்தான் வலதுபுற மூலையில் உள்ளதைப் பார்க்கலாம். அதனைச் சொடுக்க பின்வரும் படம்–1 தோன்றும்.

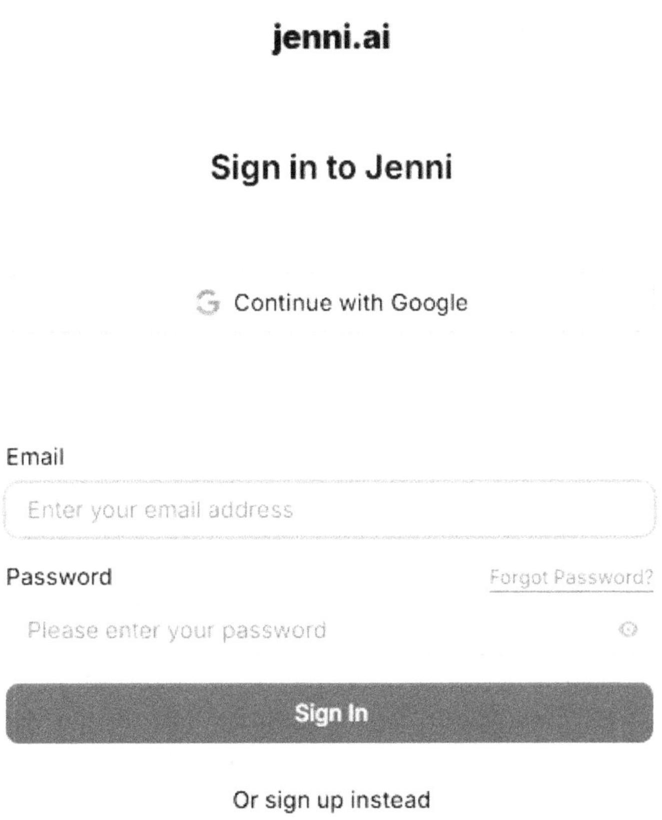

jenni.ai

Sign in to Jenni

G Continue with Google

Email
Enter your email address

Password   Forgot Password?
Please enter your password

Sign In

Or sign up instead

படம்-1, ஜென்னி செய்யறிவுக் கருவி கணக்கு உருவாக்க வழிமுறை

இந்தப் படம் – 1இல் குறிப்பிட்டதுபோல் Continue with Google எனும் வழிமுறை வழியாக நமக்கென ஒரு கணக்கினை உருவாக்கிக் கொள்ளலாம். அதன்பின்பு ஆய்வுக்கட்டுரைகள் எழுதத் தயாராகலாம்.

ஜென்னி செய்யறிவுக் கருவி எவ்வாறு செயல்படுகிறது?

ஜென்னி செய்யறிவுக் கருவி சிக்கலான வழிமுறையைப் பயன்படுத்திச் செயல்படுகிறது. இது பயனர்களின் உள்ளீடுகளைப் புரிந்துகொண்டு, அதற்கேற்ப உள்ளடக்கத்தை உருவாக்குகிறது. இக்கருவியானது, ஒரு பெரிய தரவுத்தொகுதியின் அடிப்படையில் பயிற்சி பெற்றுள்ளதால் பல்வேறு தலைப்புகளில் உள்ள தகவல்களை வழங்குகிறது. பயனர்கள் ஒரு தலைப்பை உள்ளிடும்போது, இக்கருவி, அது தொடர்புடைய தகவல்களைத் தேடி, ஒரு வரைவை உருவாக்குகிறது.

பயனர்கள் தங்கள் தேவைகளுக்கு ஏற்ப உள்ளடக்கத்தைத் தனிப்பயனாக்க அனுமதிக்கிறது. பயனர்கள் வெவ்வேறு எழுத்து நடைகளைத் தேர்வு செய்யலாம். மேலும் இக்கருவியானது அந்த நடையில் உள்ளடக்கத்தை உருவாக்கும். பயனர் சொற்களின் எண்ணிக்கை, சொற்றொடர்களின் அளவு, பத்திகளின் எண்ணிக்கையில் கட்டுப்பாடுகளை விதிக்க முடியும். இக்கருவி, இலக்கணப் பிழைகளைச் சரிசெய்து, எழுத்து நடையை மேம்படுத்துகிறது. இதனால் கட்டுரையின் ஒட்டுமொத்த தரமும் உயர்கிறது.

இப்படிச் சென்னி செய்யறிவுக் கருவியைப் பயன்படுத்திக் கட்டுரை எழுதுவதில் சுதந்திரத்தை வழங்குவதோடு, ஆய்வு, ஆக்கச் சிந்தனைகளை ஊக்குவிக்கிறது (Thamburaj & SIVANATHAN, 2020). இக்கருவி மூலம் உருவாக்கப்படும் ஆய்வுக்கட்டுரை எழுதுதலுக்கான வழிமுறையைப் பின்வரும் படம் – 2இல் காணலாம்.

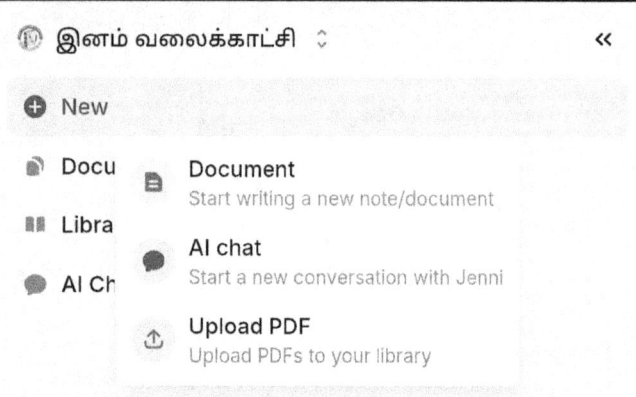

படம்–2, சென்னி செய்யறிவுக் கட்டுரை உருவாக்க வழிமுறை

இந்தப் படம்–2இன் அடிப்படையில் புதிய ஆய்வுகளுக்குரிய கட்டளைகளை வழங்கு ஆய்வுகளைச் செய்யலாம். அதற்குப் படம் 2இல் காட்டியுள்ளதுபோல் New பொத்தானைச் சொடுக்க, Document, AI Chat, Upload PDF ஆகியன தோன்றும். அவற்றுள் Document என்பதைத் தெரிவுசெய்ய பின்வரும் படம் 3 தோன்றும்.

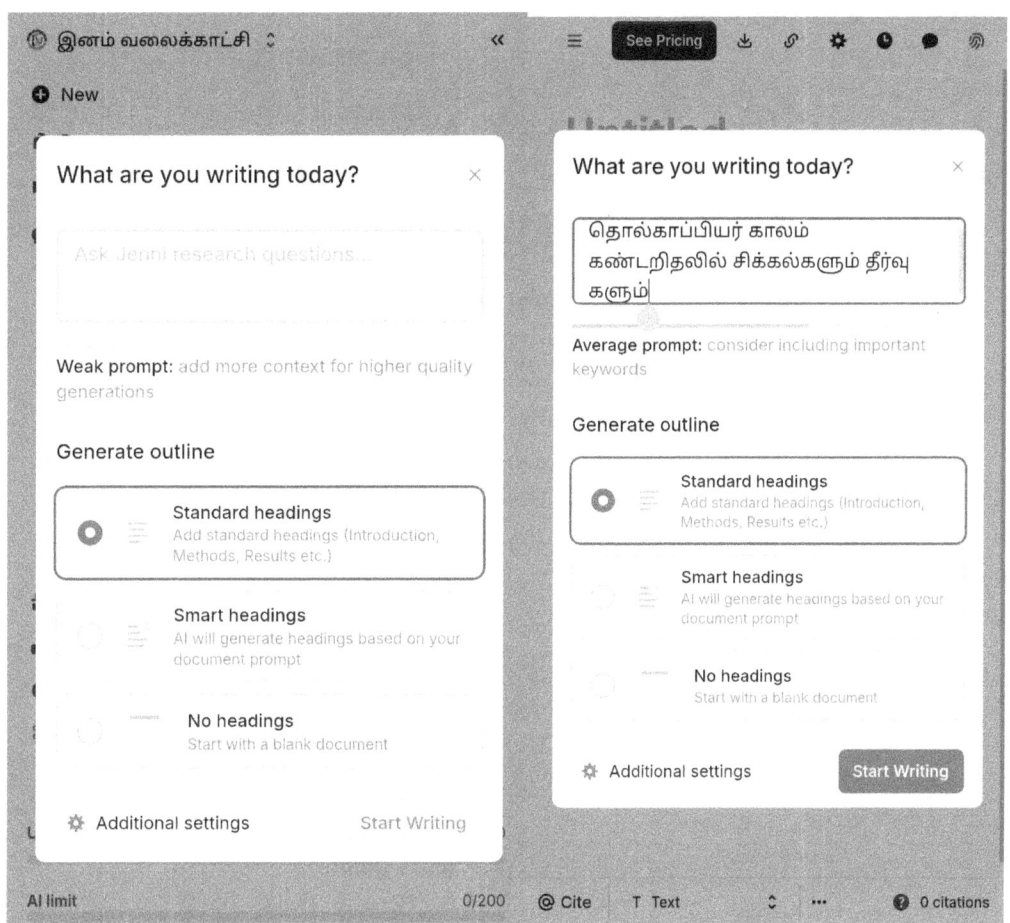

படம்-3, செ ன்னி செய்யறிவுக் கருவிமூலம் கட்டுரை உருவாக்கக் கட்டளை எழுதுதல்

இந்தப் படம்-3இல் உள்ளதுபோல் முதல் கட்டத்தில் ஆய்வுதொடர்புடைய கட்டளைகளை வழங்கி, அதன்பின்பு standard heading என்பதைத் தெரிவுசெய்து Start writing என்பதைச் சொடுக்க வேண்டும். அதுபின்பு படம்-4இல் உள்ளதுபோல் தோன்றும்.

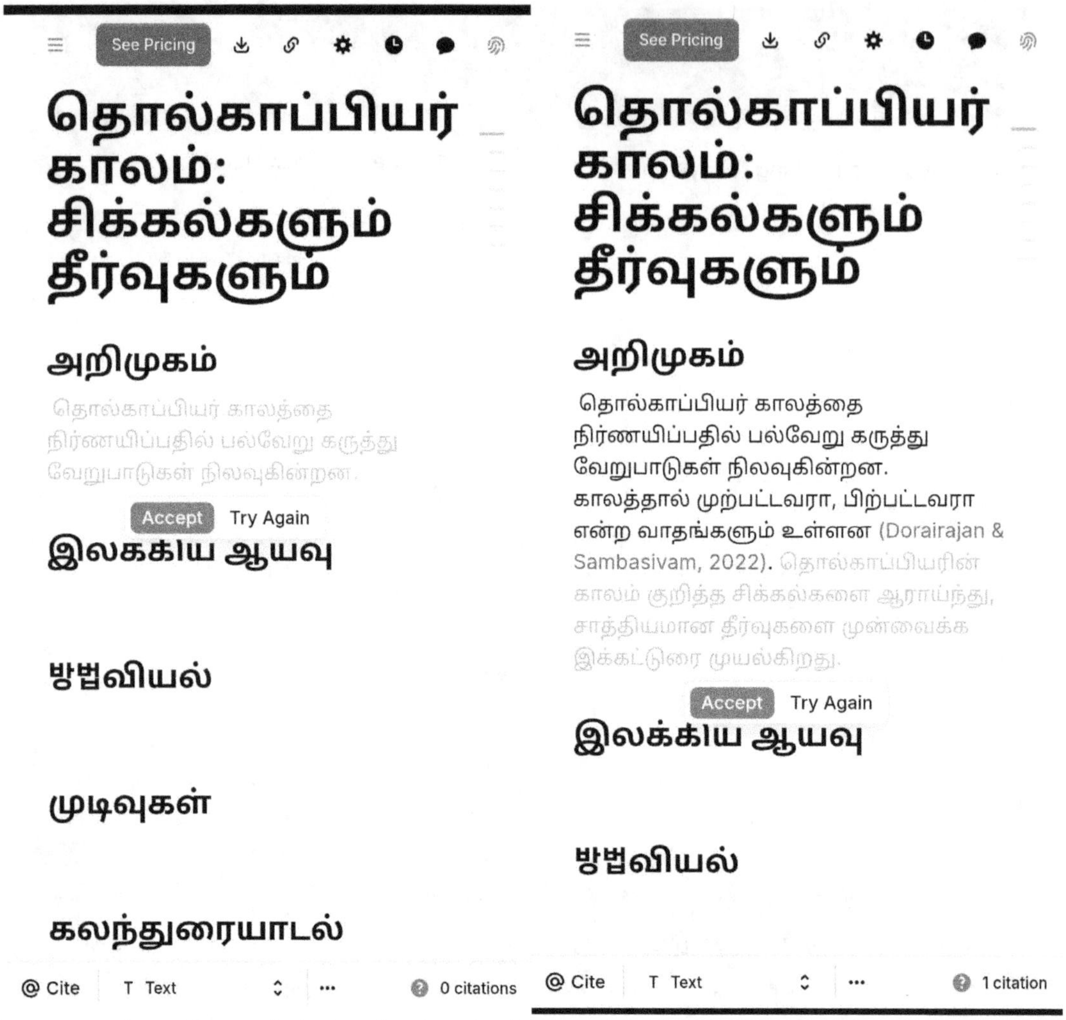

படம்–4, சென்னி செய்யறிவுக் கருவிமூலம் கட்டுரை எழுதுதல், மேற்கோள் இடல்

இந்தப் படம் 4இல் உள்ளதுபோல் தலைப்புகளையும், உட்தலைப்புகளையும் உருவாக்கிக் கொண்டு எழுதத் தொடங்கும். அது எழுதுவது நாம் செய்யும் ஆய்வு தொடர்புடைய கருத்துக்கள் எனில் Accept எனும் பொத்தானைச் சொடுக்க அது தட்டச்சாகி விடும். அது சரியில்லை என்றால் நாம் சில சொற்களை எழுத அது புரிந்துகொண்டு எழுத ஆரம்பிக்கும். அதுதொடர்புடைய மேற்கோள்களையும் தந்து எழுத ஆரம்பிக்கும் என்பது குறிப்பிடத்தக்கது. மேற்கோள்கள் அது தருவதையும் ஏற்கலாம் அல்லது நாம் வைத்திருக்கும் கையாவண நூலினை உள்ளீடாகத் தந்தும் மேற்கோள் இடலாம். அதனைப் பின்வரும் படம்–5,6களில் காணலாம்.

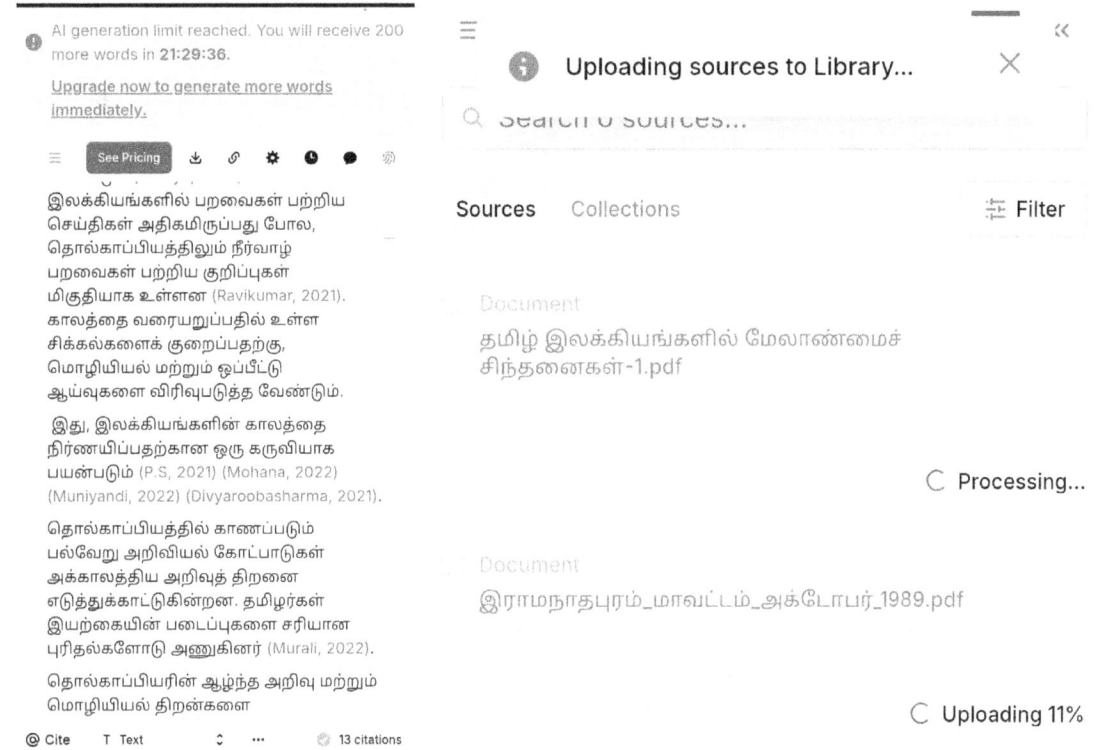

படம்-5, 6 சென்னி செய்யறிவுக் கருவி மூலம் கட்டுரை உருவாக்குதலில் இலவசப் பயன்பாட்டு எல்லை குறிப்பிடல், மேற்கோள் கோப்புப் பதிவேற்றல்

இந்த அறிமுகக் குறிப்புகளுடன் சென்னி செய்யறிவுக் கருவியின் பயன்பாட்டின் நன்மைகளை அடுத்துக் காண்போம்.

சென்னி செய்யறிவுக் கருவி பயன்பாட்டின் நன்மைகள்

சென்னி செய்யறிவுக் கருவியைப் பயன்படுத்தி ஆய்வுக்கட்டுரை எழுதுவதில் பல நன்மைகள் உள்ளன. ஒரு தலைப்புத் தரும்பொழுது அறிவியல் அடிப்படையிலான ஆய்வுக்கட்டுரை அமைப்புமுறையுடன் எழுதத் தொடங்குகின்றது. தலைப்பினைத் தந்தவுடன் அப்படியே கடகடவென எழுதிவிடாமல் ஒவ்வொரு வரியாக எழுதவா அல்லது வேண்டாமா எனும் தன்மையில்களுக்கு இது மிகவும் பயனுள்ள கருவியாக உள்ளதெனலாம். இது மொழிபெயர்ப்பு, உள்ளடக்கத்தை உருவாக்குவதில் நேரத்தை மிச்சப்படுத்திப் பிழைகள் இல்லாத, உயர்தரமான கட்டுரைகளை உருவாக்க உதவுகிறது.

இந்தக் கருவி, ஆராய்ச்சியாளர்கள் தங்கள் எண்ணங்களையும், கண்டுபிடிப்புகளையும் தெளிவாகவும், துல்லியமாகவும் வெளிப்படுத்த பேருதவி புரிகின்றது. இது ஆராய்ச்சியாளர்களின் ஆராய்ச்சி முடிவுகளை உலகளாவிய பார்வையாளர்களுக்குக் கொண்டு செல்ல வழிவகுக்கின்றது. இக்கருவி, புதிய புதிய சிந்தனைகளை உருவாக்கவும், அதற்கு உருவம் கொடுக்கவும் ஆராய்ச்சி அணுகுமுறைகளை மேம்படுத்தவும் தூண்டுதலாகச் செயல்படுகிறது எனலாம்.

ஆய்வுக்கட்டுரையின் முக்கியத்துவம்

ஆய்வுக்கட்டுரைகள் புதிய அறிவை உருவாக்குவதற்கும், தற்போதுள்ள அறிவை திறனாய்வு அடிப்படையில் மதிப்பீடு செய்வதற்கும் முக்கியமானவையாக அமைகின்றன. அவை கல்வி, ஆராய்ச்சிச் சமூகத்தில் ஒரு முக்கிய வினையைச் செய்கின்றன (Valli, 2021). இவை ஒரு குறிப்பிட்ட தலைப்பில் ஆழமான ஆய்வை மேற்கொண்டு, புதிய கண்டுபிடிப்புகள், புதிய முடிவுகளை முன்வைக்கின்றன (Katragadda, 2024).

சென்னி செய்யறிவுக் கருவி போன்ற ஆய்வுக்கருவிகள் ஆய்வுக்கட்டுரைகளை எழுதுவதை எளிதாக்குவதன் மூலம், அறிவு உற்பத்தியைப் பெருக்குகின்றன. அதுமட்டுமில்லாமல் ஆய்வுகளைப் பொதுநிலைப்படுத்துகின்றன. அதாவது யார் வேண்டுமானாலும் ஆராய்ச்சிக்குப் பங்களிக்க முடியும் எனும் சூழலை உருவாக்குகின்றன (Lloyd, 2018). இவை அறிவியல் கண்டுபிடிப்புகளுக்கும், தொழில்நுட்ப முன்னேற்றங்களுக்கும், சமூக மாற்றங்களுக்கும் வழி வகுக்கின்றன.

சென்னி செய்யறிவுக் கருவிமூலம் தமிழில் ஆய்வுக்கட்டுரை எழுதுவதற்கான வழிமுறைகள்

சென்னி செய்யறிவுக் கருவிமூலம் தமிழில் ஆய்வுக்கட்டுரை எழுதுவதற்குச் சில வழிமுறைகள் உள்ளன.

தலைப்பைத் தேர்ந்தெடுத்தல்

ஆய்வுக்கட்டுரைக்குப் பொருத்தமான தலைப்பைத் தெரிவு செய்வது முதல் படியாகும். ஒரு ஆய்வுத்தலைப்பு, ஓர் ஆய்வின் நோக்கம், உள்ளடக்கத்தைப் பிரதிபலிக்கும் வகையில் அமைதல் வேண்டும். ஆய்வுத்தலைப்பு சுருக்கமாகவும், தெளிவாகவும், குறிப்பிட்டதாகவும் விளங்குதல் வேண்டும். அதனைச் சென்னி செய்யறிவுக் கருவி உதவியுடன், பல்வேறு தலைப்புப் பற்றிய யோசனைகளைப் பெறலாம். இது உங்கள் ஆராய்ச்சிக்கு மிகவும் பொருத்தமான தலைப்பைத் தெரிவுசெய்ய உதவியாக இருக்கும்.

தரவுகளைச் சேகரித்தல்

ஆய்வுக்கட்டுரைக்குத் தேவையான தரவுகளைச் சேகரிப்பது அடுத்தக்கட்ட முக்கியமான படிநிலையாகும். ஏனெனில் அத்தரவுகள் நம்பகமான சான்றுகளில் உள்ள தரவுகளாக இருப்பது மிகமிக முக்கியம். எனவே, தரவுகளைச் சேகரிக்க நூலகங்கள், இணையதளங்கள், ஆய்விதழ்கள், பிற கல்விக் குறிப்புகளைப் பயன்படுத்தலாம். சென்னி செய்யறிவுக் கருவி தரவு சேகரிப்பினை எளிதாக்குகின்றது. ஏனெனில் இக்கருவி ஓர் ஆய்வு தொடர்புடைய தகவல்களை விரைவாகக் கண்டறிய பெரிதும் உதவுகிறது.

கட்டுரையின் கட்டமைப்பை உருவாக்குதல்

சென்னி செய்யறிவுக் கருவிமூலம் ஆய்வுக் கட்டுரையை எழுதுவதற்கு முதலில் ஒரு கட்டமைப்பை உருவாக்க வேண்டும். ஒரு நல்ல கட்டமைப்பு, கட்டுரையை ஒழுங்கமைக்கவும், தெளிவாகவும் வைக்க உதவும். ஓர் ஆய்வுக் கட்டுரையில் அறிமுகம், ஆய்வு முறைகள், முடிவுகள், கலந்துரையாடல், முடிவுரை ஆகிய பிரிவுகள் இருக்க வேண்டும் என்பதை ஆய்வாளர்கள் கவனத்தில் கொள்ளுதல் வேண்டும். இந்தக் கட்டமைப்பே ஓர் ஆய்வினைச் செம்மையாக நடத்த வழிவகுக்கும்.

சென்னி செய்யறிவுக் கருவிமூலம் ஆய்வுக்கட்டுரையை மேம்படுத்துதல்

சென்னி செய்யறிவுக் கருவியைப் பயன்படுத்தி ஆய்வுக்கட்டுரையை எழுதி முடித்தபிறகு, அதை மேம்படுத்துவது அவசியம். அதிலும் குறிப்பாக அதில் தரப்பட்டுள்ள மேற்கோள்கள் சரியானவைதான என ஒப்புநோக்கிக் கொள்வது மிகத் தேவையான ஒன்றாகும்.

திருத்துதலும் சரிபார்த்தலும்

ஆய்வுக்கட்டுரையைத் திருத்துதல், சரிபார்த்தல் பிழைகளை நீக்கிச் சரியான ஆய்வினை முன்னிறுத்த வழிதரும். இலக்கணப் பிழைகள், எழுத்துப் பிழைகள், தொடரில் உள்ள தவறுகளைச் சரிபார்க்கவும் செய்தல் வேண்டும்.

விமர்சன மதிப்பாய்வு

சக ஆய்வாளர்கள் அல்லது நிபுணர்களிடமிருந்து விமர்சன மதிப்பீடுகளைப் பெறுவது உங்கள் கட்டுரையின் தரத்தை மேம்படுத்த இன்னும் உதவும். இந்தக் கருவியில் உருவாக்கப்படும் ஆய்வுக் கருத்து சரியானதே என்ற முடிவிற்கு வந்துவிடக் கூடாது. ஏனெனில் ஆங்கிலம் போன்ற இணைய வளங்கள் மிகுதியாக உள்ள மொழிமாதிரிகளை அடிப்படையாகக் கொண்டு இக்கருவி செயல்படுகின்றது என்பதைப் புரிந்துகொள்ள வேண்டும்.

5.6 மேற்கோள்கள், சான்றுகள்

ஆய்வுக்கட்டுரையில் மேற்கோள்கள், சான்றுகளைச் சேர்ப்பது அடுத்த முக்கியமான படியாகும். இதனை இக்கருவி செய்தாலும் நாம் தலைப்பினைத் தந்து ஆய்வுக் கட்டுரை எழுதினாலும் கவனத்துடன் செயல்பட வேண்டும். நம்மிடம் இருக்கும் கையாவணக் கோப்புகளைத் தந்தும் மேற்கோள் குறிப்புகளைச் சரியாகப் பதிவிடலாம். நாம் பதிவேற்றவேண்டிய கோப்பினைப் படம்–5, 6ன் மூலம் அறியலாம்.

சென்னி செய்யறிவுக் கருவி பயன்பாட்டில் உள்ள சிக்கல்கள்

சென்னி செய்யறிவுக் கருவி போன்ற கருவிகள் பல நன்மைகளை வழங்கினாலும், அவற்றைப் பயன்படுத்துவதில் சில சிக்கல்களும் உள்ளன. தவறான நேர்மறை அல்லது எதிர்மறை முடிவுகளை உருவாக்கும் திறன் கொண்ட செய்யறிவுக் கருவி அடிப்படையிலான சோதனைக் கருவிகளின் துல்லியம் குறித்த

கவலைகள் உள்ளன (Ricca et al., 2025). செய்யறிவுக் கருவிகள் இன்னும் முழுமையாக வளர்ச்சியடையாத நிலையில், அவை வழங்கும் தகவல்களின் நம்பகத்தன்மை குறித்து ஐயம் உள்ளது. இவற்றுள் தரவுப் பாதுகாப்பு, வெளிப்படைத்தன்மை, பாரபட்சம் குறைப்பு ஆகியவை முக்கியமானவை (Patil et al., 2024). செய்யறிவுக் கருவிகளின் செயல்திறன், பயிற்சித் தரவுகளின் தரம், வழிமுறைகள், மூல ஆவணங்களின் சிக்கலான தன்மை, கட்டளைகளின் (ப்ராம்ட்களின்) துல்லியம் போன்ற காரணிகளைப் பொறுத்தது.

ஆய்வு முடிபும் எதிர்காலப் பயன்பாட்டாய்வும்

சென்னி செய்யறிவுக் கருவிமூலம் தமிழில் ஆய்வுக்கட்டுரை எழுதுவது ஒரு பயனுள்ள, முறையாகும் (Divyaroobasharma, 2021). இது தரமான உள்ளடக்கத்தை உருவாக்கவும், நேரத்தை மிச்சப்படுத்தவும், மொழி தடைகளைத் தகர்க்கவும் உதவுகிறது. இந்த வழிகாட்டுதல்களைப் பின்பற்றுவதன் மூலம், நீங்கள் சென்னி செய்யறிவுக் கருவியைப் பயன்படுத்தி சிறந்த ஆய்வுக்கட்டுரைகளை எழுதலாம் (Zhao et al., 2023). இக்கருவிகள் தரவுகளைப் பகுப்பாய்வு செய்து, மனிதர்களின் நேரத்தை மிச்சப்படுத்துகின்றன (Davoudi et al., 2019; Rashid & Kausik, 2024). மருத்துவர்கள் நிர்வாகப் பணிகளில் செலவிடும் நேரத்தைக் குறைத்து, நோயாளிகளுடன் அதிக நேரம் செலவிட முடியும் என்று ஒரு ஆய்வில் கூறப்பட்டுள்ளது (Jotterand & Bosco, 2020). இத்தகைய கருவிகள் ஒரு குறிப்பிட்ட சூழ்நிலையில் உள்ள தரவுகளின் அடிப்படையில் எடுக்கப்படும் முடிவுகளின் தரத்தை மேம்படுத்த முடியும் (Joshi et al., 2013). எனவே, இக்கருவி எதிர்காலத் தமிழ் ஆய்விற்கு ஒரு முக்கியமான கருவியாக இருந்தாலும், பயனருக்கு ஒரு நாளைக்கு வார்த்தைகளின் நீளம் 200 என வரையறை செய்திருப்பதும் மாதம் தொகை செலுத்திக் கட்டுரை எழுதுவதற்கான வழிமுறை தந்திருப்பதும் கவனிக்கத் தக்கது.

இந்தப் பயன்களோடு சென்னி செய்யறிவுக் கருவியைப் பயன்படுத்திப் புதிதாக ஆய்வுசெய்ய விரும்புவோர் கற்றல் நிலையில் ஆய்வுப் பார்வையை மேம்படுத்திக்கொள்ள இக்கருவி ஓர் ஆசானாகச் செயல்படும் என்பதில் மாற்றுக்கருத்து இருக்க வாய்ப்பில்லை. இருப்பினும் எதிர்காலத்தில் இந்தக் கருவியைப் பயன்படுத்துவதில் இன்னும் இலகுவான சூழல் வரவேண்டும் என்றால் தமிழ் ஆய்வுகளைச் செய்யும்பொழுது வருகின்ற துல்லியத்தன்மைக் குறைபாட்டைப் போக்குவதற்கான ஆய்வுகளைச் செய்யலாம்.

சென்னி செய்யறிவுக் கருவி கட்டற்ற உரிமத்தில் (jenni–ai., 2025) வெளியிடப் பெற்றுள்ளதால் தமிழுக்குத் தேவையான மேம்பாடு செய்யலாம். அவ்வாறு செய்யும்பொழுது தமிழ் ஆய்வுக்கட்டுரைகள் திறன் இன்னும் மேம்படும்.

துணைநின்றவை

1. Ateriya, N., Sonwani, N., Thakur, K. et al. (2025). Exploring the ethical landscape of AI in academic writing. Egypt J Forensic Sci, 15, 36. https://doi.org/10.1186/s41935-025-00453-1
2. Ailyn, Diana. (2024). AI-powered Fraud Detection and Risk Management in the Cloud.
3. AlAfnan, M. A. (2025). Technical Report Writing Efficiency Using AI-Powered Tools: Opportunities, Challenges, and Future Directions.
4. Bhagat, Miss & Wankhede, Miss & Kopawar, Mr & Sananse, Prof. (2024). Artificial Intelligence in Healthcare: A Review. International Journal of Scientific Research in Science, Engineering and Technology, 11, 133-138. 10.32628/IJSRSET24114107.
5. Chiu, T. K. F., Xia, Q., Zhou, X., Chai, C. S., & Cheng, M. (n.d.). Systematic literature review on opportunities, challenges, and future research recommendations of artificial intelligence in education. Computers and Education: Artificial Intelligence.
6. F. Ricca, B. García, M. Nass and M. Harman, "Next-Generation Software Testing: AI-Powered Test Automation," in IEEE Software, vol. 42, no. 4, pp. 25-33, July-Aug. 2025, doi: 10.1109/MS.2025.3559194.
7. Geng, M., Chen, C., Wu, Y., Chen, D., Wan, Y., & Zhou, P. (2024). The impact of large language models in academia: from writing to speaking. arXiv preprint arXiv:2409.13686.
8. Javaid, Mohd & Haleem, Abid & Singh, Ravi & Suman, Rajiv. (2021). Artificial Intelligence Applications for Industry 4.0: A Literature-Based Study. Journal of Industrial Integration and Management, 07, 1-29. 10.1142/S2424862221300040.
9. jenni-ai. (2025, July 22). jenni-ai. GitHub. https://github.com/jenni-ai
10. Jotterand, F., & Bosco, C. (2020). Keeping the "Human in the Loop" in the Age of Artificial Intelligence: Accompanying commentary for "Correcting the Brain?" by Rainey and Erden. Science and Engineering Ethics, 26(5), 2455-2460. https://doi.org/10.1007/s11948-020-00241-1
11. Kalyani, Aditi & Sajja, Priti. (2015). A Review of Machine Translation Systems in India and different Translation Evaluation Methodologies. International Journal of Computer Applications, 121, 16-23. 10.5120/21840-4917.
12. Katragadda, Vamsi. (2024). Measuring ROI of AI Implementations in Customer Support: A Data-Driven Approach. Journal of Artificial Intelligence General science (JAIGS) ISSN:3006-4023, 5, 133-140. 10.60087/jaigs.v5i1.182.
13. Lloyd, Kirsten. (2018). Bias Amplification in Artificial Intelligence Systems. 10.48550/arXiv.1809.07842.
14. Patil, A., Singh, N., Patwekar, M., Patwekar, F., Patil, A., Gupta, J. K., Elumalai, S., Priya, N. S., & sahithi, A. (2025). AI-driven insights into the microbiota: Figuring out the mysterious world of the gut. Intelligent Pharmacy, 3(1), 46-52. https://doi.org/10.1016/j.ipha.2024.08.003
15. Perceptions of Students and Faculty on the Use of AI in Academic Writing. (n.d.).
16. P, Divyaroobasharma. (2021). The Raise of Tamilisai by Thevara Moover. International Research Journal of Tamil, 3, 98-101. 10.34256/irjt21s219.
17. Qian, Jin & Chen, Jiaxi & Zhao, Shuming. (2025). "Remaining Vigilant" While "Enjoying Prosperity": How Artificial Intelligence Usage Impacts Employees' Innovative Behavior and Proactive Skill Development. Behavioral Sciences, 15, 465. 10.3390/bs15040465.
18. R.VALLI,. (2021). TIRUMANTIRATTIL UPATĒCAM [PREACHINGS IN THIRUMANDIRAM]. Muallim Journal of Social Science and Humanities, 143-149. 10.33306/mjssh/170.
19. Ramesh, A. (2022). A Meta-Grammatical View of the "Linguistic Nature" of Bharthi's Poetry. International Research Journal of Tamil, 4, 120-127. 10.34256/irjt224s1117.
20. Rashid, Adib & Kausik, Ashfakul. (2024). AI Revolutionizing Industries Worldwide: A Comprehensive Overview of Its Diverse Applications. Hybrid Advances, 7, 100277. 10.1016/j.hybadv.2024.100277.
21. Rashid, A.B. and Kausik, M.A.K. (2024) AI Revolutionizing Industries Worldwide: A Comprehensive Overview of Its Diverse Applications. Hybrid Advances, 7, Article 100277. https://doi.org/10.1016/j.hybadv.2024.100277
22. Sani, Ijaz & Abbas, Nadeem. (2025). The Impact of AI on Financial Risk Management: Fraud Detection and Cybersecurity in Finance. 10.13140/RG.2.2.12250.86723.
23. S, Elakiya. (2022). Genealogical grammar development and text formatting in Tamil society. International Research Journal of Tamil, 4, 194-199. 10.34256/irjt22s231.
24. Shubham, Shubham & Dhamiwal, Anjali. (2024). Artificial Intelligence in Financial Services.

25. Tokdemir Demirel , E. (2024). The Use and Perceptions Towards AI Tools For Academic Writing Among University Students. Innovations in Language Teaching Journal, 1(1), 1–20. https://doi.org/10.53463/innovltej.20240328
26. Zhao, L., Walkowiak, S., & Fernando, W. G. D. (2023). Artificial Intelligence: A Promising Tool in Exploring the Phytomicrobiome in Managing Disease and Promoting Plant Health. Plants, 12(9), 1852. https://doi.org/10.3390/plants12091852
27. The use of Jenni AI tool in writing Tamil research papers [Video]. YouTube. https://www.youtube.com/live/8_-0MDt8404?feature=shared
28. AI tool for writing research papers | PhD students software | Tamil [Video]. YouTube. https://youtu.be/r3JRPzxBcOY?feature=shared
29. Tirumantiratil Upatēcam [Preachings in Thirumandiram]. Muallim Journal of Social Science and Humanities, 143–149. https://doi.org/10.33306/mjssh/170
30. How to use AI tool Jenni for research paper writing: Step-by-step process explained [Video]. YouTube. https://www.youtube.com/watch?v=UZvoG66lsGs
31. Artificial Intelligence in Healthcare: A Review (Bhagat, at el., 2024),
32. The Role of Artificial Intelligence in financial Services: A Review (Shubham, Shubham & Dhamiwal, Anjali., 2024),
33. AI-powered Fraud Detection and Risk Management in the Cloud (Ailyn, Diana., 2024),
34. The Impact of AI on Financial Risk Management: Fraud Detection and Cybersecurity in Finance (Sani, Ijaz & Abbas, Nadeem., 2025),
35. Artificial Intelligence Applications for Industry 4.0: A Literature-Based Study (Javaid, Mohd at el., 2021)

9. ChatGPTக்கு மாற்றாக முன்னணி செயற்கை அறிவுத் தொழில்நுட்பங்கள்

முனைவர் சே.பிரேமா,
உதவிப்பேராசிரியர், தமிழ்த்துறை,
பிஎஸ்ஜிஆர் கிருஷ்ணம்மாள் மகளிர் கல்லூரி, கோவை-04
7373542760,
prema@psgrkcw.ac.in

Abstract

Just as English is a universal language, when many people travel overseas for work, it is a unique pleasure to be able to use and record their native language according to their needs. India itself is a unique country divided by language. Therefore, if the use of language is not used, the name of that country is likely to disappear from the list of countries. To prevent this from happening, the role of language in the needs of use is essential. If language disappears, it will become incomplete, like a lifeless body. Therefore, it is essential that language have an impact on the discussions that are used for each unique application and need, whether by computer or people.

Intelligent tools that deliver messages in the native language based on such translation are now becoming increasingly popular. Based on this, this research article titled Alternative Tools AI for Chat GPT is based on the above-mentioned impact.

Keywords

ChatGPT actions, tools performance, price rating, truthfulness of opinions

ஆய்வுச் சுருக்கம்

உலகளாவிய மொழியாக ஆங்கிலம் இருப்பது போல, மக்களில் பலரும் கடல் கடந்து தொழில் நிமித்தமாக செல்லும்போது அவரவர், தன் தேவைகளுக்கேற்ப தாய்மொழியைப் பயன்படுத்தவும், பதிவு செய்யவும் முடிந்தால் அதன் தனிச்சிறப்பு அலாதியான இன்பம் தரக்கூடியதாகும். இந்திய தேசமே மொழி வாரியாக பிரிக்கப்பட்ட தனிச்சிறப்புடையது. ஆக, மொழிகளின் பயன்பாடு இல்லாது போனால் அத்தேசத்தின் பெயரே நாட்டின் பட்டியலில் இருந்து இல்லாது போக வாய்ப்புள்ளது. இந்நிலை வராமல் காக்க வேண்டுமெனில் பயன்பாட்டின் தேவைகளில் மொழியின் பங்கு அவசியமான ஒன்று.(Association for Conversation of Hong Kong Indigenous Languages Online Dictionary,2015) மொழி மறைந்து போனால் உயிர் இல்லாத உடல் போன்று முழுமையற்ற நிலை ஏற்பட்டு விடும். ஆதலால் கணினி மூலமோ அல்லது மக்களோ, தனித்துவமான ஒவ்வொரு பயன்பாட்டிற்கும் தேவைகளுக்கும் பயன்படுத்தப்படும் கலந்துரையாடல்களில் மொழிகளின் தாக்கம் அமைந்திருத்தல் உன்னதமானது.

அத்தகு மொழிபெயர்ப்பின் அடிப்படையில் செய்திகளைத், தாய்மொழியில் தரும் நுண்ணறிவுக் கருவிகள் இன்றளவில் பெருமளவில் வந்து கொண்டிருக்கின்றன. அதன் அடிப்படையில் ChatGPT பதிலாக மாற்றுக் கருவிகள் AI என்னும் தலைப்பில் இவ்வாய்வுக் கட்டுரை அமைந்திருப்பது மேற்குறிப்பிட்ட தாக்கத்தை குறித்தே அமைந்துள்ளது.

திறவுச்சொற்கள்

ChatGPT செயல்கள், கருவிகளின் செயல்திறன், விலை மதிப்பீடு, கருத்துக்களின் உண்மைத்தன்மை.

முன்னுரை

பல நுணுக்கமான செயல்திறன் கொண்ட கருவிகள் வருகையில் இருக்கும் இக்காலகட்டத்தில் நவீன செயற்கை நுண்ணறிவுச் செயலிகள் பலதரப்பட்ட பயன்பாடுகளில் தமக்கான பங்களிப்பினை நல்குகிறது. அறிவியல் வளர்ச்சி ஒரு புறம் இருக்க, அத்தகு வளர்ச்சி மொழியின் அடிப்படையில் வளர்ந்தால் முழுமையாக அனைவரையும் சென்றடையும். இல்லையெனில் உருவாக்கியவருடன் நின்று மறைந்துவிடும்.

மொழியின் பயன்பாட்டிலும் பல்துறை கலந்த செய்திகளைக் கொண்டு அறியும் திறன் மேலோங்கி இருத்தல் நலம் பயப்பதாகும். ஒருவர் உருவாக்கும் செயலிகள் அவரது தனித்திறன் புதைந்திருப்பது போன்று பல்வேறு மக்களால் பல நுணுக்கமான செயல் திறன் கொண்ட செயல்கள் வருகைதந்தால் பலதரப்பட்ட வகையில் செய்திகள் பெறவும் பகிரவும் இயலும். அத்தகு பான்மையில் ChatGPT பதிலாக மாற்று AI எனும் தலைப்பில் வெவ்வேறான நுண்ணறிவு திறன் கருவிகள் இருப்பதை ஆராய்வதே இந்த ஆய்வின் நோக்கமாகும்.

மொழியும் அறிவியலும்

தேவைகளே தேடலாகி ஆய்வு உருக்கொண்டு, பின் அறிவியல் அதனுடன் இணைந்து மனிதனின் தேவைக்கு வேண்டிய முறையில் சற்றோ அல்லது காலம் தாழ்த்தியோ கிடைத்து விடுகிறது. இதில் நன்மைகளும் உண்டு தீமைகளும் சில உண்டு. பயன்படுத்தும் நிலை கொண்டே நல்லது தீது கூற முடியும். உயிரும் உடலும் சேர்ந்தே பிறவி எடுத்து வாழ முடிகிறது. அதை போல் மொழியும் அறிவியலும் சேர்ந்தே அவற்றின் சிறப்பை பிறர் அறிய முடிகிறது.

"பிற நாட்டு நல்லறிஞர் சாத்திரங்கள்
தமிழ் மொழியில் மொழிபெயர்த்தல் வேண்டும்".
"சென்றிடுவீர் எட்டுத்திக்கும் கலைச்
செல்வங்கள் யாவும் கொணர்ந்திங்கு சேர்த்திடுவீர்"
(பாரதியார் பாடல் – 21, 22)

இவ்வரிகள் மொழிபெயர்ப்பின் முக்கியத்துவத்தினை குறிக்கின்றன. மேலும் பாரதியின் தொலைநோக்கு பார்வையும் அறிய முடிகிறது. இன்றளவில் மொழி, கலைகள், அறிவியல், தொழில்நுட்பம் என்று பல துறைகளில் அதற்குண்டான சிறப்பிடமானது அறிவியல் முனைப்புடன் இணக்கம் பெற்று வளர்வதையும் காணமுடிகிறது.

தேவையான அணுகுமுறைகளை ஆராயும் போது அதற்குச்சமமான காரணிகளில் கவனம் கொள்ள வேண்டியுள்ளது, அவை பின்வருமாறு,

- நீங்கள் எழுத்து உதவி, குறியீட்டு உதவி, ஆராய்ச்சி கருவிகள் அல்லது வேறு ஏதாவது தேடுகிறீர்களா? என்கிற குறிப்பிட்ட தேவைகள்.
- இடைமுகம் எவ்வளவு உள்ளுணர்வுடன் உள்ளது மற்றும் தொடங்குவது எவ்வளவு எளிது? என்கிற எளிதான பயன்பாடுகளின் தன்மை.
- தேவையான குறிப்பிட்ட அம்சங்களை மற்றும் செயல்பாடுகள் வழங்குகிறதா?
- இலவச விருப்பங்கள் உள்ளதா, அல்லது உங்களுக்கு கட்டணத் திட்டம் தேவையா? என்கிற வசதிகள். (அ. சீனிவாசன்,1999)

ChatGPT-க்கு பதிலாக பல சிறந்த மாற்றுகள் உள்ளன, அவை ஒத்த அல்லது அதனினும் சிறப்பான செயல்பாடுகளை வழங்குகின்றன. அவை கீழே பட்டியலிடப்பட்டுள்ளன.

Claude (கிளாட்)

நீண்ட கால உள்ளடக்க உருவாக்கம் மற்றும் எழுத்திற்கு உற்ற மொழிமாதிரி ஆகும். ஆந்த்ரோபிக் நிறுவனத்தால் உருவாக்கப்பட்ட கிளாட், அனைத்து AI – களும் ஏன் இந்த வழியில் வேலை செய்யவில்லை என்று சிந்திக்க வைக்கும் அரிய கருவிகளில் ஒன்றாகும். பயனர் வேண்டும் செய்திகளின் சார்புடைய அல்லது தவறான கருத்துகள் வெளியிடுவதனைக் குறைக்கிறது. கல்வி, சுகாதாரம் சார்ந்த பயனர்களின் தேவைகளை நிறைவு செய்கிறது. (Horgan, John, 2016) மேலும் நுணுக்கமான முறையில் செய்திகளைப் பகிர்கிறது. சிக்கலான அல்லது தந்திரமான உள்ளீடுகளைத் துல்லியத்துடன் வெளிப்படுத்துகிறது.

பயன்பாடுகள் ஒருபுறம் இருக்க குறைபாடுகளும் இருக்கத்தானே செய்கிறது. சில அம்சங்கள் இல்லை: இது செருகுநிரல்கள், பட உருவாக்கம் அல்லது நிகழ்நேர இணைய அணுகலை ஆதரிக்காது. ChatGPT உடன் ஒப்பிடும்போது, கிளாட் தளங்களில் பரவலாக ஒருங்கிணைக்கப்படவில்லை, அவை கட்டுப்படுத்தப்பட்டதாக உணரலாம்.

கிளாட் விலை விபரம்: குறிப்பிட்ட நாட்கள் இலவசத்திட்டம் கிடைக்கிறது. ஒரு நபருக்கு மாதம் $20, குழு பயனர்களுக்கு மாதம் $25 என தொகை மாதக்கணக்கிலும் ஆண்டுதோறும் கட்டணம் வசூலிக்கப்படுகிறது. (Claude AI, 2025)

Meta AI:

சமூகத்தை மையமாகக் கொண்டது. இது உரையாடல் AI திறன்களை பட உருவாக்கம் போன்ற படைப்புக் கருவிகளுடன் இணைத்து, சாதாரண பயனர்களுக்கு பல்துறை உதவியாளராக அமைகிறது. இன்ஸ்டாகிராம், வாட்ஸ்அப் மற்றும் மெசஞ்சர் போன்ற தளங்களில் ஒருங்கிணைக்கப்பட்ட மெட்டா AI, ChatGPTக்கு அணுகக்கூடிய மற்றும் திறமையான மாற்றாகும்(Meta Ai,2025). மெட்டா AI என்பது பல பிரபலமான சமூக ஊடக தளங்களில் ஒருங்கிணைக்கப்பட்ட ஒரு விரிவான கருவியாக நிற்கிறது, அனிமேஷன் செய்யப்பட்ட பட உருவாக்கம் மற்றும் மனிதனைப் போன்ற பதில்கள் போன்ற தனித்துவமான அம்சங்களை வழங்குகிறது. இதற்கான தனி விலை நிலவரம் கேட்கப்படுவதில்லை.

Perplexity AI

உயராய்வு நிலைக்கு ஏற்றது. துல்லியமான மற்றும் மேற்கோள்களை வழங்குதல் போன்ற அணுகு முறைகளுக்கு சிறப்பானது. பல AI தளங்களைப் போலல்லாமல், Perplexity முன் பயிற்சி பெற்ற தரவை மட்டும் நம்பியிருக்காது. ஒவ்வொரு பதிலும் மேற்கோள்களுடன் வருகிறது. இது தரவின் துல்லியத்தை சரிபார்க்க எளிதாக்குகிறது. உண்மைச் சரிபார்ப்பு, ஆராய்ச்சி அல்லது தற்போதைய நிகழ்வுகளைப் பற்றி புதுப்பித்த நிலையில் இருப்பது போன்ற பணிகளுக்கு, Perplexity முக்கியத்துவமாக இருந்து வருகிறது. (Peluso, Olivia நம்பகத்தன்மையற்ற ஆதாரங்களைத் தேடாமல் வணிகம் அல்லது தனிப்பட்ட ஆராய்ச்சிக்கு நம்பகமான, நிகழ்நேர நுண்ணறிவு தேவைப்படும்போது இது மிகவும் பயனுள்ளதாக இருக்கும். அடிப்படையான தேடல்களுக்கு இலவசமாகவும், உயர்தர தேடல்களுக்கு $20 (மாதம்/வருடம்)என்ற அளவில் விலை நிற்வகிக்கப்பட்டுள்ளது.

Google Gemini (formerly Bard)

ஜெமினி தனித்துவமான திறன்களை வழங்குகிறது. அதிலும் கூகிள் வசதிகளின் பயன்பாட்டியல் அடிப்படையில் முக்கியத்துவம் பெருகிறது. இதன் பயன்பாடு வேகமானது. உற்பத்தித்திறனுக்காக இயக்கப்படுவதுடன் பல்துறைத் திறன் பெற்றது. GPT – 4 மற்றும் Claude 3.5 போன்ற AI நுண்செயலிகளுடன் ஒப்பிடும்போது, செய்திகளுக்கான உரை விளக்கம், படம், தரவு பகுப்பாய்வு செய்தல் மற்றும் ஒருங்கிணைந்து செயலாற்றுதல் ஆகிய பணிகளுக்கு ஏற்றதாக உள்ளது. பணி வேளையில் கூகிள் டாக்ஸில் ஒரு குறிப்பிட்ட வரைபடத்தை வரைந்தாலும், அல்லது கூகிள் சீட்களில் பகுப்பாய்வு செய்தாலும் ஜெமினியின் தரவு பதில்கள் பணிக்கான அமைவு முறையில் கிடைக்கின்றன. (Google Gemini.2025) பயனாளர்களின் நேரத்தை மிச்சப்படுத்தவும் செய்கிறது.

கூகிள் டாக்ஸ், தாள்கள் மற்றும் டிரைவ் போன்ற கருவிகளுடன் துள்ளியமாக ஒருங்கிணைக்கப்பட்ட இச்செயலி திறனுடன் செயலாற்றுகிறது. மேலும் வலையொளி இணைப்பு மற்றும் காணொளிகளை உள்ளிடவும் முடியும். டிரைவ் கோப்புகளுடன் அரட்டை அடிக்கும் திறன் ஆகியவை இதன் முக்கியத்துவத்துடன் சேர்கின்றன. (Google Gemini.2025)

பயன்பாடுகள் ஒருபுறம் இருக்க குறைபாடுகளும் இருக்கத்தானே செய்கிறது. இதன் அணுகுமுறை ChatGPT போன்று பரந்ததாக இல்லை, இது சில நேரங்களில் வெறுமையாக இருக்கலாம். கூகிள் டாக்ஸ் பணியாற்றல் தெரியாமல் இருந்தால், இதனை பயன்படுத்துவது சற்று உளச்சோர்வு ஏற்படலாம். இலவசமாக அடிப்படை பணிகளுக்கு ஏற்றது. கூகிள் பயனர்களுக்கு கிடைக்கிறது. முறைப்படியான ஆராய்ச்சிகள் மற்றும் மேம்படுத்தப்பட்ட AI திறன்கள் போன்ற பிரீமியம் அம்சங்களை இரண்டு மாத இலவச சோதனையுடன் வழங்குகிறது. மற்றபடி மாதம் $19.99 கட்டணம் செலுத்த வேண்டியது இருக்கும்.

XI

X ஐகான் சேஞ்சர் பயனர்கள் தங்கள் ஆண்ட்ராய்டு சாதனங்களில் பயன்பாட்டு ஐகான்களைத் தனிப்பயனாக்க அனுமதிக்கிறது, அதே நேரத்தில் ஐயோனிகான்ஸ் என்பது வலை மற்றும் மொபைல் பயன்பாட்டு மேம்பாட்டில் பெரும்பாலும் பயன்படுத்தப்படும் ஒரு இலவச ஐகான் நூலகமாகும்(X Ai, 2025).பொதுமக்களுக்கு விற்கப்பாடாத விலை நிலவரம் கொண்டது.

Microsoft Copilot

மைக்ரோசாஃப்ட் பயனர்களுக்கு சிறந்தது. வேர்டு, எக்செல் மர்றும் குழுக்களுடன் ஒருங்கிணைப்பை வழங்குகிறது. இந்நிறுவனத்தின் தயாரிப்புகள் மற்றும் தளங்களுக்குள் Copilot AI உதவியாளரை அணுகவும் செயல்படுத்தவும் முதன்மையாகப் பயன்படுத்தப்படுத்துகிறது. ஆவண உருவாக்கம், தகவல் மீட்டெடுப்பு மற்றும் தகவல் தொடர்பு உதவி போன்ற பணிகளுக்கு AI இன் திறன்களுடன் ஈடுபட இது ஒரு பயனர் நட்பு வழியை வழங்குகிறது. பயனருக்கு மாதம் $30 என்ற அளவில் கட்டணம் செலுத்த வேண்டும்.

இவைமட்டுமல்லாது பின்வரும் AI பயன்பாடுகளும் ChatGPT–க்கு பதிலாக பயன்படுத்தலாம். இவற்றிலும் மொழிபெயர்ப்பு அடிப்படையில் எத்துறையிலும் பயன்படுத்துவதும் பயன்பெறுவதும் சிறப்பான அம்சமாகும்.

Elicit, Hugging Chat, X AI , Character.AI, X Grok AI, Ask AI, Open Ai Playground, Pi,

Your Personal AI Assistant, Poe, Repika, Ms Supernova, Superhuman AI, Jasper AI, Writesonic (Chatsonic), Amazon CodeWhisperer, GitHub Copilot, Pi (Inflection AI)

துணை நூற்பட்டியல்

1. அ. சீனிவாசன் - பாரதப்பண்பாட்டு தளத்தில் பாரதி - சீனிவாசன் பதிப்பகம், சாலிகிராமம் சென்னை - 600093 , முதற்பதிப்பு 1999.
2. "OpenAI, Inc". OpenCorporates. December 8, 2015. Archived from the original on August 28, 2023. Retrieved August 2, 2023.
3. Horgan, John (April 27, 2016). "Claude Shannon: Tinkerer, Prankster, and Father of Information Theory". IEEE Spectrum. Retrieved September 28, 2023.
4. Peterson-Withorn, Chase; Berg, Madeline (May 29, 2020). "Inside Kylie Jenner's Web Of Lies-And Why She's No Longer A Billionaire". Forbes. Archived from the original on May 29, 2020. Retrieved May 29, 2020.
5. Peluso, Olivia (2025-03-12). "Who Is Aravind Srinivas, the Founder and CEO Behind $9B Perplexity AI?". Observer. Retrieved 2025-05-10.
6. "Try the latest Gemini 2.5 Pro before general availability". Google Gemini. Retrieved July 2, 2025.
7. "Association for Conversation of Hong Kong Indigenous Languages Online Dictionary". hkilang.org. 1 July 2015. Archived from the original on 1 July 2015. Retrieved 12 September 2019.
8. "Microsoft Copilot". Microsoft Apps. Retrieved August 1, 2025.
9. https://claude.ai/new
10. https://www.meta.ai/
11. https://x.ai/

10. தமிழியல் ஆய்வுகளை மேம்படுத்த உதவும் செயற்கை நுண்ணறிவு

முனைவர் இரா. அருணா
ஆய்வாளர், எழுத்தாளர்
செயற்குழு உறுப்பினர்,தமிழ் இணையக்கழகம்,கோபிசெட்டிபாளையம்.
8870374019
arunatamil.tech@gmail.com

ஆய்வுச்சுருக்கம்

மனிதர்களின் அறிவை மேம்படுத்த உதவுவதே செயற்கை நுண்ணறிவு(AI). மனிதர்களை போல் சிந்திக்கவும், கற்றுக்கொள்ளவும், முடிவெடுக்கவும், பிரச்சனைகளைத் தீர்வுகாணவும் பயன்படுவது செயற்கை நுண்ணறிவு. ஆனால், மனிதர்களைப் போல் மன உணர்வுகளை உணர்ந்து கொள்ள தகுதியற்றது. மனிதர்களின் மன உணர்வுகளுக்கேற்ப கேட்கப்படும் கேள்விகளுக்கு ஏற்ற பதில்களை அளிப்பது செயற்கை நுண்ணறிவின் சிறப்பு. இச்செயற்கை நுண்ணறிவைப் பயன்படுத்தி உருவாக்கபடும் செயலிகள் தமிழியல் ஆய்வுகளை மேம்படுத்த உதவுகிறது என்பதை இக்கட்டுரையில் காண்போம்.

Abstract

Artificial Intelligence (AI) is a tool to improve human knowledge. Artificial intelligence is used to think, learn, make decisions, and solve problems like humans. However, it is not capable of understanding human emotions. The specialty of artificial intelligence is to provide appropriate answers to questions asked according to human emotions. In this article, we will see how applications developed using this artificial intelligence help improve Tamil studieகுறிப்புச்சொற்கள்

செயற்கை நுண்ணறிவு, செயலிகள், ஆவணங்கள், தரவுகள், ஆய்வுகள், கட்டுரைகள்.

I. முன்னுரை

ஆராய்ச்சியாளர்கள் துறைசார்ந்த ஆராய்ச்சி தொடர்பான ஆய்வுக்கட்டுரைகள், ஆதாரங்கள், தரவுகள், கோப்புகள் ஆகிய அனைத்தும் மிக நுட்பமாக ஓரளவு நம்பகத்தன்மையுடன் தேட உதவுவது செயற்கை நுண்ணறிவு செயலிகள் ஆகும். இச்செயற்கை நுண்ணறிவு செயலிகளை பயன்படுத்தி ஆய்வுக்கான தரவுகளை சேகரிப்பது பற்றி இவ்வாய்வுக் கட்டுரையில் விரிவாக இனி காணலாம். இக்கட்டுரையில் ஆய்வுக்குப் பயன்படுமு முக்கியமான ஐந்து செயலிகள் பற்றி தெளிவாக இங்கு ஆராயப்படுகிறது.

தமிழியல் ஆய்வுகளுக்கு உதவும் செயற்கை நுண்ணறிவு செயலிகள்

- https://www.researchrabbit.ai/

12. https://consensus.app/search/
13. https://www.google scholar.com/
14. https://www.paperdigest.org/review/
15. https://www.chatpdf.com/

செயற்கை நுண்ணறிவு செயலி – 1

https://www.researchrabbit.ai/

இந்த செயலியைப் பயன்படுத்தி ஆய்வாளர்க் கட்டுரைகளைச் சேகரிப்புகளில் சேர்த்து வைத்துக்கொள்ளலாம். ஆய்வாளர்கள் தேடுதம் குறிப்பிட்ட தலைப்பிற்கேட்ப புதிய கட்டுரைகளை பரிந்துரைகளை வழங்குகிறது. தலைப்பிற்கேற்ற தகவல்களைக் கொண்ட கட்டுரைகளை மட்டும் பரிந்துரைக்கு இச்செயலி எடுத்துக்காட்டுகிறது. இதனால், தேவையற்ற தகவல்கள் தவிர்க்கப்படுகிறது.

Researchrabbit – செயலியின் பயன்கள்

- தகவல்கள் சேகரிப்பு
    16. ஆய்வுகளை மேம்படுத்த தேவைபடும் தரவுகளை மட்டும் கொடுத்தல்
    17. கருத்துக்களை பகிர்ந்து கொள்ளுதல்
    18. ஆய்வுகளைப்பற்றி கருத்துக்களை ஊடாடும் காட்சிகளை பயன்படுத்தும் வசதி

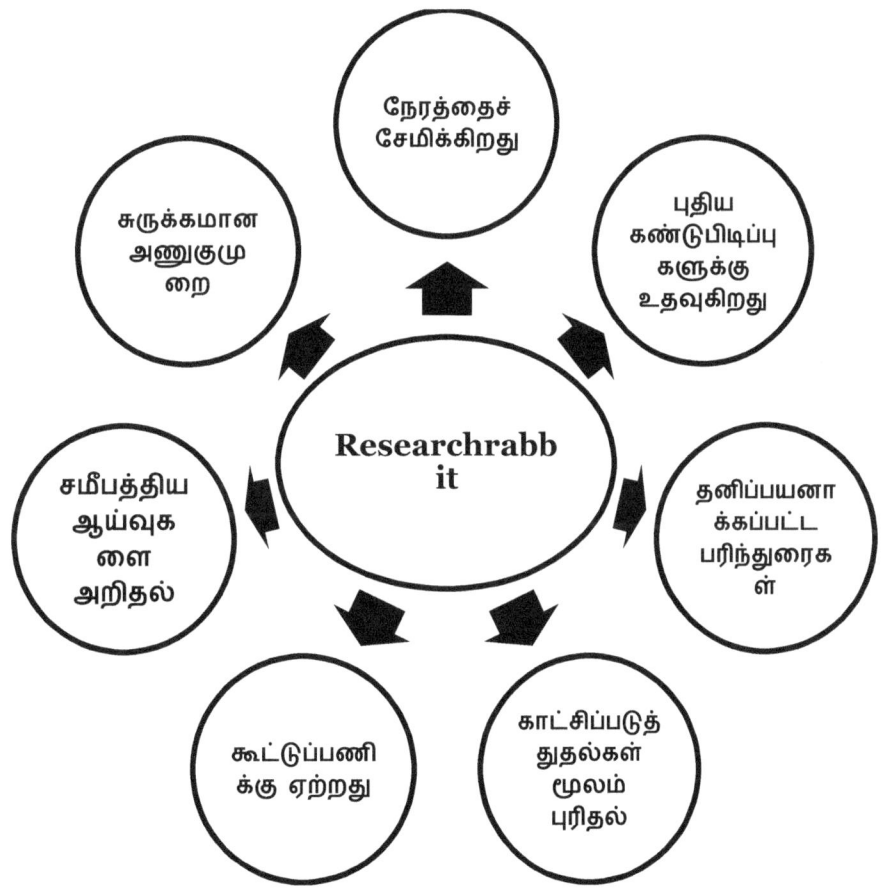

Researchrabbit செயலியை பயன்படுத்தும் முறை

1. Researchrabbit **செயலியில் கணக்கை உருவாக்குதல்**
2. **ஆய்வுக்குத் தொடர்புடைய ஆய்வுக்கட்டுரைகளை கண்டறிதல்**
3. **பிற ஆராய்ச்சியாளர்களின் ஆய்வுகளை கண்காணித்தல் மற்றும் புதிய தரவுகளை பெறுதல்**
4. **ஆய்வுக்கு தேவையான புதிய சேகரிப்பை சேர்த்தல்**

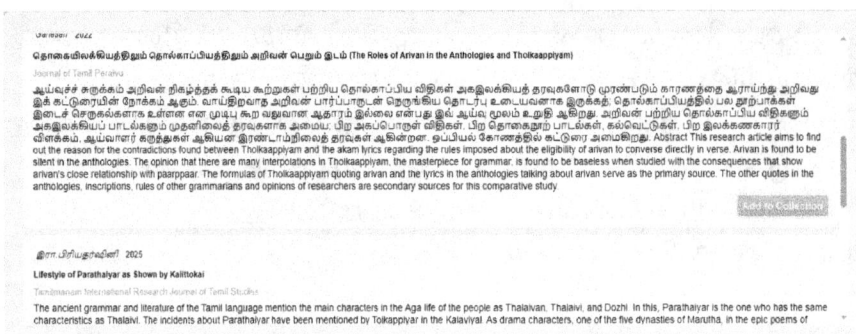

5. சேகரித்த தரவுகளை ஏற்றுமதி செய்தல்

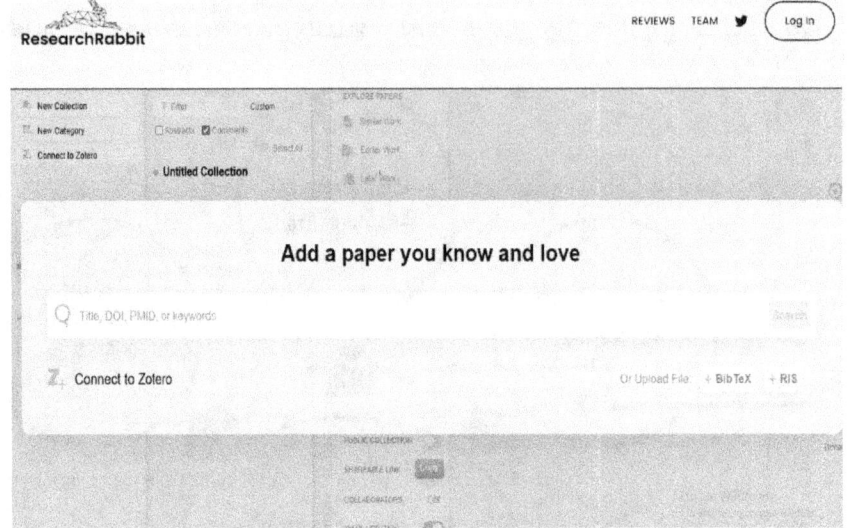

படம் 1 –Researchrabbit செயலியில் கணக்கை உருவாக்குதல்

படம் 2–ஆய்வுக்குத் தொடர்புடைய ஆய்வுக்கட்டுரைகளை கண்டறிதல்

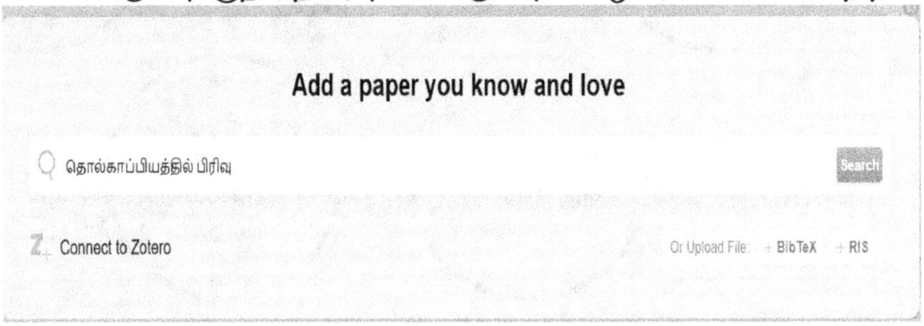

படம்3–பிற ஆராய்ச்சியாளர்களின் ஆய்வுகளை கண்காணித்தல் மற்றும் புதிய தரவுகளை பெறுதல்

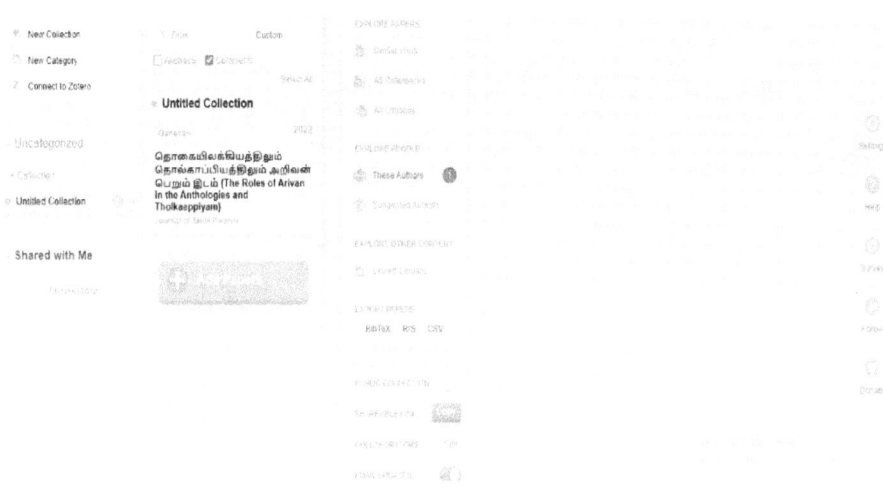

படம்5– ஆய்வுக்கு தேவையான புதிய சேகரிப்பை சேர்த்தல்

செயற்கை நுண்ணறிவு செயலி – 2

Consensus – https://consensus.app/search/

Consensus என்ற செயற்கை நுண்ணறிவு செயலி ஆய்வுக்கட்டுரைகளைச் சுருக்கவும், ஆய்வுத் தரவுகளை ஆய்வுக்கு ஏற்றவாறு வடிவமைப்பு செய்ய உதவுகிறது. மேலும், இச்செயலி பல துறைகளுக்குத்தேவையான ஆய்வுக்கேள்விகளுக்கு எடுத்துக்காட்டுகளை வழங்குகிறது.

Consensus செயலியின் பயன்கள்

- பிற ஆய்வுக்களின் ஆதாரங்களைக் கண்டறிதல்
- ஆய்வுக்கட்டுரைகளை சுருக்குதல்
- ஆய்வுக் கட்டுரையின் ஆய்வு வடிவமைப்பை மதிப்பிடுதல்
- பல்வேறு துறைசார்ந்த ஆராய்ச்சிக்கான தரவுகளை கண்டறிய உதவுகிறது.

படம் 1 – Consensus செயலியில் கணக்கை உருவாக்குதல்

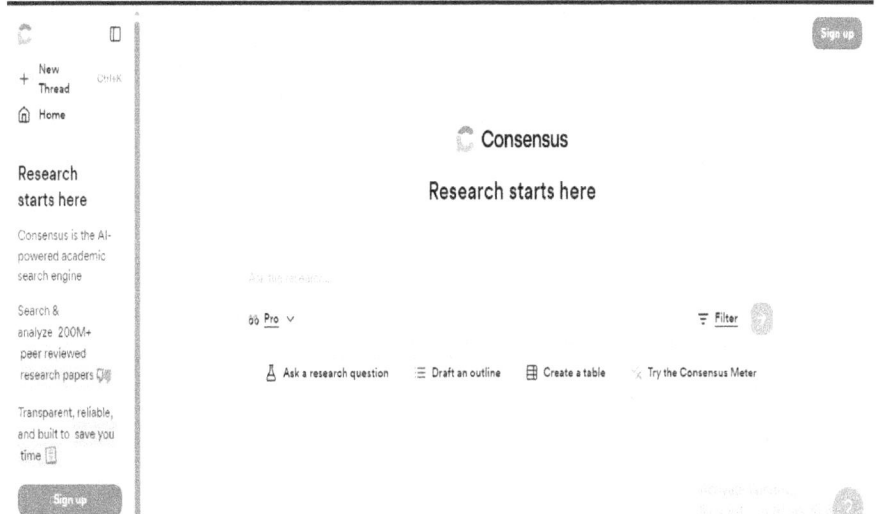

தொல்காப்பியத்தில் பிரிவு
1 query

தொல்காப்பியத்தில் பிரிவு
1 query

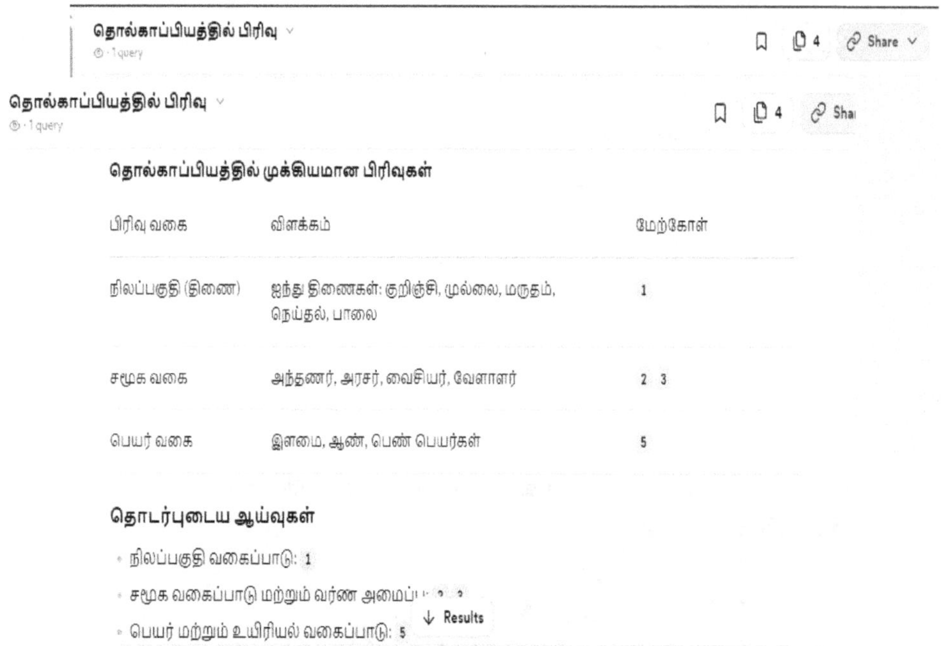

தொல்காப்பியத்தில் முக்கியமான பிரிவுகள்

பிரிவு வகை	விளக்கம்	மேற்கோள்
நிலப்பகுதி (திணை)	ஐந்து திணைகள்: குறிஞ்சி, முல்லை, மருதம், நெய்தல், பாலை	1
சமூக வகை	அந்தணர், அரசர், வைசியர், வேளாளர்	2 3
பெயர் வகை	இளமை, ஆண், பெண் பெயர்கள்	5

தொடர்புடைய ஆய்வுகள்

- நிலப்பகுதி வகைப்பாடு: 1
- சமூக வகைப்பாடு மற்றும் வர்ண அமைப்பு
- பெயர் மற்றும் உயிரியல் வகைப்பாடு: 5

படம் 2–ஆய்வுக்குத் தொடர்புடைய ஆய்வுக்கட்டுரைகளை கண்டறிதல்
படம்3–பிற ஆராய்ச்சியாளர்களின் ஆய்வுகளை கண்காணித்தல் மற்றும் புதிய தரவுகளை பெறுதல்

செயற்கை நுண்ணறிவு செயலி – 3

Google Scholar

Google Scholar என்ற செயலி ஆராய்ச்சி கட்டுரைகளைத் தேடுவதற்கான கூகிளின் இலவச செயலி ஆகும். மேலும், ஆய்வுக்கான மேற்கோள்களை கண்டறியவும் உதவுகிறது. இச்செயலியில் வெளியிடப்பட்டுள்ள ஆய்வுக்கட்டுரைகளின் ஆசிரியர்களின் சுய விவரங்களை காணமுடியும். எனவே, இது ஆய்வுக்குத் தேவையான ஒன்றாக அமைகிறது. இச்செயலியில் பல துறைகள் சார்ந்த நூல்களைக்கொண்ட நூலகங்கள் இணைக்கப்பட்டுள்ளது.

Google Scholar செயலியின் முக்கிய பயன்கள்

- விரைவான ஆய்வுத்தேடல்
- இலவச அணுகல்
- மேற்கோள் கண்டறிதல்
- ஆசிரியரின் சுயவிவரத்தை காணும் வசதி
- ஆய்வுக்குத்தேவையான கட்டுரைகளைக் கண்டறிதல்
- நூலக ஒருங்கிணைப்பு

செயற்கை நுண்ணறிவு செயலி – 4

Paper Digest – Quick analysis – https://www.paperdigest.org/review/

Paper Digest என்ற செயலி பல்வேறு தலைப்புகளில் முக்கியமான ஆய்வுக் கட்டுரைகளை மதிப்பாய்வு செய்ய உதவுகிறது.

முக்கிய அம்சங்கள்

- இலக்கியங்கள் உருவான காலம் வாரியாக ஆய்வுகளை வரிகைப்படுப்பட்டுள்ளது.
- காப்புரிமைக்கு உட்பட்ட ஆய்வுகளை தேர்ந்தெடுத்து வரிசைப்படுத்தியுள்ளது.
- ஆய்வுக்கான ஆவணங்களை படிக்கவும் திருத்தி அமைக்கவும் ஏற்றது.
- ஆழமான ஆராய்ச்சிக்கு உதவுகிறது.
- நேரத்தை சேமிக்க உதவகிறது.
- பன்முகத்தேடலுக்கு ஏதுவாக அமைகிறது.

செயற்கை நுண்ணறிவு செயலி – 5

Chat PDF – To understand Research Paper – https://www.chatpdf.com/

Chat PDF என்ற செய்ற்கை நுண்ணறிவு செயலி PDF ஆவணங்களுடன் உரையாட அனுமதிக்கிறது. இச்செயலி PDF–காக சிறப்பாக வடிவமைக்கப்பட்டுள்ளது. PDF ஆவணங்களை உள்ளீடகக் கொடுத்து கேள்விகளுக்கான பதில்களைப்பெற ஏதுவாக அமைந்துள்ளது. PDF ஆவணங்களை உள்ளீடக்கொடுத்து சுருக்கமாக பெற வசதியும் உள்ளது.

ஒரே நேரத்தில் பல PDF ஆவணங்களுடன் உரையாடும் வசதி உள்ளது. PDF ஆவணத்திற்கேட்ப மேற்கோள் ஆதாரக் குறிப்புகளை வழங்குகிறது. ஆய்வுக்குத் தேவையான மொழிகளில் செயல்படும் செயலியாக உள்ளது.

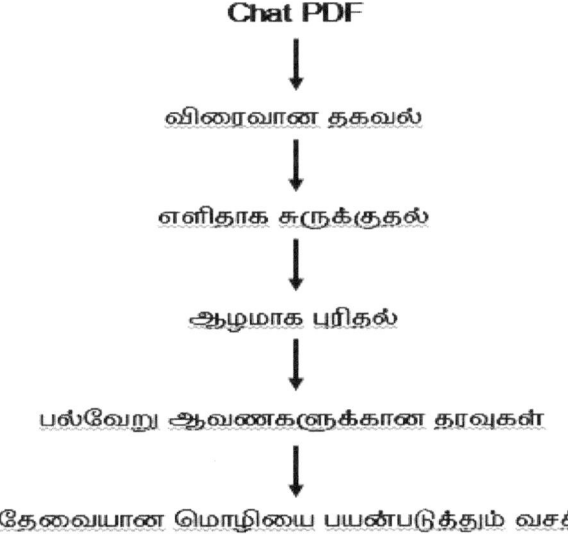

Chat PDF

↓

விரைவான தகவல்

↓

எளிதாக சுருக்குதல்

↓

ஆழமாக புரிதல்

↓

பல்வேறு ஆவணகளுக்கான தரவுகள்

↓

தேவையான மொழியை பயன்படுத்தும் வசதி

முடிவுரை:

ஆராய்ச்சியாளர்கள் துறைசார்ந்த ஆராய்ச்சி தொடர்பான ஆய்வுக்கட்டுரைகள், ஆதாரங்கள், தரவுகள், கோப்புகள் ஆகிய அனைத்தும் மிக நுட்பமாக ஓரளவு நம்பகத்தன்மையுடன் தேட உதவுவது செயற்கை நுண்ணறிவு செயலிகள் ஆகும்.

இச்செயற்கை நுண்ணறிவு செயலிகளை பயன்படுத்தி ஆய்வுக்கான தரவுகளை சேகரிப்பது பற்றி இவ்வாய்வுக் கட்டுரையில் விரிவாக விளக்கப்பட்டுள்ளது. இக்கட்டுரையில் ஆய்வுக்குப் பயன்படும் முக்கியமான ஐந்து செயலிகள் பற்றி தெளிவாக தக்க படங்கள் கொண்டு இங்கு விளக்கப்பட்டுள்ளது.

ஆய்வுக்குத் துணை கொண்டவை:

1. செயற்கை நுண்ணறிவு பற்றிய ஓர் அறிமுகம்(மாணவர்களுக்கானது) – ப.முகுந்தன் – வைகாசி,2025 – சிருஷ்டி,207 B,ரத்தோட்டை வீதி, மாத்தளை.
2. ஆய்வுக்கு பயன்படுத்தப்பட்ட செயலிகள்
3. https://www.researchrabbit.ai/
4. https://consensus.app/search/
5. https://www.google scholar.com/
6. https://www.paperdigest.org/review/
7. https://www.chatpdf.com/
8. Chat GPT
9. Gemini
10. Canva

11. தமிழ்மொழியில் செயற்கை நுண்ணறிவுச் செயலிகளின் பயன்பாடுகளும் சவால்களும்
(Applications and Challenges of Ai in the Tamil Language)

முனைவர் த.சங்கரன்,
உதவிப் பேராசிரியர்,,தமிழ்த்துறை,
சத்ய சாய் கலை மற்றும் அறிவியல் மகளிர் கல்லூரி,
பாசார், வேப்பூர்-606304.
கடலூர் மாவட்டம்.
manicomputer@gmail.com
9791409507

ஆய்வுச்சுருக்கம்:

தமிழ்மொழி உலகெங்கும் எழுபத்தைந்து மில்லியனுக்கும் அதிகமான மக்களால் பேசப்படும் ஒரு வளமான இலக்கிய பாரம்பரியத்தைக் கொண்டுள்ள மொழியாக இன்று வளர்ச்சியடைந்துள்ளது. இன்றைய அறிவியல் தொழில்நுட்ப வளர்ச்சியில் செயற்கை நுண்ணறிவினால் (AI) தமிழ்மொழி இயற்கைமொழிச் செயலாக்கம் (NPL), இயந்திர மொழிபெயர்ப்பு (MLT), பேச்சு அறிதல், உரையிலிருந்து பேச்சு மாற்றுதல் (Text to Speech) போன்ற பல்வேறு செயலிகள் இன்று பயன்பாட்டில் உள்ளன. இருப்பினும் இத்தகைய செயலிகள் பயன்படுத்துவதில் சில நடைமுறைச் சிக்கல்களை எதிர்கொள்ள வேண்டியுள்ளது. தமிழ் நுண்ணறிவு செயலிகள் தமிழ்மொழிக்காக உருவாக்கப்பட்டது போன்று அல்லாமல் இந்தோ ஐரோப்பிய மொழிகளுக்கான செயலியாக இருப்பதால் இதனை வெறும் மொழிபெயர்ப்புக்காகவும், தரவுகளைப் தேடிப் பெறுவதற்காகவும் மட்டுமே பயன்படுகின்றதே தவிர, தமிழ்மொழிப் பயன்பாடிற்காவும், ஆராய்ச்சிக்காகவும் பயன்படுத்த முடியாத நிலையே உள்ளது. இன்றைய செயற்கை நுண்ணறிவுச் செயலிகளின் பயன்பாடுகளையும் எதிர்கொள்ளும் சவால்களையும் விளக்குவதாக இக்கட்டுரை அமைகிறது.

Abstract:

Tamil has evolved today into a language with a rich literary heritage, spoken by over seventy-five million people worldwide. In today's scientific and technological advancements, various Artificial Intelligence (AI) applications are in use for the Tamil language, including Natural Language Processing (NLP), Machine Translation (MLT), Speech Recognition, and Text-to-Speech conversion. However, there are some practical challenges in using these applications. Unlike being developed specifically for Tamil, current Tamil AI applications are often designed for Indo-European languages. Consequently, they are primarily used only for translation and data retrieval, rather than for broader Tamil language usage and research. This article aims to explain the current applications of AI and the challenges they face in the context of the Tamil language.

குறிச்சொற்கள்:

இயற்கைமொழிச் செயலாக்கம், இயந்திர மொழிபெயர்ப்பு, உரை அறிதல், உரையிலிருந்து பேச்சு மாற்றி, செயலி, செயற்கை நுண்ணறிவு.

Keywords:

Natural Language Processing, Machine Translation, Speech Recognition, Text-to-Speech Converter, Application, Artificial Intelligence.

முன்னுரை:

செயற்கை நுண்ணறிவு தமிழ்மொழி வளர்ச்சியில் இன்று ஒரு மைல் கல்லாக அமைகிறது. இன்றைய தொழில்நுட்பங்கள் தமிழ்மொழியை டிஜிட்டல் உலகிற்கு

இட்டுச்செல்ல உதவுகின்றன. செயற்கை நுண்ணறிவின் முக்கிய பங்களிப்பு இயற்கைமொழிச் செயலாக்கம் (Natural Language Processing) ஆகும். இவை கணினிகள் மனித மொழியைப் புரிந்துகொண்டு பகுப்பாய்வு செய்யவும், தமிழ்மொழியின் மூலம் உலகளவில் கருத்துப்பரிமாற்றம் செய்யவும் உதவுகிறது. தமிழில் செயற்கை நுண்ணறிவுச் செயலிகள் உருவாக்கப்பட்டு பயன்படுத்தப்பட்டாலும் அதில் பல்வேறு சிக்கல்களும் சவால்களும் காணப்படுகின்றன. எனவே செயற்கை நுண்ணறிவின் பயன்பாடுகளையும் அதன்மூலம் எதிர்கொள்ளும் சவால்களைப் பற்றி ஆராய்வது அவசியமாகின்றது.

தமிழ்மொழியில் செயற்கை நுண்ணறிவுச் செயலிகள்:

இன்றைய செயற்கை நுண்ணறிவின் வளர்ச்சி உலகின் அனைத்துத் துறையிலும் பல்வேறு வளர்ச்சியை அடையச் செய்துள்ளது. கணினித்தமிழ் வழி இன்று தமிழ்மொழியில் செயற்கை நுண்ணறிவுப் பயன்பாடு தமிழ்மொழியை அடுத்தக்கட்ட வளர்ச்சிக்கு கொண்டு சென்றுள்ளது. இன்று தமிழில் செயற்கை நுண்ணறிவுச் செயலிகளை அலைபேசியில் பயன்படுத்துவோர் எண்ணிக்கை அதிகரித்துள்ளது. இன்று தமிழில் பயன்படுத்தப்படும் செயற்கை நுண்ணறிவுச் செயலிகளை மூன்று வகைப்படுத்தலாம்.

- மொழி கற்றல் செயலிகள்
    11. பேச்சிலிருந்து உரை மற்றும் உரையிலிருந்து பேச்சு மாற்றுச் செயலிகள்
    12. மொழிபெயர்ப்புச் செயலிகள்

மொழி கற்றல் செயலிகள் (Tamil Learning Apps)

1. லிஸ்-தமிழ் மொழி கற்றுக்கொள்ளுங்கள்

    (Jun 10, 2025 ஆம் ஆண்டு Simya Solutions நிறுவனத்தால் வெளியிடப்பட்டது)

டால்கியோ (Talkio AI)

    (Jan 1, 2025ஆம் ஆண்டு Talkiko நிறுவனத்தால் வெளியிடப்பட்டது)

3. டால்க்பால் (Talkepal AI)

    (Nov 17, 2023 ஆம் ஆண்டு Talkpal, Inc நிறுவனத்தால் வெளியிடப்பட்டது)

டுயோலிங்கோ (Duolingo)

    (May 29, 2013 ஆம் ஆண்டு Duolingo நிறுவனத்தால் வெளியிடப்பட்டது)

ஐவாகா (IVaca-Learn Tamil Speak & Listen)

    (Feb 27, 2025 ஆம் ஆண்டு ivoca.io நிறுவனத்தால் வெளியிடப்பட்டது)

தமிழ் AI (Tamil AI)

    (Apr 18, 2022 ஆம் ஆண்டு Honey Sha நிறுவனத்தால் வெளியிடப்பட்டது)

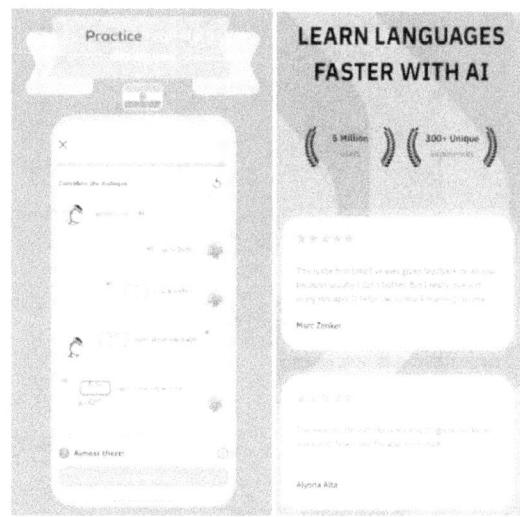

செயற்கை நுண்ணறிவின் மூலம் செயல்படும் மொழிக்கற்றல் செயலிகள் புதியதாகத் தமிழ்மொழி கற்பவர்களுக்காக உருவாக்கப்பட்ட செயலிகள் ஆகும். பிறமொழி பேசுபவர்கள் தமிழ்மொழியைக் கற்க இது ஏதுவாக அமைகின்றன. இந்தச் செயலிகள் துல்லியமான உச்சரிப்புப் பயிற்சி, தொழில்நுட்பத்துடன் உரையாடல் பயிற்சி, உரையைப் படித்தல் பயிற்சி, உடனடியான பிழைத்திருத்தல் வசதி, அகராதிப் பயன்பாட்டுப் பயிற்சி, இலக்கணப் பயிற்சி, விளையாட்டுகள் மூலம் மொழி கற்றல் மற்றும் தமிழ் கற்றலில் 3D பயன்பாடு போன்ற மொழிக்கற்றல் செயல்பாடுகளை வழங்குகிறது.

பேச்சிலிருந்து உரை / உரையிலிருந்த பேச்சு மாற்றுச் செயலிகள் (TTS/STT)

1. **எலெவன் லேப்ஸ் (Eleven Labs)**

(Jun 24, 2025 ஆம் ஆண்டு Eleven Labs Inc நிறுவனத்தால் வெளியிடப்பட்டது)

மர்ப் AI (Murf AI)

(Feb 1, 2024 ஆம் ஆண்டு Voiser Teknoloji Limited நிறுவனத்தால் வெளியிடப்பட்டது)

நோட்டா (Notta)

(Feb 14, 2020 ஆம் ஆண்டு Notta Pte. Ltd. நிறுவனத்தால் வெளியிடப்பட்டது)

வீட் ஐஓ (Veed.IO)

(May 30, 2024 ஆம் ஆண்டு Starii Tech Pty Ltd நிறுவனத்தால் வெளியிடப்பட்டது)

மாஸ்ட்ரா (Meastra)

(Apr 24, 2023 ஆம் ஆண்டு Innosquares limited நிறுவனத்தால் வெளியிடப்பட்டது)

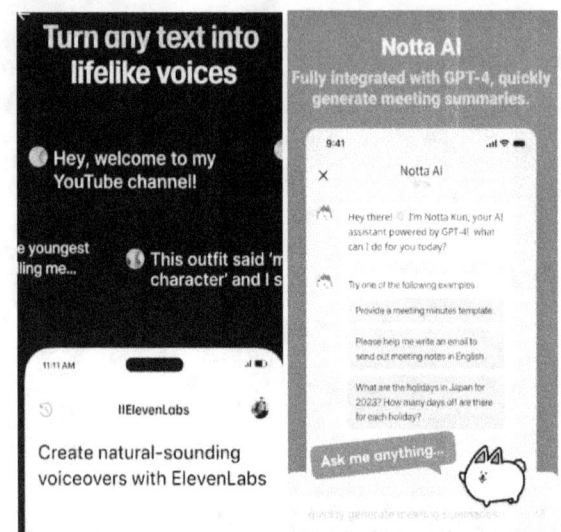

தமிழ்மொழியில் செயற்கை நுண்ணறிவின் மூலம் உரையிலிருந்து பேச்சாகவும், பேச்சிலிருந்து உரையாகவும் மாற்றும் பயன்பாடு இன்று அதிகமாக பயன்படுத்தப்படுகிறது. இத்தகைய மொழிமாற்றுச் செயலிகள் பேச்சிலிருந்து உரையாக மாற்றும் குரல் உள்ளீட்டு வசதிகள், பார்வையற்ற மாற்றுத்திறனாளிகள் பயன்படுத்தும் தொழில்நுட்ப மென்கருவிகள், மாற்றப்படும் உரை மற்றும் பேச்சினை பல்வேறு வகைகளில் பதிவேற்றம் செய்யவும் பதிவிறக்கம் செய்யவும் கூடிய வசதிகள், தமிழ் ஆடியோக்களை உரையாக மாற்றும் வசதிகள், பேச்சினை பிறமொழிகளில் ஆடியோவாக மாற்றும் மென்கருவிகள் மேலும் உரையாடல்களை வசன உரையாக தானாக துல்லியமாக மாற்றும் வசதிகள் போன்ற பயன்பாடுகளை வழங்குகிறது.

மொழிபெயர்ப்புச் செயலிகள் (Translation Apps)

1. குயில்பாட் AI (Quill Bot AI)

(Oct 20, 2023 ஆம் ஆண்டு Quill Bot நிறுவனத்தால் வெளியிடப்பட்டது)

2. அனுவதினி (Anuvadini)

(Jun 16, 2024 ஆம் ஆண்டு BG.Studio நிறுவனத்தால் வெளியிடப்பட்டது)

3. சூப்பர்நோவா AI (Supernova AI)

(Dec 19, 2024 ஆம் ஆண்டு Supernova நிறுவனத்தால் வெளியிடப்பட்டது)

4. ஓபன்எல் டிரான்லேட் (Open L Translate)

(Aug 26, 2019 ஆம் ஆண்டு Imagination AI நிறுவனத்தால் வெளியிடப்பட்டது)

செயற்கை நுண்ணறிவுச் செயலிகள் தமிழிலிருந்து உலகில் உள்ள பல்வேறு மொழிகளுக்கும், பிறமொழிகலிலிருந்து தமிழ்மொழிக்கும் மொழிபெயர்ப்பு செய்ய தேவையான பல்வேறு கருவிகளை உருவாக்கியுள்ளது.

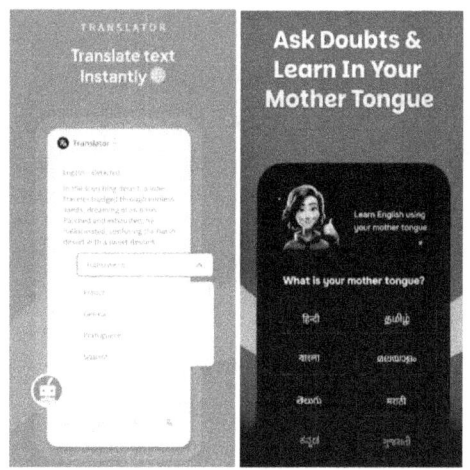

சூழலுக்கேற்ப தமிழிலிருந்து ஆங்கிலத்தில் மொழிபெயர்த்தல், தமிழ்மொழியின் தொடரமைப்பின் அடிப்படையில் துல்லியமாக மொழிபெயர்த்தல், இந்தியாவிலுள்ள 22 மொழிகள் மற்றும் 51 அயல்நாட்டு மொழிகளில் மொழிபெயர்த்தல், உரை மற்றும் ஆவணங்களை மொழிபெயர்த்தல், மற்றும் படங்கள் மற்றும் பேச்சினை மொழிபெயர்த்தல் போன்ற மொழிபெயர்ப்பு பயன்பாடுகளை வழங்குகின்றது.

தமிழ் செயற்கை நுண்ணறிவுச் செயலிகள் பயன்பாட்டில் உள்ள சவால்கள்

தமிழ் மொழிக்கு செயற்கை நுண்ணறிவின் மூலம் இயங்கும் செயலிகள் குறிப்பிடத்தக்க நன்மைகளை அளித்தாலும் அவற்றில் பல குறைபாடுகளும் சவால்களும் உள்ளன. ஆங்கிலம் போன்ற உலகளாவிய மொழிகளுடன் ஒப்பிடுகையில் தொன்மையும் வளமையும் உடைய தமிழ்மொழியில் பல்வேறு சிக்கல்களைச் சந்திக்க வேண்டியுள்ளது.

தரவுப்பற்றாக்குறை

- தமிழ்மொழியின் இலக்கணம், இலக்கியம் போன்ற நுணுக்கங்களைக் கற்க தமிழ்மொழி சார்ந்த தரவுகள் குறைவாக உள்ளன. பொதுவாக மொழிகற்க தேவையான தரவுகள் மட்டுமே உள்ளன.

தொழில்நுட்ப குறைபாடு

இயற்கை மொழிச்செயலாக்கம் தொடர்பான மொழி ஆராய்ச்சி, அகராதி, பிழைத்திருத்திகள் மற்றும் தமிழ்மொழியின் டிஜிட்டல் உள்ளடக்கம் குறைவாக உள்ளது. இதனால் சிக்கலான மொழிச் செயலாக்கங்கள் செய்யமுடிவதில்லை.

பேச்சுவழக்கு வேறுபாடுகள்:

இலக்கிய வழக்கு, போச்சுவழக்கு, வட்டார வழக்கு போன்ற பேச்சு முறைகள் தமிழில் உள்ளதால் இவற்றைச் செயல்படுத்துவதிலும் கற்பதிலும் பல்வேறு குறைபாடுகளைச் சந்திக்க வேண்டியுள்ளது.

இருபொருள் நிலை:

சொற்களைத் தனியாக பயன்படுத்தும் போதும் ஒரு பொருளும், இலக்கியங்களில் பயன்படுத்தும் போதும் வேறுபொருளும் உடையச்சொற்கள், ஒருசொல் பலபொருளும், பலபொருள் உடைய ஒரு சொற்கள் போன்றவற்றைச் செயல்படுத்துவிதிலும் குழப்பங்கள் உள்ளன.

தொடரமைப்பு மாற்றம்

தமிழ் இலக்கணம், இலக்கியம், உரைநடை போன்றவற்றின் தொடரமைப்பிற்கும், தற்காலத்தில் பயன்பாட்டில் உள்ள தொடரமைப்பிற்கும் வேறுபாடுகள் காணப்படுவதால் இலக்கண இலக்கியங்களை செயற்கை நுண்ணறிவு செயல்படுத்துவதில் சிக்கல்கள் காணப்படுகின்றன.

உருவவியல் செழுமை

தமிழில் முன்னொட்டுகள், பின்னொட்டுகள், உருமாற்றச் சொற்கள், வேற்றுமையை ஏற்கும் சொற்கள், எண் மற்றும் உறவுச் சொற்கள் போன்றவற்றை மொழிச்செயலாக்கம் செய்யும் போது குறைபாடுகள் காணப்படுகின்றன.

பழமொழிகள் மற்றும் உவமைகள்

தமிழில் உள்ள பழமொழிகள், உவமைகள், உருவகங்கள் போன்றவற்றை வெளிப்படுத்துவதில் சரியான பொருளை வெளிப்படுத்துவதில்லை. இதனால் தமிழ்மொழியின் அழகியல் கோட்பாடுகளை முழுமையாக வெளிப்படுத்த முடிவதில்லை.

உணர்ச்சி மற்றும் தொனி

தமிழில் உணர்ச்சி, தொனி, முரண்பாடு, கிண்டல் ஆகியவற்றை செயற்கை தொழில்நுட்பம் வெளிப்படுத்துவதில் பெரிய தடையாக உள்ளது.

சூழல் உணர்திறன்

தமிழில் பொருளை உணர்த்த சூழல்கள் அவசியமாக அமைகின்றது. செயற்கை நுண்ணறிவு மொழிச் சூழல்களைப் புரிந்துகொள்ளாமல் செயல்படுத்தும் போது தவறான மொழிபெயர்ப்பையும் பதில்களையும் வெளிப்படுத்துகின்றன.

நம்பகத்தன்மையின்மை

பல செயற்கை நுண்ணறிவு அமைவுகள் மறைமுகத்தன்மை கொண்டதாக இருப்பதால் அது அளிக்கும் தகவல்களும் தரவுகளும் எந்த அளவிற்கு சரியானதாக இருக்கும் என்பது நம்பகத்தன்மையற்றதாக இருக்கின்றது.

முடிவுரை:

இன்று தமிழில் செயற்கை நுண்ணறிவுச்செயலிகள் பயன்படுத்துபவர்களின் எண்ணிக்கை அதிகரித்து வருகின்றது. மொழியைக் கற்பதற்கும், பேச்சிலிருந்து உரை/உரையிலிருந்து பேச்சு மற்றும் மொழிபெயர்ப்பிற்காக மட்டுமே இந்தச் செயலிகளைப் பயன்படுத்துகின்றனர். அதிலும் பொதுவான தரவுகளையும்

தகவல்களை மட்டுமே பெற முடிகின்றது. தமிழ்மொழி சார்ந்த ஆராய்ச்சிகளுக்கு இவ்வகைச்செயலிகள் ஏதுவானதாக இல்லை. தமிழில் உள்ள இலக்கிய இலக்கணங்களின் நுட்பமான தரவுகள் குறைவாகவே உள்ளன. இதனால் இச்செயலிகளைப் பயன்படுத்துவதில் சவால்களைச் சந்திக்க வேண்டியுள்ளது. மேலும் இச்செயலிகள் மொழியைக் கற்க தேவையான அடிப்படைத் தரவுகள் மட்டுமே கொண்டுள்ளன. தமிழ்மொழியின் நுட்பமான மொழிச்செயலாக்கங்களைச் செய்ய முடிவதில்லை. பொதுவாக இச்செயலிகள் அனைத்தும் இந்தோ ஐரோப்பிய மொழிகளுக்கான செயலிகளாக மட்டுமே உள்ளன. தமிழுக்கான முழுத்தரவுகளையும் கொண்ட செயலிகளாக உருவாக்கப்படும் போதுதான் அது முழுமையான பயனை அடையமுடியும் என்பதில் ஐயமில்லை.

இணைய ஆதாரங்கள்:

(இந்த ஆய்விற்கு பயன்படுத்தப்பட்ட 14 தமிழ் செயற்கை நுண்ணறிவுச் செயலிகள் அனைத்தும் இலவசமாக அலைபேசியில் பதிவிறக்கம் செய்து பயன்படுத்தக்கூடிய செயலிகளாகும். அவற்றை கீழ்கண்ட வலைதளங்களிலிருந்து பதிவிறக்கம் செய்துகொள்ளலாம்.)

1. https://play.google.com/store/apps/details?id=com.simyasolutions.ling.ta,
2. https://play.google.com/store/apps/details?id=ai.talkpal
3. https://play.google.com/store/apps/details?id=com.talkiko.app
4. https://play.google.com/store/apps/details?id=com.duolingo
5. https://play.google.com/store/apps/details?id=io.ivoca.conversationtamil
6. https://play.google.com/store/apps/details?id=com.VoiceTypingInTamil.SpeechToTextTamil
7. https://play.google.com/store/apps/details?id=io.elevenlabs.coreapp
8. https://play.google.com/store/apps/details?id=com.voiser.texttospeech
9. https://play.google.com/store/apps/details?id=com.langogo.transcribe
10. https://play.google.com/store/apps/details?id=com.starii.kapkap
11. https://play.google.com/store/apps/details?id=com.quillbot.mobile
12. https://play.google.com/store/apps/details?id=com.asianmobile.languagetranslator
13. https://play.google.com/store/apps/details?id=in.supernovaai.ask
14. https://play.google.com/store/apps/details?id=translate.speech.text.translation.voicetranslator

12. கற்பித்தலில் AI

முனைவர் . D. நித்யா,
தமிழ் உதவிப்பேராசிரியர்,
பி.எஸ்.ஜி கலை அறிவியல் கல்லூரி, கோயம்புத்தூர்.
nithijags@gmail.com
9894690268

Abstract

Language serves as the primary identity of a community and plays a crucial role in guiding its progress. Linguistic researchers consistently assert that the extinction of a language signifies the decline of the corresponding culture and people. While individuals may adopt new languages, customs, food habits, and festivals due to migration and changing needs, they rarely relinquish their native language, civilization, and cultural values. The internet plays a pivotal role in preserving and promoting these elements. This study examines the emerging influence of Artificial Intelligence (AI) in the digital realm, where it is increasingly regarded as a central and transformative force.

முன்னுரை

மொழிதான் ஓர் இனத்தின் அடையாளம். மொழி தான் இனத்தை வழி நடத்துகிறது. மொழிகள் தொடர்பான ஆய்வு செய்பவர்கள், மொழியின் அழிவே அந்த இனத்தின் அழிவு என்று தொடர்ச்சியாகக் கூறி வருகின்றனர். மனிதன் தன் தேவைகளுக்காக இடம் பெயரும் போது புதிய மொழி, பழக்கவழக்கங்கள், உணவு முறைகள், விழாக்கள் என அனைத்தையும் கற்றுக்கொள்ள நேர்ந்தாலும் தன் மொழி, நாகரீகம், பண்பாடு போன்றவற்றை மறப்பதும், விட்டுக்கொடுப்பதும் இல்லை. இதற்கு இணையம் பெருந்தொண்டாற்றுகிறது. இவ்விணையத்தில் தற்போதைய செல்லக் குழந்தையாக திகழும் AI செயல்பாடுகளைப் பற்றி இவ்வாய்வு விவரிக்கிறது.

உலகமெங்கும் தமிழர்கள்

தமிழர்கள் தாங்கள் சென்ற இடங்களுக்கெல்லாம் தங்கள் மொழியையும் இலக்கியத்தையும் எடுத்துச் செல்கின்றார்கள். மொழி தமிழர்களுக்கு வெறும் தகவல் தொடர்புக்கருவி மட்டுமன்று. அது அவர்களது கலாசார அடையாளம். மொழி சார்ந்த அடையாளமும், உலகு தழுவிய பார்வையும், ஒன்றுக்கொன்று முரணானவை அல்ல என்பதற்கு சங்கத்தமிழ் இலக்கியங்கள் சான்றாகின்றன. சங்கத் தமிழ் இலக்கியங்களில் காணப்படும் பல சிந்தனைகள் ஒரு குறிப்பிட்ட காலத்தில், உலகில் ஒரு பகுதியில் ஒரு குறிப்பிட்ட மொழி பேசி வாழ்ந்த சமூகத்திற்கு மாத்திரம் பொருத்தமுடையனவாக நின்றுவிடவில்லை, எல்லாக் காலத்திற்கும் எல்லா சமூகத்திற்கும் எல்லா மொழினருக்கும் பொருந்துவனவாக இருப்பது தமிழ் மொழி தரும் ஆச்சரியங்களில் ஒன்றாகும். திருக்குறளில் காணப்படும் அறம் பற்றிய கருத்துக்கள், அரசியல் நிர்வாகம் பற்றிய யோசனைகள், மனிதர்களின் பண்புகள் குறித்த சிந்தனைகள் இன்னும் உலகு முழுக்கப் பொருந்தத்தக்க பொதுத் தன்மை கொண்டிருக்கின்றன.

புலம் பெயர்ந்த நாடுகளில் வாழ்கின்ற தமிழர்களின் பிள்ளைகள் தமிழை ஏன் கற்க வேண்டும்? அதனால் அவர்களுக்கு ஏற்படக்கூடிய நன்மைகள் யாவை?

அவர்களைத் தமிழ்க்கல்வி பயிலுமாறு பெற்றோர் கட்டாயப்படுத்த வேண்டியதற்கான தேவைகள் யாவை? என்பன சிந்திக்கத்தக்க ஒன்று தமிழ்மொழியைப் புலம் பெயர்ந்த நாடுகளில் அடுத்த தலைமுறை இளைஞர்கள் தமிழ் மொழியைக் கட்டாயம் கற்கவேண்டும் என்பதற்குரிய முக்கியமான ஒன்று அவர்களது அடையாளம் பாதுகாக்கப்பட வேண்டும் என்பதுதான். தமிழர் அடையாளம் அழிந்து போய்விடும் என்ற கவலை தொடர்ச்சியாக தமிழர்கள் மத்தியில் இருக்கிறது.

தமிழ் இணையம்

இருபதாம் நூற்றாண்டில் அறிவியல் வளர்ச்சியில் கணிப்பொறியின் கண்டுபிடிப்பு மனிதனின் வாழ்க்கை முறையையே மாற்றி அமைக்கவல்ல வியத்தகு படைப்பாக அமைந்தது. கணிப்பொறியின் செயற்பாட்டு மென்பொருள்கள் ஆங்கில மொழியைக் கொண்டு வடிவமைக்கப்பட்டுள்ளதால், கணிப்பொறியின் செயற்பாடுகள், இணையச் செயற்பாடுகள் ஆகிய யாவும் ஆங்கில மொழியைச் சார்ந்தே அமைந்தன. உலகெங்கும் பரவிவாழும் தமிழர்கள் இணையத்தின் வழியாகத் தமிழில் செய்திகளைப் பரிமாறிக் கொள்ள விரும்பினர். கணினியுகத்தில் ஒவ்வொரு மொழியும் தன்னைத் தக்கவைத்துக் கொள்ள தனது அடுத்தகட்ட இலக்கை நோக்கி செல்கின்றன. இவ்வரிசையில் தமிழும் முன்னோக்கிச் செல்கின்றது. கணினிக் கண்டறியப்பட்ட தொடக்கக் காலத்தில் இணையத்தின் பயன்பாடு, தமிழ் மொழியை உள்ளீடுச் செய்வது, தமிழ் வழியில் தகவல்களைத் தேடிப் பெறுவது என்பது கடினமாகக் கருதப்பட்டது.

கணிப்பொறி வல்லமை பெற்றவர்கள் தமிழைக் கணிப்பொறி மற்றும் இணையப் பயன்பாட்டில் கொண்டு செல்ல முயன்றனர். பல மாநாடுகள், கருத்தரங்கங்கள் மூலம் சொற்செயலி மாற்றங்கள், விசைப்பலகைகள் தமிழ் இணையத்தில் தயக்கமின்றி செயல்பட துணைப்புரிந்தன. "பாரதி" சொற் செயலி, "முரசு அஞ்சல்" சொற்செயலி, "துணைவன்" சொற்செயலி என அனைத்தும் வெவ்வேறு குறியீட்டு முறைகளைப் பயன்படுத்தி உருவமைக்கப்பட்டிருந்தன. தமிழைக் கணிப்பொறியில் பயன்படுத்த வழிபிறந்தபின், தமிழ் இணைய தளங்கள் உருவமைக்கத் தொடங்கினர். பல இணைய தளங்கள் பயன்பாட்டில் வந்தன. பல குழப்பங்களும் வந்தன. தமிழ் இணையப் பல்கலைக் கழகம் தொடங்கப்பட்டு தமிழ் எழுத்துரு தரப்பாடு வடிவமைக்கப்பட்டு தமிழக அரசின் தரமாக TACE – 16 என்ற பெயரில் மின்னுலகில் தமிழ் வேகமாக வளரத் தொடங்கியது. கல்விப்பணி, நூலகப்பணி, தமிழ் மென்பொருள் வளர்ச்சிப்பணிகள் தொடங்கப்பட்டு சிறப்பாக நடைபெற்று வருகிறது.

இணையத்தின் வழி தமிழ் கற்பது எளிமையானது. எனினும் ஒரு நூலகத்திற்கு சென்று படிப்பது போன்ற அனுபத்தினைத் தமிழ் இணையம் தருவதில்லை. இணையத்தில் தமிழ் எழுத்துக்களைப் பார்த்த மகிழ்வும், சங்க இலக்கியங்கள் முதல் தற்கால இலக்கியங்கள் வரை அனைத்து பாடல்களும் பதிவேற்றம் செய்யப்பட்ட பெருமையும் மனதில் எழுகின்றன.

ஏஐ (AI)

செயற்கை நுண்ணறிவுத் துறையின் அடுத்த கட்ட புரட்சியாகக் கருதப்படும் ஒரு புதிய குழந்தை சாட் ஜீபிடி.அமெரிக்காவில் 2015– இல் சாம் ஆல்ட்மேன் மற்றும் ஈலான் மஸ்க் போன்ற பலர் சேர்ந்து தொடங்கப்பட்ட ஓபன் ஏஐ என்னும் நிறுவனம் இதை உருவாக்கியுள்ளது. இது உருவான ஐந்து நாட்களிலேயே 10 லட்சம் பயனாளர்களைச் சென்றடைந்துள்ளது. இந்தக் கருத்துப் பரிமாற்றங்கள், மாதிரியின் பயிற்சிக்கும் மேம்பாட்டுக்கும் பயன்படுத்தப்பட்டு வருகின்றன.

2018 – ஆம் ஆண்டில் நிர்வாகப்பொறுப்பில் இருந்து மஸ்க் வெளியேறினார். ஆனால் அவர் தொடர்ச்சியாக இந்நிறுவனத்திற்கு நிதி உதவி அளித்து வந்தார். இதில் மைக்ரோசாப்ட் நிறுவனம், அமேசான் நிறுவனம், இன்போசிஸ் நிறுவனம் முதலீடு செய்துள்ளது. நவம்பர் மாதம் – 2022 – இல் ஓபன் ஏஐ நிறுவனம் சாட் ஜீ'பிடியை பயன்பாட்டிற்கு கொண்டுவந்தது.

சாட் ஜீபிடி

Generative pre – training Transformer என்கிற கட்டமைப்பில் உருவாக்கப்பட்டுள்ளது. இயற்கையான விதத்தில் வார்த்தைகளை உருவாக்கும் விதத்தில் வடிவமைக்கப்பட்டுள்ளது. கேள்விகள் என்ன விதத்தில் கேட்கப்படுகிறது என்பதைப் புரிந்து கொண்டு அதே விதத்தில் பதில் சொல்லும் படி உருவாக்கப்பட்டு இருப்பது தான் சாட் ஜீ'பிடி. இணைய உலகைக் கலக்கிக் கொண்டு இருக்கும் ஒரு தொழில் நுட்பம். இது ஆர்டிபிஷியல் இன்டெலிஜென்ஸ் சாட் புரோகிராம்.யார் வேண்டுமானாலும் உரையாடல் திகழ்த்திட முடியும். மனிதர்கள் கேட்கும் கேள்விகள் மற்றும் அவர்கள் ஏற்கனவே கேட்ட கேள்வி'கள் ஆகியவற்றை நினைவிலே வைத்துக் கொண்டு உரையாடல்களை நிகழ்த்தும் விதத்தில் வடிவமைப்பு செய்யப்பட்டுள்ளது.

ஒரு சாப்ட்வேர் என்ஜினியர் தான் உருவாக்கி'ய புரோகிராமில் உள்ள தவறைச் சரி செய்திட இது உதவுகிறது. ஒரு மாணவன் ஒரு தலைப்பில் கட்டுரை எழுத உதவி செய்கிறது. ஒரு மொழியில் இருந்து மற்றொரு மொழிக்கு உரையை மொழிபெயர்க்க பயன்படுத்தலாம். நீண்ட உரையை சுருக்கமாக்கப் பயன்படுத்தலாம். கட்டுரைகள், கதைகள் பலவற்றை உருவாக்கப் பயன்படுகிறது. ஆங்கிலம், ஸ்பானிஷ், பிரெஞ்சு, ஜெர்மன், சீன மொழி உள்ளிட்ட பல மொழிகளை இதனால் புரிந்து கொண்டு பதில் தர முடியும். ஆனால் ஆங்கிலத்தில் மட்டுமே அதிக தகவல்களைத் தருகிறது.

மனித மூளை யோசித்து பதில் கூறுவது போன்று தன்னுள் உள்ளீடாக உள்ள தரவுகளை கொண்டு சாட் ஜீபிடி பதில் அளிக்கிறது. லாபநோக்கமற்ற நிறுவனம் என்று கூறுகிறது. தற்போது 100 மில்லியன் பயனாளர்கள் சென்றடைந்துள்ளது. இது நவீன தொழில்நுட்ப உலகில் ஒரு மைல்கல்லாக காணப்படுகிறது. சாட் ஜீபிடியை உருவாக்க மைக்ரோ சாப்ட் நிறுவனமும் நிதி உதவி செய்துள்ளது. எனவே தனது தேடு பொறியான பிங் என்பதனுடன் இணைத்து பிங் சாட் என்பதை வெளியிட்டுள்ளது. சீனா, ஈரான், வடகொரியா, ரஷ்யா போன்ற நாடுகள் சாட் ஜீபிடியை தங்கள் நாடுகளில்

தடை செய்துள்ளது. எனவே சாட் ஜீபிடி – யும் இந்த நாடுகளில் தங்களின் வணிகத்தை செய்ய விருப்பமில்லை என தெரிவித்துள்ளது. அளவிற்கு மீறினால் அமிர்தமும் நஞ்சு என்பார்கள். அதுபோல் இயந்திரத்தை தேவைகளுக்கு மட்டுமே பயன்படுத்த வேண்டும். சாட் ஜீபிடி மனிதன் யோசிப்பது போன்று யோசித்து தனக்கு உள்ளீடு செய்த செய்திகளை நமக்கு பகிர்கிறது. இயந்திரத்தை சிந்திக்க செய்வதால் சாட் ஜீபிடி ஆபத்தானது என்ற கருத்தும் மக்களிடையே நிலவுகிறது.

புற்றீசலாய் AI

பிங், க்ரோம், ஃபயர் பாக்ஸ், போன்று தேடு பொறியாக சாட் ஜீ்பிடியை பயன்படுத்தலாம். ஆனால் அதில் ஒரு படி உயர்ந்து நாம் எழுதிய புரோகிராமை சரி செய்து தரும். ஒரு கதை கூற சொன்னால் கதை கூறும். கூகுளில் நாம் ஒரு வார்த்தையின் பொருளைத் தேடினால் அவ்வார்த்தையின் பொருள் ஒரு வார்த்தையாகக் கிடைக்கும். மேலும் அவ்வார்த்தை எங்கெங்கு இலக்கியத்தில் பயின்று வந்துள்ளன என்பன போன்ற செய்திகளும் கிடைக்கும். ஆனால் சாட் ஜீ்பிடியில் வார்த்தையின் பொருள் ஒருபத்தியாக கிடைக்கிறது. மாணவர்கள் தங்கள் பணிகளுக்கு ஆயத்த பதில்களைக் கண்டறிய இதைப் பயன்படுத்தத் தொடங்கியதை அடுத்து, இது வெளியான ஒரு மாதத்திற்குள் நியூயார்க்கில் கல்வி நிறுவனங்கள் இதன் பயன்பாட்டைத் தடை செய்துள்ளது. இந்தியாவில் சில பல்கலைக்கழகங்கள் இதைத் தடை செய்துள்ளது.

- • Microsoft–Bing–copilot (gpt–4)
- • Google–Gemini
- • Open AI– chat gpt
- • Meta–Llama
- • Leonordo AI

ஜெமினி, ஜாட் ஜிபிடி, பெர்பிளக்சிட்டி, மேட்டா மற்றும் பிற ஏஐ பயன்பாடுகளில் நாம் செய்யக்கூடிய சில விஷயங்கள்:

- • உரையாடல்
  1. • எழுத்துப்பணி
  2. • சரி பார்த்தல்
  3. • தகவல் தொகுப்பு
  4. • ஆய்வுப் பணி
  5. • மொழிபெயர்ப்பு

என பல துறைகளில் கற்றலில் பயன்படுகிறது.

உரையாடலில் நண்பர்களைப் போன்று உரையாடுகிறது. கட்டுரை, கவிதை என எழுத்துப்பணிகளில் அனைத்து நிலைகளிலும் உதவுகிறது. தகவல்களைச் சேகரித்து தருகிறது. அதை பதிவேற்றம் செய்தால் சரிப்பார்த்து தருகிறது. தகவல்களைத் தொகுத்து தருகிறது. ஆய்வு பணிக்கான வேலைகளை எளிதாக்குகிறது. ஆங்கிலத்தில் உள்ள செய்திகளைத் தமிழ் மொழி பெயர்த்து தருகிறது. தமிழில் உள்ள செய்திகளை ஆங்கிலத்தில் மொழிபெயர்ப்பு தருகிறது. நாம் வார்த்தைகளின் மூலம்

அதனை கட்டுப்படுத்தலாம். வார்த்தைகளை தெளிவாகக் கூறுவதின் மூலம் நாம் சொல்லும் செயலை புரிந்து கொண்டு அதற்கேற்ற பதிலை அது நமக்கு தெரிவிக்கின்றது. நாம் கூறும் செய்திக்கு ஏற்ற புகைப்படத்தை உருவாக்கித் தருகிறது. அதை அசையும் படி தெரிவித்தால் அதையும் செய்து தருகிறது. குதிரை என்றால், குதிரை என்ற புகைப்படத்தை கொடுத்து, அதை நடப்பதாக செய்ய வேண்டும் என்றால் அது நடந்து வருவது போன்று நமக்கு உருவாக்கித் தருகிறது. இதனைக் கொண்டு நாம் ஒரு குரும்படத்தையே உருவாக்க முடிகிறது.

குரல் சார்ந்த ஏஐ

உரை வடிவத்தில் உள்ள தகவல்களை இயற்கையான மனிதக் குரல் போல மாற்றுவது இந்த குரல் தொழில் நுட்பக் கருவியின் வேலை ஆகும். வெறும் இயந்திர குரல் போல ஒழிப்பதில்லை. மாறாக உணர்ச்சி, அழுத்தம், உச்சரிப்பு போன்ற நுணுக்கங்களுடன் பேசுவது போல உருவாக்கப்பட்டுள்ளது. அதனால் இதனை குரல் சார்ந்த ஏஐ என்று கூறலாம். உரையை, கட்டுரையை கதையாகக் கூறுகிறது. பல குரல்கள் கொடுக்கப்பட்டுள்ளது. நமக்குத் தேவையான குரல்களை நாம் தேர்வு செய்து கொள்ளலாம். முதுமையான, சாந்தமான, அமெரிக்க உச்சரிப்புடன் ஆண் குரல், பெண் குரல் என பல வடிவங்களில் குரல்கள் கொடுக்கப்பட்டுள்ளன. நாம் குரலை தேர்வு செய்து, நாம் கொடுக்கும் உரையை அதை வாசிக்க செய்து, நாம் தேர்ந்தெடுத்த புகைப்படங்களுடன் இணைத்து ஓர் படத்தையே நாம் உருவாக்கி கற்பிக்கலாம். Elevan labs, Murf, Descript, Lovo, play.ht, Resemble என்ன பல கருவிகள் குரலுக்காக பயன்பாட்டில் உள்ளன.

இணையமும் குழந்தைகளும்

இன்றைய தலைமுறைகள் அனைத்தும் இணையத்தை நம்பியே உள்ளது. குழந்தைகள் உணவு உண்பதில் இருந்து உறங்கும் வரை இணையம் தேவைப்படுகிறது. சினிமா, பாடல்கள், கதைகள் என அனைத்திற்கும் இணையம் அவசியம், ஆரம்ப நிலை கல்வி கற்பதற்கு இணையம் தேவைப்படுகிறது. அதனால் அன்றாட தேவைகளில் ஒன்றாக இணையம் மாறிவிட்டது. பள்ளி, கல்லூரி என எவ்வித கல்வி சார்ந்த செய்திகளை அறிந்து கொள்ள கற்று கொள்ள இணையம் அவசியமானது. தங்களுக்கு தெரியாத செய்திகளை, பாடங்களை தற்காலத்தில் வலையொளி (you tube) மூலமாக கற்றுக் கொள்கின்றனர்.

முடிவுரை

தமிழ் இணையப் பல்கலைக்கழகப்பணிகள் தொடங்கிய பிறகு, தமிழகத்தில் தனித்தனியே இயங்கிவந்த சில கணிப்பொறி நிறுவனங்கள் ஒன்றாக இணைந்து கணித்தமிழ்ச் சங்கம் என்ற ஒரு அமைப்பை நிறுவி கணித்தமிழ்ப் பணிகளை ஆற்றி வருகின்றது. தமிழ் இணையம் 97, தமிழ் இணையம் 98, தமிழ் இணையம் 2000 போன்ற மநாடுகளின் விளைவு "எங்கும் தமிழ் எதிலும் தமிழ்" என்பதனை நாம் பெருமையாக சொல்ல முடிகிறது. AI – யில் தமிழ்மொழி பயன்பாட்டில் இருப்பது பெருமையான செயல். நாம் அனைத்து வேலைகளையும் சாட் ஜீப்டி மூலம் செய்ய

தொடங்கினால் நம்மில் சிந்திக்கும் திறனை நாம் இழக்க நேரிடும். மாணவர்களுக்கு படைப்பாற்றல் பாதிக்கப்படும். அளவுக்கு மீறினால் அமிர்தமும் நஞ்சு என்ற பழமொழிக்கு ஏற்ப செயற்கை நுண்ணறிவினை நாம் தேவைக்கு ஏற்ப பயன்பாட்டில் வைத்துக் கொள்ள வேண்டும்

துணை நூற்பட்டியல்

1. * Meta AI: https://ai.meta.com/
2. * Eleven Labs: https://elevenlabs.io/
3. * ChatGPT: https://openai.com/chatgpt/
4. * Gemini AI: https://gemini.google.com/
5. *https://youtu.be/gI5I7szfEcs?si=BQtlP6ZhaDDZ3u

13. சாட் ஜிபிடியின் தமிழ் இலக்கியப் புரிதல்

முனைவர் இரா. ஜீவிதா,
உதவிப் பேராசிரியர், தகவல் தொழில்நுட்பத் துறை,
jeevitha@psgrkcw.ac.in,

சு. ச. தன்யா,
மாணவி
23bit022@psgrkcw.ac.in,

மு. ஜெனோவா மாத்யூ,
மாணவி,
23bit045@psgrkcw.ac.in,

மூன்றாம் ஆண்டு இளங்கலை – தகவல் தொழில்நுட்பத் துறை,
பூசாகோஅர கிருஷ்ணம்மாள் மகளிர் கல்லூரி

ஆய்வுச் சுருக்கம்:

இன்றைய எண்ணிம உலகத்தில் (டிஜிட்டல் யுகத்தில்) செயற்கை நுண்ணறிவு 'AI' மற்றும் மொழி மாதிரிகள் அதிவேகமாக வளர்ச்சி அடைந்து வருகின்றன. இதில், ChatGPT போன்ற முன்னேறிய மொழி மாதிரிகள், மனிதனுடன் இயல்பான உரையாடலை ஏற்படுத்துவதில் புதிய பரிணாமத்தைக் கொடுக்கின்றது. இந்தக் கட்டுரை ChatGPT போன்ற செயற்கை நுண்ணறிவு கருவிகள் தமிழ் இலக்கியத்தின் ஆய்வு, விளக்கம் மற்றும் கற்றல் வழிகளில் எவ்வாறு பயன்பட முடியும் என்பதை ஆராய்கிறது. பாரதியார், திருவள்ளுவர், கம்பன் போன்ற இலக்கியக் களத்தின் படைப்புகளை அந்த கருவி உணர்திறன் கொண்ட முறையில் அணுகுவதற்கான உதாரணங்கள் வழங்கப்படுகின்றன. தமிழ் இலக்கியத்தின் அழகியல், இலக்கணம் மற்றும் கருத்துத் தரத்தைக் ChatGPT வழியாக எளிதாகப் புரிந்து கொள்ளும் புதிய வாய்ப்புகள் அவதானிக்கப்படுகின்றன. மேலும், கல்வி துறையில் ChatGPT போன்ற மீமிசை கருவிகள் தனிப்பயனாக்கப்பட்ட பயிற்சிகளை உருவாக்குவதில் சிறப்பாக செயல்படுகின்றன. இது கல்வி செயல்முறைகளை அடையாளம் காட்டும் வகையில் முழுமையான மற்றும் தெளிவான ஆய்வு மற்றும் விளக்கங்களை சுருக்கிக் காட்ட முடிகிறது. அதே நேரத்தில், இலக்கியம் சார்ந்த தகவல்களை நுட்பமாக பகுப்பாய்வு செய்வதில், AI கருவிகள் பலதுறை சார்ந்த அணுகுமுறைகளில் உதவுகின்றன. இந்த ஆய்வு மொழி மற்றும் தொழில்நுட்பத்தின் சந்திப்பில் உருவாகும் புதிய வழிகளை வெளிச்சமிடுவதோடு, தமிழின் உயர்வையும் வலியுறுத்துகிறது.

முக்கியச் சொற்கள்:

சாட் ஜிபிடி | செயற்கை நுண்ணறிவு | தமிழ் இலக்கியம் | இயற்கை மொழி செயலாக்கம் *(NLP)* | பாரதியார் | திருவள்ளுவர் | கம்பன் | தமிழின் டிஜிட்டல் மாற்றம்

அறிமுகம்

மொழி என்பது மனித சமூகத்தின் அடையாளம் மட்டுமல்லாது, கலாச்சாரத்தின் உயிரணுவாகவும் அமைகிறது. மொழியின் மூலமாக மனிதன் தனது சிந்தனைகள், உணர்வுகள், அறிவியல் வளர்ச்சிகள் மற்றும் வாழ்க்கை முறைகளை வெளிப்படுத்தி வருகிறது. இந்த மொழி, இலக்கியத்தின் வடிவில் நிலைத்து, அந்தந்த சமுதாயத்தின் வரலாற்றையும், வாழ்வியலையும் காலந்தோறும் பதிவு செய்து வந்திருக்கிறது [1]. இவ்வாறு மொழியும் இலக்கியமும் மனித நாகரிக வளர்ச்சியில் முக்கியமான பங்களிப்பைச் செய்துள்ளன. 21-ஆம் நூற்றாண்டில், தொழில்நுட்ப வளர்ச்சியின் காரணமாக மொழியின் பயன்பாடு புதிய பரிமாணங்களைக் காணத் தொடங்கியுள்ளது

[4]. குறிப்பாக, செயற்கை நுண்ணறிவு (Artificial Intelligence – AI) மற்றும் இயற்கை மொழி செயலாக்கம் (Natural Language Processing – NLP) ஆகிய தொழில்நுட்பங்கள், மொழியை மெஷின்கள் புரிந்து கொள்ளும் திறனை ஏற்படுத்தியுள்ளன. இந்த வளர்ச்சியின் விளைவாக உருவான OpenAI நிறுவனத்தின் ChatGPT எனும் கருவி, உலகின் முக்கிய மொழிகளில் செயல்படும் திறனை பெற்றிருக்கிறது [2]. தமிழ், ஒரு செம்மொழியாக மட்டுமல்ல, இலக்கியத் தளத்தில் பன்முக பங்களிப்புகளை வழங்கிய மொழியாகும். சங்க இலக்கியம் முதல் நவீன கவிதை வரையிலான காலப்பகுதியில் தமிழ் மொழியில் தோன்றியுள்ள படைப்புகள், கலை, சமூகம், மரபு, ஆன்மீகம் போன்ற பல பரிமாணங்களை உள்ளடக்கியுள்ளன. ஆனால், இளம் தலைமுறையிடம் இந்த இலக்கியங்களை எளிமையாகக் கொண்டு செல்வதற்கான வழிகள் தேவைப்படுகிறது. இத்தகைய நிலையில், ChatGPT போன்ற கருவிகள் தமிழ் இலக்கியத்தை புதிய தலைமுறைக்கு பரிமாறும் ஒரு கருவியாகவும், அதன் மொழிச்சூழலை எடுத்துச் சொல்வதற்கான இடையாகவும் அமையக்கூடியவையாக உள்ளன. இந்தக் கட்டுரை, ChatGPT-யின் பயன்பாடு தமிழ் இலக்கியத்தில் எவ்வாறு களமிறங்குகிறது என்பதையும், அதன் பல்வகை சாத்தியங்களையும் ஆராய்கிறது [5].

தமிழ் இலக்கியத்தின் செழுமை – ஓர் பார்வை

தமிழ் இலக்கியம் என்பது உலகிலேயே சிறப்பான, செழிப்பான மற்றும் காலமாற்றத்தைக் கடந்து நிற்கும் ஒரு மொழிவழி செம்மொழி இலக்கியக் களமாகும். இது சுமார் 2,000 ஆண்டுகளுக்கு மேல் பின்வட்டமில்லாமல் தொடர்ந்து வளர்ந்து வந்துள்ளது. சங்க இலக்கியங்கள், இதிகாசங்கள், சிற்றிலக்கியங்கள், பாக்கிய நூல்கள், நவீன இலக்கியங்கள் எனப் பரந்து விரிந்துள்ளது.

சங்க இலக்கியம், குறிப்பாக புறநானூறு, அகநானூறு போன்றவை, சமுதாய வாழ்க்கையின் ஒவ்வொரு கூறுகளையும் உணர்ச்சிகரமாக பதிவு செய்கின்றன [3]. அதனைத் தொடர்ந்து, திருவள்ளுவர் இயற்றிய **திருக்குறள்** நெறிமுறைகளின் தாய் என அறியப்படுகிறது. இந்நூல் ஒவ்வொரு மனிதனும் கடைபிடிக்க வேண்டிய நெறிகளைத் தருகின்றது[10].

இலக்கியத்தின் ஒரு முக்கிய அம்சம், அதன் மொழிப்பண்பு[2]. தமிழ் இலக்கியம் உவமைகள், உவத்திகள், தொன்மைகள், உணர்வுகள், தத்துவம், தர்மம் ஆகியவற்றின் கலவையாகும். கம்பராமாயணம் போன்ற நூல்கள் தமிழ் புலமைக்கு எடுத்துக்காட்டு. பாரதியார், சுப்ரமணிய பாரதி, ஒரு நவீன அரசியல் மற்றும் சமூகக் கவிஞனாக, மக்களிடையே விடுதலை உணர்வை ஊட்டினார். அவரது கவிதைகள் பெண்கள் சுதந்திரம், மனித சமத்துவம் போன்ற கோட்பாடுகளை வலியுறுத்துகின்றன [5].

இவ்வாறான தமிழ் இலக்கியச் செழுமையை, இன்றைய தலைமுறைக்கு அறிமுகப்படுத்தும் பொறுப்பை ஏற்கின்றன நவீன தொழில்நுட்ப கருவிகள். ChatGPT போன்ற செயற்கை நுண்ணறிவு கருவிகள், இவ்வகை இலக்கியங்களை எளிய மொழியில் விவரித்து, அதன் நுட்பங்களை திறந்துவைக்கின்றன [7].

தமிழ் இலக்கியத்தின் ஆழமும், அதன் மொழிச்சிறப்பும், கற்பனைச் சக்தியும் உலகில் யாராலும் ஈடு செய்ய முடியாதவை என்பதை ChatGPT போன்ற கருவிகள் உணர்த்தத் தொடங்கியுள்ளன.

ChatGPT என்ற தொழில்நுட்பம் – மொழியால் மந்திரம் பேசும் கருவி

ChatGPT என்பது OpenAI நிறுவனத்தால் உருவாக்கப்பட்ட செயற்கை நுண்ணறிவு அடிப்படையிலான உரையாடல் இயந்திரமாகும். இது GPT (Generative Pre-trained Transformer) எனப்படும் மெஷின் லெர்னிங் மாடலின் அடிப்படையில் செயல்படுகிறது. ChatGPT–ன் முக்கிய சிறப்பு, மனிதனுடன் இயல்பான உரையாடல் நடத்தக்கூடிய திறன் கொண்டது.

இது தனக்குக் கற்றுத் தரப்பட்ட பல்வேறு தரவுகளின் அடிப்படையில், பயனரின் கேள்விகளைப் புரிந்து கொண்டு, சூழ்நிலைக்கு ஏற்ற பதில்களை அளிக்கின்றது. முக்கியமாக, அது எந்த மொழியில் கேள்வி கேட்கப்படுகின்றதோ அந்த மொழியிலேயே பதிலளிக்கக் கூடிய திறன் கொண்டது. இந்த பல்மொழி அடையாளம் தான் தமிழ் மொழிக்கும் ஒரு புதிய வாசல் திறந்துள்ளது [6].

C hatGPT ஒரு தகவல் வழங்கும் கருவியாகவும், எழுத்தாளர் உதவியாளராகவும், மொழி விளக்க ஆசிரியராகவும், இலக்கிய விமர்சகராகவும் செயல்படுகிறது. இது வெறும் தகவல் தருவது மட்டுமல்ல; அதற்குரிய விவரக்குறிப்புகள், எடுத்துக்காட்டுகள், விளக்கங்கள் என தகவலின் தோரணையையும் தருகின்றது [1].

தமிழ் இலக்கியம் போன்று ஆழமான, கண்ணியமான, உணர்வுபூர்வமான உரைகளை விரிவாக புரிந்து கொள்ள இது ஒரு வல்லமை வாய்ந்த கருவியாக அமைந்துள்ளது [8]. மனித உணர்வுகள், மொழி சூழ்நிலைகள், மரபியல் உணர்வுகள் போன்றவற்றை அறிந்து செயல்பட தொடங்கும் ChatGPT போன்ற கருவிகள், மொழியின் மந்திரத்திற்கே இன்றைய டிஜிட்டல் ஆழத்தை இணைத்துவைக்கின்றன.

ChatGPT வழியாக தமிழ் இலக்கியங்களை அணுகும் புதுமையான பாதை

ChatGPT போன்ற செயற்கை நுண்ணறிவு கருவிகள், தமிழ் இலக்கியங்களைப் புரிந்து கொள்வதற்கான புதிய, நவீன வாயிலாக உருவெடுத்து வருகின்றன. இதன் மூலம் பாரதியார் கவிதைகள், திருக்குறள், சிலப்பதிகாரம், கம்பராமாயணம் போன்ற இலக்கியங்கள் எளிமையான நடைமுறையிலான விளக்கங்களுடன் மாணவர்களும் ஆர்வலர்களும் புரிந்து கொள்ள முடிகிறது. முன்னைய காலங்களில் இந்த இலக்கியங்களைப் படிக்க சிறப்பு வழிகாட்டல் தேவைப்பட்டிருந்தது. ஆனால் இப்போது ChatGPT மூலம் எந்தவொரு பயனரும் நேரடியாக "இந்த குறளின் பொருள் என்ன?", "இந்தக் கவிதையின் கருப்பொருள் என்ன?" என கேட்டு, முழுமையான விளக்கங்களுடன் பதில்களைப் பெற முடிகிறது.

இதன் சிறப்பு, ChatGPT உரைதொகுப்பின் உணர்வை, பின்புலத்தையும் கருத்துப் பொருளையும் ஒரு ஆசிரியரைப் போலத் தருவதாகும். ஒரு குறளை

எடுத்துக்கொண்டால், அதற்குரிய உரைநடை விளக்கம், சூழ்நிலை, வாழ்க்கைத் தொடர்பு போன்றவை அனைத்தும் சேர்த்துக் கூறப்படுகிறது [3].

இது மாணவர்கள் மட்டும் அல்லாது, ஆராய்ச்சியாளர்கள், ஆசிரியர்கள் மற்றும் மொழியியல் நிபுணர்களுக்கும் ஒரு துணைவாளராக விளங்குகிறது. குறிப்பாக பாரம்பரிய இலக்கியங்களை நவீன தலைமுறைக்கு அணுகலான மொழியில் புரிய வைக்க உதவுகிறது. இவ்வாறு ChatGPT, தமிழ் இலக்கியத்தின் அழகையும் ஆழத்தையும் புரிந்து கொள்ள ஒரு திறந்த வாயிலாக, புதுமையான பாதையை உருவாக்குகிறது (**படம் எண் 1**).

கல்வித்துறையில் ChatGPT – ஆசிரியர்–மாணவர்கள் பயன்பாடுகள்

ChatGPT கல்வித்துறையில் ஒரு புதிய பரிமாணத்தை உருவாக்கியுள்ளது. இது, வகுப்பறையின் வெளிக்கழிவுகளைக் கடந்து, கற்றல் மற்றும் கற்பித்தலின் அமைப்பை மாற்றியமைத்து வருகிறது. மாணவர்களுக்கும், ஆசிரியர்களுக்கும் இது ஒரு செயல்வீரியமான உதவியாளராக விளங்குகிறது.

மாணவர்கள், தமிழ் இலக்கிய பாடங்களைப் படிக்கும்போது சந்திக்கிற குழப்பங்களை எளிதாக தீர்க்கலாம் [10]. எடுத்துக்காட்டாக, ஒரு கவிதையின் கருத்துப் பொருளை, கவிஞரின் நோக்கத்துடன் இணைத்து ChatGPT விளக்குகிறது. குறளின் பொருள், அதன் அடிப்படை வாக்கிய அமைப்பு, மரபு மற்றும் சூழ்நிலை ஆகியவற்றையும் விரிவாகக் கூறுகிறது [7]. அதே நேரத்தில், ஆசிரியர்கள் பாடத்திட்டங்களை வடிவமைக்க, வகுப்புப் பயிற்சி நிகழ்ச்சிகளை திட்டமிட, பயிற்சித் தேர்வுகளுக்கான வினாக்களை உருவாக்க போன்ற பணிகளில் ChatGPT-ஐ திறம்பட பயன்படுத்தலாம்[3]. குறிப்பாக தமிழில் விளக்கப்பட வேண்டிய பாரம்பரிய உரைகளுக்கு, துணை விளக்கங்களை உருவாக்கும் போது இது மிகுந்த பயன் தரும்.

மேலும், தனிப்பட்ட மாணவர் தேவைக்கு ஏற்ப சுயபயிற்சி வழங்கும் திறன் இதற்கு உள்ளது. ஒரே கருத்தைப் பல விதமாக, சிக்கனமாகவோ விரிவாகவோ தரும் திறமை இது கொண்டுள்ளது [5]. இதனால், ChatGPT ஒரு புத்திசாலியான துணை ஆசிரியராகவும், தனிப்பயனாக்கப்பட்ட கற்றல் தோழராகவும் செயல்படுகிறது. இதன் பயன்கள், குறிப்பாக தமிழ் இலக்கியக் கற்றலில், மாணவர் தேர்ச்சி விகிதத்தையும் புரிதலையும் அதிகரிக்கக் கூடியவை என்பதில் சந்தேகமில்லை.

நவீனப் பயன்பாடுகள் – குறளில் கூர்மையும் கம்பனில் கணிதமும்

தமிழ் இலக்கியத்தின் நுட்பமான கூறுகளை, ChatGPT போன்ற செயற்கை நுண்ணறிவு கருவிகள் புதுப்பித்துப் புரிய வைக்கும் வகையில் செயலில் உள்ளன. திருவள்ளுவர் இயற்றிய திருக்குறள் நூல், 133 அத்தியாயங்களிலும் ஒவ்வொன்றும் 10 குறள்களாக அமைந்துள்ளது. இதில் ஒவ்வொரு குறளும் ஒளித்தூண்டும் கருத்துகளால் கூடியவை.

ChatGPT இத்தகைய குறள்களைக் கேள்வி-பதில் முறையில் அணுகும்போது, அதற்குரிய விளக்கம், உரைநடை விளக்கம், வாழ்வியல் தொடர்பு மற்றும் சமகால பயன்பாடு ஆகிய அனைத்தையும் வழங்குகிறது [8]. இது மாணவர்களுக்கு குறளின் உட்கருத்தை நன்கு புரிந்து கொள்ள வழிவகுக்கிறது.

அதேபோன்று, கம்பனின் கம்பராமாயணத்தில் உள்ள கவிதை வடிவம், உவமை, நயமான மொழிநடை, மற்றும் சாமூகவியல் புள்ளிகள் ஆகியவற்றையும் ChatGPT வேறு கோணத்தில் பகுப்பாய்வு செய்கிறது. இதன் வாயிலாக, மாணவர்கள் இலக்கியத்தையும், அதன் பின்புலத்தையும் துல்லியமாகக் கற்றுக்கொள்ள முடிகிறது.

மேலும், இதை ஆசிரியர்கள் **மறுநாய்வுக் கருவியாக** பயன்படுத்த முடிகிறது. குறிப்பாக, ஒரு குறளின் பொருளைப் பல்வேறு நிலைகளில் (மூலபொருள், வாக்கியநிலை, சமூக நோக்கம்) பகுப்பாய்வு செய்யும் திறன் ChatGPT-க்குள்ளது [6]. இவ்வாறு, ChatGPT மூலம் தமிழ் இலக்கியங்களில் உள்ள கூர்மையையும் கணித ரீதியான அமைப்புகளையும் வெளிக்கொணர முடிகிறது. இது நவீன கற்றல் முறையில் தமிழுக்கான வழிகாட்டியாக செயல்படுகிறது.

வருங்கால வாய்ப்புகள் – ChatGPT & தமிழ்

தமிழ் மொழி வளர்ச்சிக்கு ChatGPT போன்ற செயற்கை நுண்ணறிவு கருவிகள் எதிர்காலத்தில் புதுமையான வாய்ப்புகளை உருவாக்கக்கூடியவை. தமிழ் மொழி மிகுந்த இலக்கிய அடிப்படையையும் செம்மொழி பெருமையையும் கொண்டிருப்பதால், இதனை AI யுடன் ஒருங்கிணைப்பது தமிழ் சமூகத்திற்கு மாபெரும் முன்னேற்றமாக அமையும்.

முதலில், **தமிழில் குரல் அடிப்படையிலான உரையாடல் (Voice-based Tamil ChatGPT)** உருவாக்கம் முக்கியமான வளர்ச்சியாக இருக்கும் [9]. இதன் மூலம் கல்வி வாய்ப்புகள், வணிகம் மற்றும் பொது சேவைகள் எல்லாம் இடைவெளியின்றி மொழிப்பரப்பில் இயங்கும்.

அடுத்ததாக, **தமிழ் பாடநூல் சார்ந்த Chatbot** வடிவமைக்கப்படும் [1]. இவை மாணவர்களின் doubt-clearing assistant ஆகவும், தேர்வுக்கு தயாரான பயிற்சி நெறிமுறைகளையும் வழங்கக்கூடியதாகவும் இருக்கும்.

தமிழ் இலக்கியம் மற்றும் வரலாற்றுத் தகவல்களை அடிப்படையாகக் கொண்டு knowledge graph உருவாக்கும் முயற்சிகள் வளர்ச்சி பெறும். இது, ஆராய்ச்சியாளர்களுக்கும் மொழியியல் மாணவர்களுக்கும் உதவியாக அமையும். மேலும், ChatGPT-ஐ உபயோகித்து **இலக்கியங்களின் உரைமாற்றம், பாணிமாற்றம், கவிதையை உரையாக மாற்றுதல்** போன்ற செயல்கள் விரிவடையும். Text-to-image AI மூலமாக, பாரம்பரிய இலக்கியக் கதைகளை படமாக்கும் முயற்சிகளும் நடை பெறும் [5].

இவ்வாறாக, தமிழுக்கென தனித்துவமான AI கருவிகளை உருவாக்கும் முயற்சிகள், ChatGPT போன்ற கருவிகளின் வழியாக மென்மையாக கற்பிக்கும் தளத்தை உருவாக்கும்.

சவால்களும் சிந்தனைகளும்

ChatGPT போன்ற செயற்கை நுண்ணறிவு கருவிகள் தமிழ் மொழியிலும் இலக்கியத்திலும் பல பயன்பாடுகளை வழங்கினாலும், அதன் பின்னால் சில முக்கியமான சவால்களும் உள்ளன [5]. இவை கருத்தரிக்கத் தேவையான விஷயங்களாகும்.

முதன்மையான சவால், **தகவல் துல்லியம்**. ChatGPT ஒரு நிரந்தர இணையதள பிணைப்பு இல்லாமல் பயனருக்குத் தகவல்களை வழங்கும் போது, சில சமயங்களில் தவறான தகவல்களையும் மிகைப்படுத்தப்பட்ட பதில்களையும் தரக்கூடும் [1]. இது, மாணவர்களுக்கு தவறான புரிதலை ஏற்படுத்தக்கூடியதாக இருக்கலாம்.

இரண்டாவது, **மூல இலக்கிய உணர்வுகள் மற்றும் கலாச்சார சூழ்நிலைகளைக் சரியாக புரிந்து கொள்வதில்** ஒரு வரம்பு உள்ளது. ChatGPT ஒரு கணினி கருவி என்பதால், உணர்வு சார்ந்த விவரங்களை ஆழமாகச் சிந்திக்க முடியாது. இது, பாரதியார் அல்லது கம்பனின் கவிதைகளில் உள்ள உணர்வுப்பண்புகளை முழுமையாக புனைவது கடினம் [6].

மூன்றாவது, **மொழியின் தரம் மற்றும் அசல் பாணி** சீரழியலாம். ChatGPT சில நேரங்களில் உரையின் மென்மை அல்லது இலக்கியத் தன்மை இன்றி சாதாரண மொழியில் பதிலளிக்கலாம்.

நான்காவது, **பயனாளர்களின் பொறுப்பும் முக்கியம்**. AI-ஐ எந்த நோக்கத்தில் பயன்படுத்துகிறோம் என்பது அதன் தாக்கத்தைக் குறிக்கிறது. தவறான நோக்கத்திற்காக ChatGPT-ஐ பயன்படுத்தினால், அதுவே நன்மையைவிட தீமையை ஏற்படுத்தலாம்.

இவை அனைத்தும் நம்மை ஒரே நேரத்தில் **உணர்ச்சியோடும், அறிவோடும்** ChatGPT-ஐ அணுகச் செய்கின்றன. இந்த சவால்களை எதிர்கொள்வதற்கான நடைமுறைகள் உருவாக வேண்டிய அவசியம் உள்ளது.

முடிவுரை

ChatGPT போன்ற செயற்கை நுண்ணறிவு கருவிகள், தமிழின் இலக்கியச் செழுமையை புதிய கோணத்தில் அணுகச் செய்யும் வாய்ப்புகளை உருவாக்கி வருகின்றன. மொழியின் நுணுக்கங்களையும், இலக்கியத்தின் அடித்தளமான உணர்வுகளையும் நவீன உலகத்துடன் இணைக்கும் பாலமாக ChatGPT செயல்படுகிறது [2].

இது தமிழின் மரபியலும், மொழிச் சிறப்புமிக்க இலக்கியங்களும் புதிய தலைமுறையினருக்கு எளிதாகக் கொண்டு செல்லக்கூடியதாக மாறியுள்ளது [1]. மாணவர்கள், ஆசிரியர்கள், ஆராய்ச்சியாளர்கள் எனப் பலரும் ChatGPT-ஐ ஒரு அறிவுசார் துணையாளராகப் பயன்படுத்த ஆரம்பித்துள்ளனர். பாரம்பரியத்தை புரிந்து கொள்ளும் முயற்சியில் தொழில்நுட்பம் இணைந்ததும், இலக்கியக் கற்றலுக்கும் பங்கேற்புக்கும் புதுஆதாரமாகும்.

அதே நேரத்தில், இதனை பயன்படுத்தும் முறையும், நோக்கும் மிக முக்கியமானவை. ChatGPT ஒரு கருவி மட்டுமே; அதன் சரியான பயனே அதன் முழுமையான பலனைத் தரும். தமிழின் செம்மொழித் தன்மையை காப்பாற்றிக்கொண்டு, அதன் அழகிய

பண்புகளை இளைய தலைமுறைக்கு புரியவைக்கும் விதமாக இதனை வடிவமைத்து பயன்படுத்த வேண்டியது நம்முடைய பொறுப்பு [4].செயற்கை நுண்ணறிவும் தமிழ் இலக்கியமும் இணையும் இந்த சந்திப்பில், மொழியியல், பண்பாடு மற்றும் அறிவியல் இணையும் அழகான பசுமை வளம் உருவாகிறது [10].

"இது நிச்சயமாக தமிழுக்கான புதிய பக்கம், புதிய பார்வை, புதிய பரிணாமம் ஆகும்."

மேற்கோள்கள்

1. OpenAI. (2023). GPT-4 Technical Overview. https://openai.com/gpt-4
2. தமிழ்நாடு பாடநூல் மற்றும் கல்வியியல் பணியகம். (2021). *திருக்குறள் முழுமையும் உரைநடை விளக்கங்களும்*. சென்னை: ஆசிரியர் கல்வி வெளியீடு.
3. பாரதியார், சு. (2020). *சுப்ரமணிய பாரதியாரின் தேர்ந்தெடுக்கப்பட்ட கவிதைகள்*. சாகித்ய அகாடமி பதிப்பகம்.
4. கம்பர். (2021). *கம்பராமாயணம்: பொருள் விளக்கத்துடன்*. பழனியப்பன் தமிழ் வெளியீடு.
5. சுந்தரராஜன், பி. (2024). AI கருவிகள் மரபு இலக்கியங்களை பகுப்பாய்வு செய்வதற்கான தமிழ் பார்வை. *Journal of Computational Humanities, 9*(2), 122–136.
6. அண்ணா பல்கலைக்கழகம் – தமிழ் இயற்கை மொழி செயலாக்க குழு. (2022). *தமிழுக்கான இயற்கை மொழி செயலாக்க கருவிகள்*. சென்னை: கணினித் துறை வெளியீடு.
7. UNESCO. (2021). Role of Indigenous Languages in Digital Era – Case Studies on Tamil. Paris: UNESCO Digital Heritage Division.
8. நாராயணன், எஸ். (2023). இந்திய வகுப்பறைகளில் ChatGPT: ஒரு மாற்றமளிக்கும் கருவியா அல்லது கவனச்சிதறல் தாரகமா? *Educational Technology and Society, 26*(1), 87–101.
9. கவிதா, ஆர். (2022). *செயற்கை நுண்ணறிவு யுகத்தில் தமிழ் – வாய்ப்புகளும் சவால்களும்*. சென்னை: நியூ செஞ்சுரி பப்ளிகேஷன்ஸ்.
10. நல்வழி தமிழ்நூலகம். (2023). இலக்கியவியல் பார்வையில் செயற்கை நுண்ணறிவு. *நல்வழி வலைப்பதிவு*. https://nalvalitamil.com/ai-literature

14. கற்றல் கற்பித்தல் அடிப்படையில் செயற்கை நுண்ணறிவை முன்வைத்து தமிழ் மொழி

முனைவர் கோ.திலகவதி
உதவிப் பேராசிரியர்,தமிழ்த்துறை
பி.எஸ்.ஜி கலை அறிவியல் கல்லூரி ,கோவை – **6374702134**
thilagasiragu@gmail.com

Abstract

To survive and stay relevant, a language needs to keep up with changes in the environment and update itself regularly. These changes should be accepted and used actively to keep the language alive and meaningful. Artificial Intelligence, which is growing rapidly and influencing the whole world, can definitely help the Tamil language grow. In India, students come from different school backgrounds and choose vocational courses based on their interests in college. In Tamil Nadu, in addition to these vocational subjects, languages like Tamil, French, Hindi, and Malayalam are also offered depending on the student's choice. However, students who didn't learn Tamil in higher secondary school often struggle to learn it in college because of the gap in learning. This article explores whether AI tools can help solve this learning problem.

ஆய்வுச் சுருக்கம்

ஒரு மொழி தனது இருப்பை நிலைநாட்டிக் கொள்வதற்கு காலந்தோறும் ஏற்படுகின்ற சூழலியல் மாற்றங்களைக் கிரகித்து தன்னைப் புதுப்பித்துக் கொள்ள வேண்டிய தேவை இருந்து வருகிறது. மொழி தன்னுள் ஏற்ற மாற்றங்களை ஆக்கப்பூர்வமான அடையாளங்களாக வெளிக்கொணர அவற்றை புழக்கப்படுத்துதல் வேண்டும். அவ்வகையில் அசூர வளர்ச்சிக் கொண்டு உலகையே தன்ள் அடக்க எத்தனித்திருக்கும் செயற்கை நுண்ணறிவு தமிழ் மொழியின் வளர்ச்சிக்கு துணை புரியும் என்பதில் எவ்வித ஐயமும் இல்லை. இந்தியாவில் பலதரப்பட்ட பள்ளிக் கல்வி பின்புலங்களிலிருந்து வருகின்ற மாணவர்கள் கல்லூரிகளில் தங்களுக்கு விருப்பமான தொழிற்கல்வியை தேர்ந்தெடுக்கின்றனர். தமிழகத்தில் தொழிற்கல்வி தொடர்பான பாடங்களோடு மொழிபாடங்களான தமிழ் /பிரெஞ்சு /இந்தி/ மலையாளம் (PART–I) போன்றவை மாணவர்களின் விருப்பத்திற்கேற்ப கற்பிக்கப்படுகின்றன. மேல்நிலைப் பள்ளிகளில் மொழிப்பாடமாக தமிழைக் கற்காத மாணவர்கள் கால இடைவெளியின் காரணமாக கல்லூரிகளில் தமிழை விருப்பப்பாடமாக எடுக்கும் பொழுது கற்றல் கற்பித்தலில் சிக்கல்கள் ஏற்படுகின்றன. செயற்கை நுண்ணறிவுக் கருவிகளைப் பயன்படுத்தி இச்சிக்கலுக்கு தீர்வு காண முடியுமா என்ற நோக்கத்தை மையமிட்டதாக இக்கட்டுரை அமைகின்றது.

திறவுச் சொற்கள்

.மொழிப்பாடங்கள் – Language papers. செயற்கை நுண்ணறிவு – Artificial Intelligence கைப்பேசி செயலிகள் - MOBILE APP

கல்லூரியில் மொழிப்பாடங்கள்

தமிழ்நாட்டில் உள்ள பள்ளிகளில் இடைநிலை (10-ம்)வகுப்பு வரை தமிழ்கட்டாயப்பாடமாக்கப்பட்டுள்ளது.ஆனால்,மேல்நிலைப் பள்ளிக்கு வரும் மாணவர்களுக்கு விருப்பப்பாடமாக மொழிப்பாடங்கள் அமைவதால் தமிழை தேர்ந்தெடுப்பதில் மாணவர்களிடையே தொய்வு ஏற்படுகின்றது. இந்நிலை கல்லூரியிலும் தொடர்கின்றது. உலகிலேயே தமிழ் தொன்மையான மொழி. இலக்கிய வளம் நிறைந்தது. யாப்பிலக்கணத்தின் அடிப்படையில் செய்யுள், ஓசை நயம், பா இவற்றால் கட்டமைக்கப்பட்ட இலக்கியங்களைக் கொண்டது. எனவே தற்கால தலைமுறையினர் இத்தகைய செய்யுள் நடையிலுள்ள இலக்கண இலக்கியங்களைக் கற்பதில் தயக்கம் கொள்கின்றனர். இந்நிலையே கல்லூரிகளிலும் பெரும்பாலான மாணவர்கள் தமிழை மொழிப்பாடமாக எடுப்பதற்கு தடையாகின்றது. இடைநிலை வரை தமிழ் பயின்று மேல்நிலைப் பள்ளிகளில் தமிழ்மொழிப்பாடமாக பயிலாத மாணவர்கள் சிலர் கல்லூரிகளில் தமிழ் மொழி கற்கின்றனர். கால இடைவெளி காரணமாக மாணவர்களுக்கு இலக்கியங்களை கற்றல் மற்றும் கற்பித்தலில் ஆசிரியர்களுக்கு சிக்கல்கள் ஏற்படுகின்றன.

தாய் மொழியாம் தமிழ்

தமிழ் மொழியை தாய்மொழியாகக் கொண்டு, அதனை படிக்க விரும்பாத அல்லது படிப்பதில் சிரமம் மேற்கொள்ளும் மாணவர்கள் கல்லூரியில் பெரும்பான்மையாக உள்ளனர். வாழ்வியல் விழுமியங்களை அடிப்படையாகக் கொண்டு பாடத்திட்டங்கள் அமைக்கப்படுகின்றன. இருப்பினும் மதிப்பெண் அடிப்படையிலான வகுப்புத் தேர்வுகள் மற்றும் பாடங்களை மனப்பாடம் செய்தல் போன்ற செயல்பாடுகள் அனைத்தும் மாணவர்களிடம் அத்தகைய விழுமியங்களைக் கொண்டு சேர்ப்பதில் தாமதம் கொள்கின்றன. இச்சூழலில் மாணவர்களை திரும்பவும் பள்ளி பின்புல பயிற்சி முறைக்கே கொண்டு செல்வதாக மாணவர்களும், ஆசிரியர்களும் உணருகின்றனர். உலகளாவிய சிந்தனை முறையை அடைய சொற்ப நேரங்களே மாணவர்களுக்குக் கிடைக்கின்றன. தமிழைப் பேசுவதில், படிப்பதில் மிகப்பெரிய சிக்கல்கள் இருப்பதில்லை. ஆனால் தேர்வு களத்தில் சிரமங்களை மேற்கொள்கின்றனர்.

செயற்கை நுண்ணறிவும் தமிழும்

அனைத்து துறைகளிலும் அணுஅணுவாய் தன்னை மெருகேற்றிக் கொண்டிருக்கின்றது செயற்கை நுண்ணறிவு (AI).மனித ஆற்றலை மிஞ்சிய பேராற்றலாக, மனித ஆற்றலாலே உருவாக்கப்பட்ட அறிவு பெட்டகமாகத் திகழ்கிறது. இதனால் மனிதனுக்கு உண்டாகின்ற நற்பயன்கள் குறைந்த அளவே இருப்பினும் கற்றல் கற்பித்தலில் அதன் பங்கு அலாவதியானது. தமிழ் மொழியானது கணினித்தமிழாக உருமாறி தற்போது மின்தமிழாக வலம் வருவது என்பது வரலாற்று சிறப்புடையது. அவ்வகையில் செயற்கை நுண்ணறிவு உலகோர் அறிந்து வியப்புறும் வண்ணம் தமிழ் ஆராய்ச்சியை மொழிவளத்தை மேன்மைப்படுத்தும்

என்பதில் வியப்பில்லை. "செயற்கை அறிவாற்றல் என்பது கொடுக்கப்படும் உள்ளீட்டிற்குத் தகுந்தாற்போல் தானாகவே செயல்படுவது செயற்கை நுண்ணறிவு ஆகும்" (கணினித் தமிழ் வளர்ச்சியும் சவால்களும்,2021, ப-180). அதிக செயல்திறன் மற்றும் துல்லியமான தகவல்களை கொடுத்து கற்போருக்கு தனிப்பட்ட அக்கறையையும் கண்காணிப்பையும் வழங்கவல்லது செயற்கை நுண்ணறிவு. "கணினிகளுடன் இயற்கையான மொழிகளைக் கையாளும் தொழில்நுட்பம் இயற்கை மொழி செயலாக்கம் என்று பரவலாக அழைக்கப்படுகிறது" (கணினித் தமிழ் வளர்ச்சியும் சவால்களும்,2021-ப-180).தற்போது இயற்கை மொழி செயலாக்கத்திற்கான கூறுகள் வடிவமைக்கப்பட்டு வட்டாரத்தமிழ் மொழியின் சிறப்பினையும் அறிய செய்ய உத்வேகம் கொண்டுள்ளது. "கீழடியில் கிடைக்கப்பட்ட பண்டைய தமிழரின் மண்டை ஓடுகளைக் கொண்டு அவர்களது அக்கால மனித முகத்தினை தற்போது செயற்கை நுண்ணறிவு வடிவமைத்துள்ளது" (share.google,2025) – கீழடி – பிபிசி தமிழ், சாரதா.வி. 3-7-2025) இத்தகைய அறிவியல் தொழில் நுட்பமானது தமிழ் மொழியில் ஏற்பட்டுள்ள தொழில்நுட்ப வளர்ச்சியையும் அகழாய்வில் கிடைக்கப்பெற்ற ஆராய்ச்சிகளின் தரவுகளை முழுமையாக மக்களிடத்தில் எளிதில் கொண்டு சேர்க்கும் தன்மையையும் வெளிப்படுத்தி உள்ளது.

மொழிப்பாடச் சிக்கலுக்கு செயற்கை நுண்ணறிவு தீர்வாகுமா

தமிழில் இலக்கணப் பிழையைக் களைந்து பேசுவதற்கும், எழுதுவதற்கும் உதவிப்புரிய ஏராளமான கைப்பேசி செயலிகள் (MOBILE APP) உள்ளன. அறிஞர் செயலி, பிழை திருத்தச் செயலி முதலானவை இருந்தாலும் வகுப்பறையில் மாணவர்கள் எளிதில் பாடங்களைப் புரிந்து கொள்வதற்கும்,அதனை செயல்பாட்டின் நிலையில் கற்றுக்கொள்வதற்கும் மென்தமிழில் வசதிகள் தேவைப்படுகின்றன. உதாரணமாக அகழாய்வில் கண்டெடுக்கப்பட்ட மனித மண்டையோடுகளுக்கு செயற்கை நுண்ணறிவின் உதவியோடு உருவம் அமைத்தலின் வாயிலாக பண்டையத் தமிழர்களைப் பற்றி அறிய ஆர்வம் மிகுந்துள்ளது. இச்சூழல் மாதிரியாக தமிழ் இலக்கண இலக்கியங்களை எளிதில் கற்பதற்கும் கற்பிப்பதற்கும் வழிவகை செய்ய வேண்டும். மாணவர்களிடையே இந்நிலை பழமையான தமிழ் செய்யுள் மொழியாக மட்டுமல்லாமல் பழந்தமிழர் வாழ்வியல் மொழியாக தலைசிறந்து இருந்ததையும் இனி நம் வாழ்வில் பெறுமிடத்தையும் உணர வாய்ப்பாக அமைகிறது.

கற்றல் கற்பித்தலில் செயற்கை நுண்ணறிவுக் கருவிகள்

பாடங்களை கற்றல் கற்பித்தலுக்கும் ஆராய்ச்சி செய்வதற்கான தகவல்களை திரட்டுவதற்கும் உதவியாக Open AI, Chat GPT, Gemini முதலான செயற்கை நுண்ணறிவுத் தளங்கள் பயன்படுகின்றன. இக்கருவிகளை வகுப்பறையில் முழுமையாக பயன்படுத்திவிட முடியாது. ஏனெனில் இவை அனைத்தும் வகுப்பறையில் ஆசிரியர் மாணவர்களுக்கிடையிலான உறவு நிலையை

பாதிப்படையைச் செய்கிறது. Power point (PPT) எனப்படுகின்ற முறையில் பாடப்பகுதியை தயார் செய்து கொடுக்கவும் துணை புரிகின்றது. இருப்பினும் "Maya AI, Talk Pal AI, iVoca,Duolingo"((kaniyantamil 20205) போன்ற செயற்கை நுண்ணறிவு செயலிகள் வகுப்பறையில் மாணவர்களுக்கு தமிழ் மொழியைக் கற்றுத்தர உதவுகின்றன. இவைகள் தமிழ் மொழிப் பாடங்களை காட்சி வடிவில் உரையாடல் மூலமாக கற்றுத் தருகின்றன. இலக்கணங்களைக் கற்றுத் தர எண்ணற்ற உதாரணங்களை வழங்குகின்றன. குறைந்த நேரத்தில் நிறையப் பாடங்கள் குறித்து தெளிவுகளை மாணவர்கள் பெற வாய்ப்பளிக்கப்படுகின்றது. பழமை மொழி என்றும் கடுமையான இலக்கணம் மொழி தமிழ் என்ற தவறான புரிதல்கள் களையப்பெற்று தொழில்நுட்ப வளர்ச்சிக் கொண்ட தமிழ் மொழியையும் தற்கால மாணவர்கள் விரும்பிக் கற்க வழி செய்யப்படுகின்றது. தமிழ் மொழி கற்றல் மற்றும் பேசுதலை எளிமைப் படுத்த தமிழக அரசின் ivoca செயலி உதவிப் புரிகின்றது. (play.google.com வ்2025)கணினித் தமிழில் இம்மாதிரியான மாணவர்களுக்கு உகந்த வகையிலும் வகுப்பறையில் அவற்றைப் பயன் படுத்தும் வகையிலும் மேம்படுத்தப்பட்ட மென்பொருள்களை உருவாக்கி அவற்றை செயல் படுத்த ஆசிரியர்களுக்கு தொழ்ச்சியானப் பயிற்சிகளை வழங்குவதாலும் இச்சிக்களுக்கு தீர்வுக் காண முடிகின்றது.

முடிவுரை

AI Era – என்று அழைக்கப்படுகின்ற செயற்கை நுண்ணறிவுக் காலகட்டத்தில் நம் வாழ்கின்றோம். எனவே கால ஓட்டத்தில் கரைந்திட செயற்கை நுண்ணறிவின் தேவை தாய்மொழியிலும் அவசியமாகின்றது. Open AI, Chat GPT, Perplexity AI போன்ற செயற்கை நுண்ணறிவுத் தேவை நடைமுறை வாழ்வியலில் அங்கமாகிவிட்டது. மொழிப்பாட வகுப்பறையில் தமிழ் மொழியை கற்பிக்க பிழைத்திருத்த பேராசிரியர்களின் உதவியோடு செயற்கை நுண்ணறிவின் பங்கு முக்கியமானது. இதன் வழி அறிவியல் தொழில்நுட்ப வளர்ச்சியடைந்த தமிழ் மொழியின் தேவை மற்றும் பயன்பாட்டை இன்றைய தலைமுறையினரிடையே ஏற்படுத்த முடிகின்றது என்பது இக்கட்டுரையின் முடிவாகும்.

துணை நூற்பட்டியல்

1. தமிழ் இணையக் கல்விக்கழகம் - கணினித் தமிழ் வளர்ச்சியும் சவால்களும் (தொகுதி – I) தமிழ் இணையக் கல்விக்கழகம் கோட்டூர், சென்னை – 25 -2021
2. https://share.google/ycINS5LzoEA4Y1yJs கீழடி: மண்டை ஓடுகளின் அடிப்படையில் முகத்தை மறு ஆக்கம் செய்தது எப்படி? ஆய்வாளர்கள் விளக்கம் - பிபிசி தமிழ் சாரதா.வி. 3-7-2025.
3. https://kaniyantamil.com/best-mobile-apps-tamil-learning/–கைப்பேசி செயலிகள்
4. https://play.google.com/store/apps/details?id=io.ivoca.conversationtamil&hl=en&pli=1– தமிழக அரசின் ivoca செயலி
5. https://share.google/ycINS5LzoEA4Y1yJs

15. சாட் ஜிபிடியில் பாட்டும் தொகையும்
Paattum Thogaum in Chat GPT

முனைவர்.இரா.தனசுபா
இணைப்பேராசிரியர் & தமிழ்த்துறைத் தலைவர்
சைவபானு சத்திரிய கல்லூரி,அருப்புக்கோட்டை– **626101**
Mail id: traj.acc@gmail.com

ஆய்வுச் சுருக்கம்:

இலக்கியங்கள் புது வடிவம் பெறும்போது அவ்விலக்கியத்தின் நோக்கமும் பொருண்மையும் தன்மையும் அழகும் சிதைந்து விடக்கூடாது. ஓலைச்சுவடிகளிலிருந்து பல பரிணாமங்களைப் பெற்று தனிச் சிறப்புடன் திகழும் சங்க இலக்கிய நூல்கள் இன்று செயற்கை நுண்ணறிவு வடிவிலும் வளர்ந்து வருகிறது. தற்போது தமிழ் இலக்கியங்கள் பற்றிய தரவுகள் பல செயற்கை நுண்ணறிவுக் கருவிகளில் கிடைக்கின்றன. உலகம் முழுவதிலும் உள்ள தமிழ் மக்களும் தமிழ் ஆர்வலர்களும் மாணவர்களும் தங்களுக்குத் தேவையான இலக்கியச் செயதிகளை அறிந்து கொள்ள செயற்கை நுண்ணறிவுக் கருவிகளைப் பயன்படுத்தத் தொடங்கிவிட்டனர். செயற்கை நுண்ணறிவுக் கருவிகள் பல பயன்பாட்டில் இருப்பினும் பெரும்பாலான மக்களால் சாட் ஜிபிடி பயன்படுத்தப்படுகிறது. இந்நிலையில் 'பாட்டும் தொகையும்' என்ற பெருமைக்குரிய மேற்கணக்கு நூல்களான பத்துப்பாட்டும் எட்டுத்தொகையும் பற்றிய தகவல்கள் சாட் ஜிபிடியில் எவ்வகையில் உள்ளீடு செய்யப்பட்டுள்ளது என்பதையும் அதில் உள்ள குறை நிறைகளையும் ஆய்வு செய்வதே இக்கட்டுரையின் நோக்கமாகும்.

Abstract :

When literature takes on a new form, the purpose, substance, character and beauty of that literature should not be distorted. Sangam literature, which has undergone many evolutions from manuscripts and is unique, is today also growing in the form of artificial intelligence. Currently, data on Tamil literature is available in many artificial intelligence tools. Tamil people, Tamil enthusiasts and students all over the world have started using artificial intelligence tools to find out the literary works they need. Although many artificial intelligence tools are in use, SAT GBT is used by most people. In this situation, the purpose of this article is to examine how information about the above-mentioned books, Patu Pat and Ettu Togyum, which are proud of being 'Patum Togyum', has been entered in Chat GBT and the shortcomings in it.

குறிச்சொற்கள்

சங்க இலக்கியம், செயற்கை நுண்ணறிவு, சாட் ஜிபிடி

Key Words:

Sangam Literature, Artificial Intelligence, Chat GPT

ஆய்வுச் சுருக்கம்:

இலக்கியங்கள் புது வடிவம் பெறும்போது அவ்விலக்கியத்தின் நோக்கமும் பொருண்மையும் தன்மையும் அழகும் சிதைந்து விடக்கூடாது. ஓலைச்சுவடிகளிலிருந்து பல பரிணாமங்களைப் பெற்று தனிச் சிறப்புடன் திகழும் சங்க இலக்கிய நூல்கள் இன்று செயற்கை நுண்ணறிவு வடிவிலும் வளர்ந்து வருகிறது. தற்போது தமிழ் இலக்கியங்கள் பற்றிய தரவுகள் பல செயற்கை நுண்ணறிவுக் கருவிகளில் கிடைக்கின்றன. உலகம் முழுவதிலும் உள்ள தமிழ் மக்களும் தமிழ் ஆர்வலர்களும் மாணவர்களும் தங்களுக்குத் தேவையான இலக்கியச் செயதிகளை அறிந்து கொள்ள செயற்கை நுண்ணறிவுக் கருவிகளைப் பயன்படுத்தத் தொடங்கிவிட்டனர். செயற்கை நுண்ணறிவுக் கருவிகள் பல பயன்பாட்டில் இருப்பினும் பெரும்பாலான மக்களால் சாட் ஜிபிடி பயன்படுத்தப்படுகிறது.

இந்நிலையில் 'பாட்டும் தொகையும்' என்ற பெருமைக்குரிய மேற்கணக்கு நூல்களான பத்துப்பாட்டும் எட்டுத்தொகையும் பற்றிய தகவல்கள் சாட் ஜிபிடியில் எவ்வகையில் உள்ளீடு செய்யப்பட்டுள்ளது என்பதையும் அதில் உள்ள குறை நிறைகளையும் ஆய்வு செய்வதே இக்கட்டுரையின் நோக்கமாகும்.

முன்னுரை:

ஒரு இனத்தின் தொன்மையையும் பெருமையையும் அவ்வினத்தின் வரலாற்றுச் சிறப்பினையும் அறிந்துகொள்ள வேண்டுமானால், அம்மக்கள் வாழ்ந்த இடம், பயன்படுத்திய மொழி, அக்காலத்தில் தோன்றிய இலக்கியங்கள், கலை மற்றும் கலாச்சாரப் பண்பாட்டுக்கூறுகள் போன்றவை வழியாகவே அறிந்துகொள்ள முடியும். தமிழர்கள் மூவாயிரமாண்டுகளுக்கு முன்பே சிறந்த நாகரிகமான வாழ்க்கை முறையைக் கடைப்பிடித்தவர்கள் என்பதைப் பழந்தமிழ் நூல்கள் மூலம் அறிந்துகொள்ள முடிகிறது. குறிப்பாக சங்க இலக்கிங்களைத் தமிழர் வாழ்வியலின் அடையாளங்கள் எனலாம். கி.மு.மூன்றாம் நூற்றாண்டிலிருந்து கி.பி.மூன்றாம் நூற்றாணடு வரை தோன்றிய இலக்கியங்களின தொகுப்பே சங்க இலக்கியங்கள் எனப்படுகிறது. மேற்கணக்கு நூல்கள் வரிசையில் இடம்பெறும் நூல்கள் 'பாட்டும் தொகையும்' என அழைக்கப்படுகின்றன. அதாவது பத்துப்பாட்டு நூல்கள், எட்டுத்தொகை நூல்கள் என்பவையாகும். இன்றைய செயற்கை நுண்ணறிவு யுகத்தில் சாட் ஜிபிடியில் பாட்டும் தொகையும் பெற்றுள்ள இடம் குறித்து இக்கட்டுரை விளக்குகிறது.

பாட்டும் தொகையும்:

பத்துப்பாட்டு நூல்கள்:

தமிழ் இலக்கிய வரலாறுபடியும், இலக்கண வரன்முறைப்படியும் "பத்து நீண்ட நெடும் பாடல்களின் தொகுப்பே பத்துப்பாட்டு என அழைக்கப்படுகின்றது. "பத்துப்பாட்டு என்னும் பெயர் வழக்கு இடைக்காலத்தில் தோன்றியது.கி.பி. 11, 12 ஆம் நூற்றாண்டுக்குரிய பன்னிருபாட்டியல் எனும் இலக்கண நூல் பத்துப்பாட்டிற்கு இலக்கணம் கூறிற்று. கி.பி.15ஆம் நூற்றாண்டினரான மயிலை நாதர் (நன்னூல் எனும் இலக்கணத்துக்கு உரை எழுதியவர் பத்துப்பாட்டு என்ற பெயரைப்பயன்படுத்தியுள்ளார்." (தமிழ் இணையக் கல்விக் கழகம் 2025)

இப்பத்துப்பாட்டு நூல்களைக் குறிப்பிடும் பழம்பாடல் ஒன்றுண்டு.

முருகு பொருநாறு பாண் இரண்டு முல்லை
பெருகு வளமதுரைக் காஞ்சி – மருஇனிய
கோல நெடுநல்வாடை கோல்குறிஞ்சிப் பட்டினப்
பாலை கடாத்தொடும் பத்து. (தமிழ் இணையக் கல்விக் கழகம் 2025)

இப்பாடல் 1. திருமுருகாற்றுப்படை, 2. பொருநராற்றுப்படை, 3. சிறுபாணாற்றுப்படை, 4. பெரும்பாணாற்றுப்படை, 5. முல்லைப்பாட்டு, 6. மதுரைக் காஞ்சி, 7. நெடுநல்வாடை, 8. குறிஞ்சிப் பாட்டு, 9. பட்டினப் பாலை, 10. மலைபடுகடாம் ஆகிய நூல்களைக் குறிப்பிடுகிறது. (தமிழ் இணையக் கல்விக் கழகம் 2025

பிரபல செயற்கை நுண்ணறிவின் பலவகைப் பதில்கள்:

' பத்துப்பாட்டு நூல்கள் பற்றிய பழம் பாடல்' என்று சாட் ஜிபிடியிடம் தரவுகளைத் தேடியபோது கீழ்க்கண்ட செய்திகளை தொகுத்துத் தந்தது.

"இங்கே, **பத்துப்பாட்டு நூல்களைப்** பற்றி குறிப்பிடும் ஒரு **பழமையான பாடல்** அல்லது **பாடல் வடிவத்தில் தொகுக்கப்பட்ட விளக்கம்** தருகிறேன். இது தமிழ் மாணவர்கள் அல்லது இலக்கிய ஆர்வலர்கள் எளிதில் மனப்பாடம் செய்ய உதவும் வகையில் அமைக்கப்படுகிறது"(*சாட் ஜிபிடி 2025)*

பத்துப்பாட்டு பாடல் (விளக்கப் பாடல் வடிவம்)
"பத்துப் பாடல் பாசுரங்கள், பணிப்பாட்டு பெருமைகள்,
முற்காலத் தமிழினத்தின் முத்தான வரலாறுகள்.
திருமுருகாற்றுப்படை திருக்கடவுள் முருகற்கு,
பொருநர் பாடல் பொருநனுக் காப்பான புகழுக்கு.
பெரியாணச் சாற்றுப்படை, சிறுப்பாண் பாடும் செல்வம்,
முள்லைப்பாட்டின் மென்மைமொழி மதுரையின் பாண்டிக்கு.
மதுரைக் காஞ்சி நகர்த் தொழில் மருதனார் உரை,
நெடுநல்வாடை நக்கீரர் நெஞ்சினை நன்கு நனைக்கும்.
குறிஞ்சிப் பாட்டு காதலுக்கு, கபிலரின் கிளியுரை,
பாடிறுப்பற்று பாடி உயரும் புறக் காவியம்.
மலையமாற்றுப்படை மலையை ஒத்து விளங்க,
பதினெண் கீழ்க்கணக்கு புகழும் பத்துப்பாட்டே மகுடம்" (சாட் ஜிபிடி 2025)

பாடல் விளக்கம்:

- **ஒவ்வொரு வரியிலும் பத்துப்பாட்டு நூல்களின் பெயரும் அவை யாரைப் பற்றி பேசுகின்றன என்பதும் குறிப்பிடப்பட்டுள்ளது.**
- **இந்த பாடல் மூலமாக, மாணவர்கள் நூலின் பெயர், புலவர், தலைவன் அல்லது மையக் கரு ஆகியவற்றை நினைவில் வைக்கலாம்.** (*சாட் ஜிபிடி 2025)*

பயனரின் தேவையை அறிய விரும்பும் செயற்கை நுண்ணறிவு.

'பத்துப்பாட்டு நூல்கள் பற்றிய பழம் பாடல்' என்றக் குறிச் சொல்லின் தேடலில் பயனருக்கு மேலும் விளக்கம் அளிக்கும் வகையில் கீழ் கண்டவாறு கேட்கிறது கணினித் திரை

"**விரும்பினால்**, இந்தப் பாடலை **கிழக்கு ராகத்தில்** பாடும் ஒரு மெட்டு மற்றும் **படக் காட்சிகள்** உடனும் அமைத்துக் தர முடியும். கூறுங்கள், தொடரலாம்!" *சாட் ஜிபிடி 2025*) இவ்வாறு மிகவும் குழப்பமான செய்திகளைத் தவறாகத் தொகுத்தளிக்கிறது . பயனருடன் தன்னை உரையாடும்படி ஊக்குவிப்பதே இத் தொழில்நுட்பத்தின் நோக்கமாக இருக்கின்றதே தவிர , சரியானத் தகவல்களைக் கொடுக்க இது முயலவில்லை.

மேலும் பத்துப்பாட்டு நூல்கள் எனத் தேடும்போது பத்துப்பாட்டு நூல்களில் இல்லாத சிலவற்றைத் தானாக உருவாக்கித் தவறாகக் கொடுத்தது. அவ்வாறு தவறான பகுதிகள் கீழே உள்ளா அட்டவணையில் அடிக்கோடிட்டு சுட்டிக் காட்டப்பட்டுள்ளது.

"பத்துப்பாட்டு என்பது எட்டுத்தொகை உடன் சேர்ந்து சங்க காலத்திலுள்ள பழையதமிழ் இலக்கிய தொகுப்புகளில் ஒன்றான பதினெண்கீழ்க்கணக்கு நூல்களில் ஒன்று ஆகும்.

பத்துப்பாட்டு (பத்து + பாட்டு) என்பது "பத்து பாடல்கள்" எனும் பொருள் கொண்டது. இதில் பத்து முக்கியமான நீண்ட காப்பிய/பாடல்கள் இடம் பெற்றுள்ளன. இவை பெரும்பாலும் அரசர்களின் புகழைப் பாடும் **பணிப்பாட்டு வகையிலானவை**" (*சாட் ஜி பி டி 2025*)

பத்துப்பாட்டு நூல்களின் பட்டியல்:

இல. எண்	நூல் பெயர்	எழுதியவர்	அரசர் அல்லது தலைவன்
1.	திருமுருகாற்றுப்படை	நக்கீரர்	முருகன்
2.	பொருநராற்றுப்படை	மூதத்தூரைக் கீரனார்	சேரநாடு – பொருநன்
3.	பெரியாணச் சாற்றுப்படை	முன்னூர்க் கிள்ளிச்சாத்தனார்	சேரன்
4.	சிறுப்பாணாற்றுப்படை	நன்னகனார்	சேரன்
5.	முள்ளைப்பாட்டு	நக்கீரர்	பாண்டியர்
6.	மதுரைக் காஞ்சி	மாங்குடி மருதனார்	பாண்டியர்
7.	நெடுநல்வாடை	நக்கீரர்	தென்னாட்டுப் புகழ்
8.	குறிஞ்சிப்பாட்டு	கபிலர்	காதல் வாழ்ககை (அகம்)
9.	பாடிறுப்பற்று	குறவஞ்சி கீரனார்	சேரன்
10.	மலையமாற்றுப்படை	பெருங்குன்றூர் கிழார்	கோடகர் கிழவன்

மேலே உள்ளத் தவறானப் பட்டியலைத் தயாரித்தும் செயற்கை நுண்ணறிவு தான். மேலும் பத்துப்பாட்டு நூல்களின் சிறப்புகளையும் செயற்கை நுண்ணறிவு தவறாகவே கொடுக்கின்றது.

"**பத்துப்பாட்டு நூல்களின் சிறப்புகள்:**

- இவை அகம் மற்றும் புறம் துறைகளைச் சேர்ந்தன.
- பெரும்பாலான நூல்கள் ஆட்சியாளர்களைப் புகழும் பணிப்பாடல்களாகும்.
- இலக்கிய, பண்பாட்டுச் செய்திகள், சங்ககால அரசியல், பொருளாதாரம், வர்த்தகம், சமூக நிலை ஆகியவற்றைப் புரிந்துகொள்ள உதவுகின்றன.
- திருமுருகாற்றுப்படை மட்டும் இறைவனை (முருகன்) புகழும் தேவாரம் போன்ற பக்திப் பாடலாகும் உள்ளது.
- ஒவ்வொரு பாடலும் நீளமானது (பாடல்கள் பல செய்யுள்களைக் கொண்டவை)." (*சாட் ஜி பி டி 2025*)
- முக்கிய இலக்கிய வரலாற்றுப் பயன்

- **பத்துப்பாட்டு**, சங்க இலக்கியத்தில் மிகப் பழமையான தரவுகளைக் கொண்ட நூலாக கருதப்படுகிறது.
- தமிழ் நாட்டின் பழம்பெரும் வழிபாட்டு முறைகள், மக்களின் வாழ்வியல்கள், பருவ நிலை, நகரங்கள், படைகள் பற்றிய முக்கிய தகவல்களைத் தருகிறது.

விருப்பமிருந்தால், ஒவ்வொரு நூலின் உள்ளடக்கம், செய்யுள் வடிவம் மற்றும் பகுப்பாய்வு பற்றி தனித்தனியாக விளக்கமளிக்கலாம். தேவைபட்டால் கூறுங்கள்!" (*சாட் ஜிபிடி 2025*)

இங்கு திருமுருகாற்றுப்படை, பொருணராற்றுப்படை, மதுரைக்காஞ்சி, நெடுநல்வாடை ஆகிய நூல்களின் பெயர்கள் மட்டும் பிழையில்லாமல் அமைந்துள்ளது.

மற்ற நூல்கள், பெரும்பாணாற்றுப்படையை பெரியாணச்சாற்றுப்படை, என்றும் சிறுபாணாற்றுப்படையை **சிறுப்பாணாற்றுப்படை** பட்டினப்பாலை – பாடிறுப்பற்று மலைபடுகடாம் – மலையமாற்றுப்படை என்று தவறாகக் குறிப்பிடப்பட்டுள்ளது. சில நூல்களின் ஆசிரியர் பெயரும் பாட்டுடைத் தலைவனின் பெயரும் தவறாக உள்ளது பத்துப்பாட்டு நூல்கள் முழுவதும் சங்ககால மக்களின் வாழ்க்கையை அறிந்து கொள்வதற்கான வரலாற்றுப் பெட்டகங்கள். அத்தகைய அரிய நூல்களின் பெருமைகள் அழிந்து போவதற்கு செயற்கை நுண்ணறிவு ஒரு கருவியாக அமைந்துவிடக் கூடாது. எனவே தமிழ் கற்றவர்கள் அனைவரும் செயற்கை நுண்ணறிவுக் கருவிகள் சரியான இலக்கியத் தரவுகளைத் தருகின்றனவா என்பதை உற்றுநோக்கி ஆராய்ந்து அவற்றைச் சரிசெய்ய முன் வரவேண்டும்.

எட்டுத்தொகை நூல்கள்:

'பாட்டும் தொகையும்' என்ற தொடரில் 'தொகை' என்ற சொல் எட்டுத்தொகையைக் குறிப்பிடுகிறது. எட்டுத்தொகை நூல்களை எளிதாக நினைவில் வைத்துக் கொள்ளும் விதத்தில் பழம்பாடல் ஒன்று அமைந்துள்ளது. அப்பாடல்

"நற்றிணை நல்ல குறுந்தொகை ஐங்குறுநூறு
ஒத்த பதிற்றுப்பத்து ஓங்குபரி பாடல்
கற்றறிந்தார் ஏத்தும் கலியோடு அகம் புறம்
என்று இத்திறத்த எட்டுத் தொகை

இவ் வெண்பா எட்டுத்தொகை நூல்கள் இவைகள் என்பதைக் குறிக்கின்றது. இது ஒரு பழைய வெண்பா. இந்த எட்டுத் தொகை நூல்களிலே நற்றிணை, குறுந்தொகை, ஐங்குறுநூறு, அகநானூறு, புறநானூறு, பதிற்றுப்பத்து ஆகிய ஆறு நூல்களும் ஆசிரியப் பாக்களால் அமைந்தவை. சங்க நூல்களிலே பெரும்பாலானவை ஆசிரியப் பாக்களால் அமைந்தவை என்பதற்கு இவைகளே போதும். பண்டைத் தமிழ் நூல்கள் பெரும்பாலும் ஆசிரியப்பாக்களால் இயற்றப்பட்டதற்குக் காரணம் என்ன

என்பதைப் பற்றிப் "பத்துப் பாட்டும் பண்டைத் தமிழரும்" என்னும் நூலின் விளக்கத்திலே எழுதப்பட்டுள்ளது.

பரிபாடல் என்பது ஒருவகைப் பாட்டு. ஆசிரியப்பா, வஞ்சிப்பா, வெண்பா, கலிப்பா ஆகிய நால்வகைப் பாடல்களின் உறுப்புக்களும் கலந்து வருவது. இத்தகைய பாடல்களின் தொகுப்பே பரிபாடல். இது இசையுடன் பாடக் கூடியது. கலிப்பா என்பது நால்வகைப் பாடல்களில் ஒன்று. இதையும் பல இசைகளில் பாடலாம். ஒரு செய்தியைத் தொகுத்தும். விரித்தும், சுருக்கியும் கூறுவதற்கேற்ற பகுதி"(*தமிழ் இணையக் கல்விக் கழகம் 2025*)

சாட் ஜிபிடியில் எட்டுத்தொகை நூல்கள்

எட்டுத்தொகை நூல்கள் பற்றிய பழம்பாடல் என்று சாட் ஜிபிடியில் தேடியபோது அதிலும் தவறானத் தகவல்கள் ஒரு கட்டுரை வடிவிலேயேக் கொடுக்கப்பட்டுள்ளது. தேடலுக்கான பதிலாக செயற்கை நுண்ணறிவுக் கொடுத்தை அப்படியே இங்கு கொடுக்கப்பட்டுள்ளது.

"எட்டு முத்து எட்டுத்தொகை,
தமிழ்க்கடல் போல் தெளிவுத்தொகை!
குறுந்தொகை நற்றிணை கூட,
அகநானூறு அஃகமும் ஓடு,
நறையுறுத் திரடுகையும்,
களித்தொகை பாடும் கவியும்,
ஐங்குறும் பதிற்றுப்பத்தும்,
பழம் தமிழின் பெருமை சொல்வும்!" (*சாட் ஜி பி டி 2025*)

இந்தப் பாடல் எட்டுத்தொகை நூல்களின் பெயர்களைச் சொல்லும் விதமாகவும், அவை தமிழின் பெருமை என்பதை உணர்த்தும் வகையிலும் அமைக்கப்பட்டுள்ளது.

வேண்டுமெனில் இதை மெட்டில் பாடும் விதமாகவும் அல்லது குழந்தைகள் மனதில் பதியும் வகையில் மாற்றவும் செய்யலாம். வேண்டுமா?" என சாட் ஜிபிடி தானாகவே ஒரு பாடலைத் தவறாகத் தயாரித்துத் தருகிறது. இவற்றை உடனடியாக நாம் திருத்தம் செய்யாவிட்டால் எட்டுத்தொகை பற்றிய தவறான தகவல்கள் உலகம் முழுவதும் பரவுவதற்கு வாய்ப்பாக அமைந்துவிடும்.

எட்டுத்தொகை நூல்கள் என்பது சங்க கால அகத்திணைச் சான்றோர்கள் எழுதிய எட்டு சிறந்த தமிழ் இலக்கிய நூல்களின் தொகுப்பாகும். இவை அனைத்தும் **அகம்** (உள் உணர்வுகள் – காதல், காதல்பாடு) சார்ந்த பாடல்களை கொண்டவை. (*சாட் ஜி பி டி 2025*)

மேலும் எட்டுத்தொகை நூல்கள் என்று சாட் ஜிபிடியில் தரவுகளைத் தேடியபோது, நூல் பட்டியல், சிறு குறிப்பு

எட்டுத்தொகை நூல்கள் பட்டியல்:

1. **நற்றிணை**
2. **குறுந்தொகை**
3. **அகநானூறு**

4. **அிங்குறுநூறு**
5. **நறையுறுத்திரடுகை**
6. **களித்தொகை**
7. **பதிற்றுப்பத்து**
8. **பரிபாடல்**

சிறு விளக்கம்:

இ இல. எண்	நூல் பெயர்	பாடல்கள் எண்ணிக்கை	குறிப்புகள்
1.	நற்றிணை	400 பாடல்கள்	பல கவிஞர்கள் எழுதியது
2.	குறுந்தொகை	400 பாடல்கள்	சிறிய குறுந்தொகை பாடல்கள்
3.	அகநானூறு	400 பாடல்கள்	பெரிய நூல்; பல காதல் பாடல்கள்
4.	அிங்குறுநூறு	500 பாடல்கள் (5x100)	ஐந்து திணைகள் ஒவ்வொன்றிற்கும் நூறு
5.	நறையுறுத்திரடுகை	70 பாடல்கள்	குறைவான பாக்கள் கொண்டது
6.	களித்தொகை	150 பாடல்கள்	கலிப்பா வெண்பா இயற்கையில்
7.	பதிற்றுப்பத்து	80 பாடல்கள்	குறித்த பத்துப் பத்துப் பாடல்கள்
8.	பரிபாடல்	24 பாடல்கள்	இசையுடன் பாடப்படும் பாடல்கள்

எட்டுத்தொகை முக்கியத்துவம்:

- சங்ககாலத்துக்குரிய காதல், உணர்வு, திணை (முல்லை, குரிஞ்சி, மருதம், நெய்தல், பாலை) பற்றிய எழுத்துகள்.
- தமிழ் இலக்கிய வளர்ச்சியில் முக்கியமான பங்களிப்பு.
- பலரும் பள்ளி மற்றும் பட்டப்படிப்புகளில் இதை தமிழ் இலக்கியப் பாடமாகக் கற்றுக் கொள்கிறார்கள். (*சாட் ஜி பி டி 2025*)

"நீங்கள் இதற்கான பாடல், கதை அல்லது விளக்கவுரை விரும்பினால் தயார் செய்து தரலாம்! "

(சாட் ஜி பி டி 2025)

என்று பல தவறுகளுடன் எட்டுத்தொகை நூல்கள் பற்றிய செய்திகளைத் தந்தது. மேலே தவறான பகுதிகள் அடிக்கோடிட்டு சுட்டிக் காட்டப்பட்டுள்ளது. ஐங்குறுநூறு–அிங்குறுநூறு என்றும் கலித்தொகை – களித்தொகை என்றும் புறநானூறு என்ற நூலுக்குப் பதிலாக நறையுறுத்திரடுகை எனத் தவறாக உள்ளது. மேலும் பரிபாடலில் உள்ள 70 பாடல்களில் நமக்குக் கிடைத்துள்ள பாடல்களின் எண்ணிக்கை 22 ஆகும். இங்கே 24 எனத் தவறாக உள்ளது. ஆனால் அிங்குறுநூறு என்பதை மட்டும் தனியாகத் தட்டச்சு செய்து சாட் ஜிபிடியில் தேடியபோது ஐங்குறுநூறு எனச் சரியான பெயரைத் தருகிறது. இப்படி முன்னுக்குப்பின் முரணான செய்திகளைத் தருவதால் இதனைப் பயன்படுத்தி இலக்கியங்களைக் கற்க முற்படுபவர்கள் குழப்பமடைய நேரிடும்.

சிக்கலுக்கான தீர்வுகள்:

1. செயற்கை நுண்ணறிவுக் கருவிகளுள் தமிழ் இலக்கியங்களை உள்ளீடு செயயும் பணியில் தமிழ் கற்றவர்கள் ஈடுபட வேண்டும்.
2. அதற்கு நாம் செயற்கை நுண்ணறிவுத் தொழில் நுட்பத்தை நன்கு கற்றுத் தேர்ச்சியடைய வேண்டும்.
3. தொழில்நுட்பம் தெரிந்தவர்களுக்குத் தமிழ்ப் புலமையும் இருக்க வேண்டும்.
4. தமிழ்ப் புலமை உள்ளவர்களுக்கு தொழில்நுட்பமும் தெரிந்து இருக்க வேண்டும்
5. தமிழ் பாடத்திட்டத்தில் கணினித் தமிழ், இணையத் தமிழ் போன்ற பாடத்திடங்கள் தற்போது இருப்பினும் செய்முறைப் பயிற்சியளிப்பதற்குத் தேவையான மெய்நிகர் ஆய்வக வசதிகள் இல்லை.
6. ஆசிரியர்களுக்கும் மாணவர்களுக்கும் தமிழ் செயற்கை நுண்ணறிவு குறித்த விழிப்புணர்ச்சியை ஏற்படுத்த வேண்டும்.
7. தமிழ் மொழியைத் தெளிவாகத் தெரிந்து கொள்ள வாய்ப்புக்களை மாணவர்களுக்கு அளிக்க வேண்உம்
8. செயற்கை நுண்ணறிவுக் கருவிகளுள் பதிவேற்றம் செய்யப்பட்ட தமிழ்மொழி சார்ந்த தகவல்கள் சரியாக உள்ளதா என்பதைக் கண்காணிக்க நிபுணர் குழுக்கள் அமைக்க வேண்டும்.

முடிவுரை:

தொழில்நுட்ப வசதிகள் இல்லாத சங்க காலத்தில் ஓலைச்சுவடிகளில் இருந்த பழைய இலக்கிங்களைப் பாதுகாத்து வருங்கால தலைமுறைக்குக் கொடுப்பதற்கு அரும்பாடுபட்டனர் நம் முன்னோர்கள். இன்று மனிதனுக்கு இணையாகச் செயல்படும் அளவிற்கு செயற்கை நுண்ணறிவுத் தொழில்நுட்பத் துறையில் வளர்ந்துவிட்டோம். எனினும் தமிழில் செயற்கை நுண்ணறிவு குறிப்பிடத்தக்க வள்ச்சியடையவில்லை. தமிழ்மொழியின் மீது நமக்கிருக்கும் அக்கறையின்மையே சாட் ஜிபிடி போன்ற செயற்கை நுண்ணறிவுக் கருவிகளுள் தவறாகப் பதிவேற்றமாவற்குக் காரணமாகும்.

மொழியின் வளர்ச்சியே நாட்டின் வளர்ச்சி. எனவே தமிழ்மொழியைப் பாதுகாக்க செயற்கை நுண்ணறிவுத் தொழிநுட்பத்தை அனைவரும் கற்க வேண்டியது அவசியமானதாகும்.

பயன்படுத்தப்பட்ட இணையத்தளங்கள்

1. https://www.tamilvu.org/courses/degree/a041/a0411/html/a0411
2. https://chatgpt.com/c/6890e9b3-be38-8010-8e69-d60c312a5474
3. 2. https://www.tamilvu.org/slet/l4330/l4330pd1.jsp?bookid=264&pno=1

16. அன்றாட வாழ்க்கையில் செயற்கை நுண்ணறிவின் பயன்பாடு

முனைவர் ஜெ.கவிதா,
உதவிப்பேராசிரியர்,தமிழ்த்துறை,
பிஎச்ஜி கிருஷ்ணம்மாள் மகளிர் கல்லூரி, கோவை.
jkavitha@psgrkcw.ac.in,
avithamahendiran1973@gmail.com,
948757527
ORCID : https://orcid.org/0000-0002-3938-1985

ஆய்வுச்சுருக்கம்

உயிருள்ளவற்றிற்கும் மற்றவற்றிற்கும் உள்ள வேறுபாடு என்ன என்பதை அனைவரும் அறிந்திருப்போம். உயிருள்ளவை எல்லாம் உணர்ந்து கொள்கின்றன, கற்றுக்கொள்கின்றன, முடிவெடுக்கின்றன. அதனால்தான் அவை உயிரற்றவற்றிலிருந்து வேறுபடுகின்றன. தாவரங்கள் உயிர்வாழ தங்கள் வேர்களை நீர் நோக்கி அனுப்புகின்றன. விலங்குகள் உணவைக் கண்டுபிடிக்கவும் ஆபத்தைத் தவிர்க்கவும் தங்கள் புலன்களைப் பயன்படுத்துகின்றன. இந்தக் கற்றல் மற்றும் முடிவெடுக்கும் திறனைத்தான் நுண்ணறிவு என்கிறோம். ஒருவேளை, இதே போன்ற நுண்ணறிவைஇயந்திரங்களுக்கோ, கணினிகளுக்கோ கொடுக்கமுடிந்தால் உயிருள்ளவைபோல, கணினிகளும் கற்றுக்கொண்டு, புத்திசாலித்தனமாக முடிவெடுத்து,பிரச்னைகளைத் தீர்க்க முடிந்தால் என்னவாகும்?அவ்வாறு

புத்திசாலித்தனமாக செயல்படும் வகையில் வடிவமைக்கப்பட்ட இயந்திரங்களையே செயற்கைநுண்ணறிவு –Artificial Intelligence(AI)

ஆயிரக்கணக்கான ஆண்டுகளாக மக்கள் புத்திசாலித்தனமான இயந்திரங்களை உருவாக்குவது பற்றி கனவு கண்டு வருகிறார்கள் என்பது உங்களுக்குத் தெரியுமா? கணினிகள் கண்டுபிடிக்கப்படுவதற்கு நீண்ட காலத்திற்கு முன்பே, உலகெங்கிலும் உள்ள பல்வேறு கலாச்சாரங்கள் சிந்திக்கவும், கற்றுக்கொள்ளவும், மனிதர்களுக்கு உதவவும் கூடிய வகையில் இயந்திரங்களைப் பற்றிய அற்புதமான கதைகளைச் சொல்லியிருந்தார்கள். இவை வெறும் கற்பனைக் கதைகளாக மட்டும் அல்ல, அவையெல்லாம் தற்போது நனவாகிக் கொண்டிருக்கும் கனவுகளாக மாறியுள்ளன.

Abstract

The use of computer-based AI is increasing in daily life. Today, the use of AI is slightly higher among educated people. The knowledge of artificial intelligence is currently common among people. All sectors and its application functions and innovation are growing rapidly. Let us look at its development stages in the article. In the past, it was said that a god would be in every place and each part of this world, and accordingly, the impact and use of artificial intelligence is similar and will be high in all sectors in the future. The next generation and Tamil language professors should learn artificial intelligence to develop the Tamil language and make it known to the world. Carrying the messages told in Sangam literature through artificial intelligence is a personality trait of the best Tamil scholars.

திறவுச்சொற்கள்

செயற்கைநுண்ணறிவுகருவி, பிரம்மாஸ்திரம்,ரோபோக்கள்,இயந்திரங்கள்

Keywords:

Knowledge ,Application ,Innovation , Artificial intelligence, Sangam Literature

I. முன்னுரை

அன்றாட வாழ்க்கையில் கணினிவழி AIயின் பயன்பாடு அதிகமாக இருக்கின்றது. இன்று படித்த கல்வியறிவு பெற்ற நாட்டு மக்களிடையே AI பயன்பாடு

சற்று அதிகம். செயற்கை நுண்ணறிவின் அறிவு மக்களிடையே தற்போது வழக்கத்தில் உள்ளன.எல்லா துறைகளும் இதன் பயன்பாட்டு மற்றும் செயல்பாடுகளும் கண்டுபிடிப்பு வளர்ச்சியும் அதிகமாகவே உள்ளன. இதன் வளர்ச்சி நிலைகளைப் பற்றி கட்டுரையில் பார்ப்போம்

இராவணனின் புஷ்பக விமானம்

பண்டைய இந்தியக் காப்பியங்களின் படி இராவணனின் புஷ்பக விமானம் ஒரு சாதாரண வாகனம் அல்ல. அதில் பயணிப்பவர்களை அவர்கள் விரும்பும் எந்த இடத்திற்கும் தானாகவே இயங்கி அழைத்துச் செல்லக்கூடிய மேம்பட்ட அமைப்புடன் இருக்ககூடிய விமானம்.இது **AIக்கு** முன்னோடியாக அமைந்துள்ளது என்பதனை இராமயண காப்பியங்களின் வழிநின்று அறியப்படுகின்றது.(கம்பராமயணம் மீட்சிப்படலம் –பாடல் 10096)

மகாபாரத அஸ்வத்தாமனின் பிரம்மாஸ்திரம்

மகாபாரதப் போரின் போது, அஸ்வத்தாமன் பாண்டவர்கள் மீது பிரம்மாஸ்திரத்தை ஏவினான் . துரோணரின் மகனான அஸ்வத்தாமன், தன் தந்தை கொல்லப்பட்டதற்கு பழிவாங்குவதற்கு எண்ணி, பாண்டவர்கள் மீது பிரம்மாஸ்திரத்தை ஏவச்செய்தான். இதனால் அர்ஜுனனின் மருமகளான உத்தரா தேவியின் வயிற்றில் இருந்த குழந்தைக் கருவை அழிக்கும்படி பிரம்மாஸ்திரத்தை செலுத்தினான்.அஸ்வத்தாமனின் பிரம்மாஸ்திரம் ஒரு வலிமையான ஆயுதமாக தன்கையில் வைத்துக்கொண்டிருந்தார்.

ஒரு மந்திரத்தால் செயல் படுத்தப்பட்டவுடன், இந்த ஆயுதம் தானாகவே இலக்கு இருக்கும் இடத்தை அறிந்து, தான் செல்ல வேண்டிய வழியைத் துல்லியமாகக் கண்டுபிடித்து அதன்வழி சென்று இலக்கைத் தாக்கும்.

மகாபாரதம் துரோண பருவம் பகுதி 17)

கோலெம் (Golem)

ஒரு களிமண்பூதம் ஒன்றின் யூதக் கதைகளில், களிமண்ணால் ஆன கோலெம் எனப்படும் ஒரு சிறப்பு இயந்திரம் பற்றிய கதை உள்ளது. கோலெம் அதன் சமூகத்திற்கு உதவ அதற்குச் சொல்லும் அறிவுறுத்தல்களைப் பின்பற்றும், ஆனால் அதைக் கவனமாகக் கையாள வேண்டும்.

இந்த பண்டைய கதைகள் புத்திசாலித்தனமான இயந்திரங்களைப் பயன்படுத்துவதற்கான ஆசை காலமற்றது என்பதைக் காட்டுகிறது. ஆனால் இந்த கனவுகள் எப்படி சாத்தியமானது என்றால் AI மூலம்தான் .

(மாய யூத உருவங்கள் அக்டோபர் 24,2022 கிரிஸ்டல் ஷில்.)

AI இன் பிறப்பு

ஆலோசனை வழங்கும் கணினிகள், நோய்களைக் கண்டறிய உதவும் மருத்துவர்கள் அல்லது இயந்திரங்களைச் சரிசெய்யும் பொறியாளர்கள் போன்ற குறிப்பிட்ட துறை பகுதிகளில் உள்ள சிக்கல்களைத் தீர்க்க நிபுணர் உதவியுடன் **AI**

உருவாக்கப்பட்டன. அவை நிபுணர்களின் வழிகாட்டுதலின்படி பயன்படுத்தக்கூடிய அறிவுறுத்தல் குறிப்புக்கள் போல **AI** யானது வேலை செய்கின்றன.

உலக சதுரங்க சாம்பியனான கேரி காஸ்பரோவை தோற்கடித்து டீப் ப்ளூ என்ற கணினி உலகையே ஆச்சரியப்படுத்தியது. விளையாட்டுகளில் கணினிகள் பல முன்னேற்றங்களைச் சிந்திக்க முடியும் என்பதை இது காட்டியது. எவ்வளவு சக்திவாய்ந்ததாக இருக்கும் என்பதை மக்கள் இதனை உணரத் தொடங்கினர்.

AI அன்றாட வாழ்க்கையின் ஒரு பகுதியாக மாறியது. கணினிகள் குரல்களை (Siri மற்றும் Alexa போன்றவை) அடையாளம் காணவும், கார்களை ஓட்டவும், இசை மற்றும் படங்களை உருவாக்கவும் கற்றுக்கொண்டன. கணினிகள் மேலும் மேலும் கற்பதன் மூலம் மேம்படும் ஒரு வழியான "இயந்திர கற்றல்" என்பதனையெல்லாம் AIதான் சாத்தியமாக்கியது.(செயற்கைநுண்ணறிவு பற்றிய ஓர் அறிமுகம் வைகாசி 2025)

AI இன் இயந்திர கற்றல்

AI தரவுகளில் மீண்டும் மீண்டும் வரும் வடிவங்களைக் கண்டுபிடித்து காலப்போக்கில் தன்னைத்தானே மேம்படுத்த முடியும். பல்வேறு வகையான பழங்கள், பறவைகளை அடையாளம் காண நீங்கள் கற்றுக்கொள்வது போல, ஒரே மாதிரியான வடிவங்களை மீண்டும் மீண்டும் கொடுத்து அதனைக் கற்றுக்கொள்ள வைக்க முடியும். வானிலை மாறும் போக்கு மற்றும் மண் தன்மை, சந்தை விலைப் போக்குகளின் அடிப்படையில் பயிர்களைப் பயிரிடுவதற்கு சிறந்த காலத்தைக் கணிக்க AI விவசாயிகளுக்கு பெரிதும் உதவுகின்றன.

(AI) செயற்கை நுண்ணறிவின் செயல்பாடுகள்

1. **எழுத்து மொழிஅடிப்படையிலான AI**

தட்டச்சு செய்வதன் மூலம் கேள்விகள் கேட்க, வீட்டுப் பாட உதவிக்கு,

கணித விளக்கங்களுக்கு இவற்றைத் தொடர்புகொள்ளலாம். உதாரணத்திற்கு ChatGPT, Gemini, Claude எழுத்துப் பிழைகள், இலக்கணப் பிழைகளை அறிந்து, திருத்தி உங்கள் எழுத்தாக்கங்களை மேம்படுத்த இவை உதவுகின்றன. உதாரணத்திற்கு Grammarly, QuillBo .

குரல் மொழிஅடிப்படையிலான AI

உங்கள் செயல்களை நினைவூட்டிட, இலகுவான தகவல்களை பெற, ஸ்மார்ட் சாதனங்களைக் கட்டுப்படுத்த உங்கள் குரலின் மூலம் இவற்றைத்

தொடர்புகொள்ளலாம்.உதாரணத்திற்கு Google Assistant, Alexa, Robot Vacuum Cleaner.

குரல் உணரும் அமைப்புகள்:

பேச்சை உரைக்கு மாற்றுவதற்கும் வேறு மொழிகளுக்கு மொழிபெயர்ப்பதற்கும் இவை குரல் அடிப்படையான தகவல்களை ஏற்றுக்கொள்கின்றன. EX. Google Translate. (கணினித்தமிழில் ஆய்வுநெறிமுறைகளும் அணுகுமுறைகளும்,2025)

AI கையாளும் முறைஅமைப்புகள்

திட்டவட்டமாக இருந்து கையாளுதல்

நீங்கள் அறிவுறுத்தல்களை வழங்கும்போது, நீங்கள் சேர்க்கக்கூடிய அனைத்து விவரங்களையும் பற்றி சிந்தியுங்கள். ஒரு நண்பருக்கு வழிமுறைகளை விளக்குவது போல, நீங்கள் எவ்வளவு திட்டவட்டமாக இருக்கிறீர்களோ, அவ்வளவு சிறப்பாக AI உங்களுக்கு என்ன வேண்டும் என்பதைப் புரிந்துகொண்டு வழிகாட்டும்.

சரியான சொற்களைப் பயன்படுத்துதல்

திறவுச்சொற்களையும் சரியான பதில்களை வழங்கினால் AI சரியாக வழிகாட்டும். குறிப்புகள் மற்றும் முக்கியத்துவம் வாய்ந்த சொற்களை இணையத்தில் தேடவேண்டும். தேடினால் சரியான பதில் AI மூலம் பதில் கிடைக்கும் தெளிவான மற்றும் கவனம் செலுத்திய முக்கிய சொற்களைப் பயன்படுத்தினாலும் AI தன் சிறந்த முடிவுகளை வழங்கி உதவி செய்யும்.

ஒரு கணினியைப் போல சிந்தித்தல்

AI ஆனது மனிதர்களைப் போல உணர்ச்சிகளையோ தெளிவற்ற கருத்துக்களையோ புரிந்து கொள்ளாது. இது ஒரு புதிரைத் தீர்ப்பது போல படிப்படியாகவே தகவல்களைச் செயலாக்கும் திறம்பட தொடர்பு கொள்வதற்கு உங்கள் கோரிக்கையை கணினி சிந்திப்பது போன்று தர்க்கரீதியான படிகளாக உங்கள் கருத்தை உடைத்து கேட்டால் எளிதில் பதில் கிடைக்கும். Artificial intelligence in predicting the evolution of tamil language and literature PSGRKCW, 27.01.2025)

(AI) செயற்கை நுண்ணறிவின் பயன்பாடுகள்

கல்வி

Duolingo மற்றும் Khan Academy போன்ற AI இன்இயங்கும் கருவிகள், மாணவர்களின் வேகம் மற்றும் நடைக்கு ஏற்றவாறு கற்றலை பிரத்தியேகமாக்குகின்றன. மாணவர்களுக்கு மேம்பட்ட கருத்துக்களையும் பயிற்சிகளையும் பரிந்துரைக்கும் போது இச்செயலி சிறப்பாக வேலை செய்யும்.

மருத்துவம்

மருத்துவத் தரவை துல்லியமாக பகுப்பாய்வு செய்யும் IBM Watson Health AI போன்ற கருவிகளைப் பயன்படுத்தி புற்றுநோய் போன்ற நோய்களைக் கண்டறிய உதவுகிறது. da Vinci Surgical System போன்ற அமைப்புகளால் இயக்கப்படும் ரோபோடிக்

அறுவை சிகிச்சை மிகவும் மேம்பட்டதாகி வருகிறது. வெளிநாடுகளில் AI தொலை–மருத்துவத் தளங்கள் மூலம் மெய்நிகர் ஆலோசனைகளை வழங்குவதன் மூலம் கிராமக்களுக்கு உதவிட முடியும்.

விவசாயம்

புகைப்படங்கள் மூலம் பயிரில் உள்ள நோய்களைக் கண்டறிய விவசாயிகளுக்கு உதவும் Pantix போன்ற கருவிகளைக் கொண்டு AI மூலம் விவசாயத்தில் புரட்சியை ஏற்படுத்துகிறது.

போக்குவரத்து

Google Maps மற்றும் Waze Nghd போன்ற Smartஅமைப்புகளைப் பயன்படுத்தி போக்குவரத்து ஓட்டத்தை AI மேம்படுத்துகிறது. Tesla போன்ற நிறுவனங்களின் தன்னியக்க வாகன தொழில்நுட்பம், பொது போக்குவரத்தை மேம்படுத்துவது போன்றவை ஏற்கனவே உலகளவில்

நடந்து வருகிறது.

வனவிலங்கு பாதுகாப்பு

விலங்குகளின் எண்ணிக்கையைக் கண்காணிக்கவும், வேட்டையாடும் அச்சுறுத்தல்களைக் கண்டறியவும் Wildbook போன்ற AI கருவிகள் படங்களை பகுப்பாய்வு செய்கின்றன.

நிதி

HSBC போன்ற வங்கிகள் மோசடியான பரிவர்த்தனைகளைக் கண்டறியவும் தனிப்பட்ட நிதி ஆலோசனைகளை வழங்கவும் AI பயன்படுத்துகின்றன.

பொறியியல்

கார்கள், பாலங்கள் மற்றும் வானளாவிய கட்டிடங்கள் போன்றவற்றை உருவாக்குவதற்கு ரோபோக்களை உபயோகிப்பதன் மூலம் AI பொறியியலை மாற்றுகிறது. AI உதவியுடன் கூடிய AutoCAD போன்ற கருவிகள் வேகமாகவும் துல்லியமாகவும் வடிவமைப்பதில் பொறியியளாளர்களுக்கு உதவுகின்றன.

விண்வெளி ஆய்வு

பிரபஞ்சத்தை ஆராய விஞ்ஞானிகளுக்கு AI உதவுகிறது! நாசாவின் Perseverance போன்ற Mars rovers செவ்வாய் கிரகத்தில் நகர்ந்து செல்லவும் தரவுகளை சேகரிக்கவும் AI ஐப் பயன்படுத்துகின்றன. மேலும் செயற்கைக்கோள்களை கட்டுப்படுத்தவும் விண்வெளி வானிலையை கணிக்கவும் AI உதவுகிறது. புதிய கிரகங்களைக் கண்டறிய அல்லது விண்வெளி வீரர்கள் விண்வெளியில் உயிர்வாழ்வதற்கு இந்த AI பயன்படுக்கின்றன. (கணினித்தமிழில் ஆய்வுநெறிமுறைகளும் அணுகுமுறைகளும் –FDP,PSGRKCW,14.10.2024)

முடிவுரை

அன்றாட வாழ்க்கையில் கணினிவழி AI பயன்பாடு அதிகமாக இருக்கின்றது. இன்று படித்த கல்வியறிவு பெற்ற நாட்டு மக்களிடையே AI பயன்பாடு சற்று அதிகம். செயற்கை நுண்ணறிவின் அறிவு மக்களிடையே தற்போது வழக்கத்தில் உள்ளன. எல்லா துறைகளும் இதன் பயன்பாட்டு செயல்பாடுகளும் கண்டுபிடிப்பு வளர்ச்சி அதிகமாக உள்ளது. முன்காலங்களில் கடவுள் ஆனவர் தூணிலும் இருப்பார் துரும்பிலும் இருப்பார் என்று கூறுவார்கள். அதன்படி எல்லா காலங்களில் எல்லா துறைகளிலும் செயற்கை நுண்ணறிவின் தாக்கம் மற்றும் பயன்பாடு அதிகமாக இருக்கின்றன. அடுத்த தலைமுறையினர் மற்றும் தமிழ்மொழி பேராசிரியர்கள் தமிழ்மொழியை வளர்க்க செயற்கை நுண்ணறிவின் கற்றலை கற்று அதனை உலகறிய செய்ய வேண்டும். சங்க இலக்கியங்களில் சொல்லப்பட்ட செய்திகளை செயற்கை நுண்ணறிவின் வாயிலாக எடுத்துச் செல்வது சாலச்சிறந்த தமிழறிஞர்களின் ஆளுமை பண்பாகும் என்பதனை இக்கட்டுரையின் வழியாக அறியப்படுகின்றது.

துணைநூல் பட்டியல்

1. ஆசிரியர்.ப.முகுந்தன்,செயற்கைநுண்ணறிவு பற்றிய ஓர் அறிமுகம் வைகாசி 2025,மாத்தனை,இலங்கை.
2. கம்பராமயணம் மீட்சிப்படலம் –பாடல் எண் 10096
3. மகாபாரதம் துரோண பருவம் பகுதி 17 – march 25,2020.
4. மாய யூத உருவங்கள் அக்டோபர் 24,2022 கிரிஸ்டல் ஷில்.
5. கணினித்தமிழில் ஆய்வுநெறிமுறைகளும் அணுகுமுறைகளும் – FDP,PSGRKCW,14.10.2024.
6. Artificial intelligence in predicting the evolution of tamil language and literature PSGRKCW, 27.01.2025.

17. சாட் ஜிபிடியும் தமிழ் இலக்கியமும்

ர.காயத்திரி
முழுநேர முனைவர் பட்ட ஆய்வாளர்
நல்ல முத்துக்கவுண்டர்மகாலிங்கம் கல்லூரி பொள்ளாச்சி–642001
ORCID: 0009-0008-7754-0474
முனைவர் ஆ.மகாலட்சுமி
(நெறியாளர்) உதவிப்பேராசிரியர் தமிழ்த்துறை
நல்லமுத்துக் கவுண்டர் மகாலிங்கம் கல்லூரி பொள்ளாச்சி–642001
ORCID: 0000-0001-5234-03750

ஆய்வு சுருக்கம்

தகவல் தொழில் நுட்ப வளர்ச்சியில் இருபத்தி ஒன்றாம் நூற்றாண்டில் ஓபன் ஏஐ என்னும் நிறுவனம் உருவாக்கிய ஒரு செயற்கை நுண்ணறிவு மாடலாக வலம் வருகிறது சாட் ஜிபிடி. பெரிய மொழி மாதிரிகளில் உருவான சாட் ஜிபிடி இணையத்தில் உள்ள அனைத்து தரவுகளையும் மொத்தமாகச் சேர்த்து பயனர்களின் கேள்விக்குத் தகுந்தவாறு இயற்கை மொழி செயலாக்கத்தைப் பயன்படுத்தி உணர்வு சார்ந்த ஒரு நீண்ட உரையாடலைத் தருகிறது. இது இலக்கணம், பண்டைய கால இலக்கியம், இக்கால இலக்கியம், சிற்றிலக்கியம் போன்ற தமிழ் இலக்கியங்களின் தரவுகளை பயன்படுத்திப் தமிழ் மொழியின் தொன்மை, வளர்ச்சி ,பாரம்பரியம் கட்டிடக்கலை போன்ற தமிழ் இலக்கிய தரவுகளின் அடிப்படையில் பயனர்களின் வினாவிற்கு ஏற்ற வகையில் உரை வடித்திலும் காட்சி வடிவத்திலும் தரவுகள் வெளிப்படுகின்றது என்பதையும், தமிழ் கற்றவர்களுக்கு மட்டுமல்லாமல் புதிதாகத் தமிழ்மொழி கற்பவர்களுக்கும் பயன்படும் வகையில் சாட் ஜிபிடி. இடம் தரவுகள் உள்ளது என்பதையும், உள்ளீடு தரவுகள் வாயிலாக வெளியிடப்படும் தகவல்கள் தமிழ் மொழியின் மேம்பாட்டிற்கும், வளர்ச்சிக்கும், பாரம்பரியத்துக்கும் பயன்படுகின்றனது என்பதையும் ஆராய்வதின் நோக்கமாக இந்த ஆய்வுக்கட்டுரை அமைகிறது.

குறிச்சொற்கள்

எமோஜி, மக்கள், குறியிடுகள், படம்.

Abstract

Information technology has developed a conversational AI model called ChatGPT, created by a company named OpenAI in the 21st century. ChatGPT, which is based on large language models, aggregates all data available on the internet and uses natural language processing to provide a nuanced and lengthy dialogue in response to users' queries. It utilizes data from various forms of Tamil literature, including classical, contemporary, and short literature, enabling it to showcase the richness, evolution, and architectural tradition of the Tamil language. Furthermore, ChatGPT caters not only to those learning Tamil but also to beginners, offering both text and visual data tailored to users' questions. It is also important to note that the information generated through the input data serves the development, growth, and heritage of the Tamil language.

முன்னுரை

சாட் ஜிபிடி யில் தமிழ் இலக்கியம் மற்றும் கலாச்சாரம் சார்ந்த வினாக்களை உள்ளீடு செய்வதன் வாயிலாக வெளியிடப்படும் தரவுகள் பயனர்களின் வினாவிற்கு சரியாக விடையளிக்கின்றன என்பதை சில கேள்விகளின் மூலம் ஆராயும் விதமாக இக்கட்டுரை அமைகிறது.

சாட் ஜிபிடி தரவுகளின் மூலம்

- பயனர் கேள்வி: பதினெண் கீழ்கணக்கில் அக நூல்கள் எத்தனை ?

7. சாட் ஜிபிடி: "பதினெண் கீழ்கணக்கு இலக்கியங்களில் அக நூல்கள் எனப்படும் நூல்கள் 6 உள்ளன. இவை நெறி, ஒழுக்கம், அறம் ஆகியவற்றைப் பற்றிய பாடல்களை உள்ளடக்கியவை".
8. "இயற்கை மொழி செயலாக்கத்தில் பெரிய மொழி மாதிரிகள் சமீபத்தில் மனித சவால்களின் கற்றல், உருவாக்கம் மற்றும் பகுப்பாய்வு அளவில் கணிசமான வளர்ச்சியைக் காட்டுகிறது. இயற்க்கை மொழி மாதிரிகள் தரவுகளின் அடிப்படையில் பயனர்களின் வினாவிற்கு ஏற்றவாறு விடைகளை உருவாக்கும் திறனை பெற்றுள்ளன."(குரானா மற்றும் பலர்.,2023:2024).
9. இயற்கை மொழி செயலாக்கத்தில் உள்ள பெரிய மொழி மாதிரிகள் மேற்கண்ட வினாக்களை புரிந்து கொண்டு பதினெண் கீழ்கணக்கு நூல்களில் உள்ள அக நூல்களை பகுப்பாய்வு செய்து பயனர்களின் வினாவிற்கு தகுந்த தரவுகளை தருகின்றது.
10. பயனர் கேள்வி: சங்கம் வைத்து தமிழ் வளத்தார்கள் என்று கூறும் உரை நூல் எது?
11. சாட் ஜிபிடி: இறையனார் அகப்பொருள் உரை,
12. இந்த உரை நூலில் நக்கீரர் சங்கம் பற்றிய தகவல்களை வழங்குகிறார்.

பெரிய உரை வடிவ மாதிரிகள் இயற்கை மொழி செயலாக்கத்தின் மூலம் நீண்ட ஒரு பகுதியை புரிந்து கொண்டு பயனர்களின் கேள்விற்கு தகுந்தவாறு தரவுகளை பகுப்பாய்வு செய்து விடைகளை இணையத்தில் உள்ள தரவுகளின் அடிப்படையில் சாட் ஜிபிடி துல்லியமாக தருகிறது.

1) **பயனர் கேள்வி:** தமிழ் மொழியின் தொன்மைக்கான சான்றுகளை சுருக்கமாக தருக ?

சாட் ஜிபிடி: 1. தொல்காப்பியம்

- தமிழ் மொழியின் முதல் இலக்கண நூல்
- கி.மு. 5ஆம் நூற்றாண்டு அல்லது அதற்கு முந்தையது

2 சங்க இலக்கியங்கள்

- 2500 ஆண்டுகளுக்கு மேற்பட்ட பழமையான இலக்கியங்கள்
- புறநானூறு, அகநானூறு, நற்றிணை, குறுந்தொகை போன்றவை

3. உலக நாகரிகங்களுடன் தொடர்பு

- சுமேரியர், எகிப்து, கிரேக்கம் போன்ற நாகரிகங்களுடன் வாணிகம்
- தமிழர் பொருட்கள் உலகம் முழுவதும் பரவியிருந்தன

செம்மொழி என்ற அடையாளம்

- உலகின் சில செம்மொழிகளில் ஒன்றாக தமிழ்
- இன்றும் பேசப்படும் மொழியாகத் தொடர்கிறது

தொல்திராவிட மொழியின் மூத்த உறுப்பினர்

- இந்தியா முழுவதும் பரவிய தொல்திராவிட மொழிக்குடும்பத்தில் தமிழ் முதன்மை

மேற்கண்ட சாட் ஜிபிடி தரவுகளில் தமிழ் மொழியின் தொன்மைக்கான சான்றுகளாக தொல்காப்பியம், சங்க இலக்கியம், உலக நாகரிகளுக்கு இடையேயான தொடர்பு, செம்மொழி அடையாளம் மற்றும் தொல்திராவிட மொழியின் மூத்த உறுப்பினர் போன்ற மேலோட்டமான கருத்துக்களை வழங்கி உள்ளது. அதில் தொல்காப்பியம் ஐந்தாம் நூற்றாண்டு என கூறுகிறது. சங்க இலக்கியங்களில் சில நூல்களை மட்டுமே தந்துள்ளது. மேலும் தொல் திராவிட மொழியின் மூத்த உறுப்பினர் என தமிழ் மொழியை பலவின்பால் விகுதியில் கூறியுள்ளது. சில இடங்களில் சாட் ஜிபிடி இது போன்ற தகவல்களை சரியாக தருவதில்லை.

"இயற்கை மொழி புரிதல் என்பது மனித மொழியை இயந்திரம் படிக்கக்கூடிய வடிவமாக மாற்றுவதை உள்ளடக்கியது. இது முக்கிய வார்த்தைகள், உணர்ச்சிகள், உறவுகள் மற்றும் சொற்பொருள் போன்ற பெரிய தரவுகளிலிருந்து உரையைப் பிரித்தெடுப்பதன் மூலம் இயந்திரம் மனித மொழியைப் புரிந்துகொண்டு பகுப்பாய்வு செய்ய உதவுகிறது"(Natural Language Processing , B.tech IV Semester –Cse, Pg:1)

தமிழ் மொழியின் தொன்மைக்கான சான்றுகளாக கல்வெட்டுகள், இலக்கியங்கள் இலக்கணங்கள், மொழியியலாளரின் கருத்துகள் என ஒவ்வொரு காலகட்டத்திலும் தொன்மைக்கான சான்றுகள் கிடைத்து கொண்டே வருகின்றன. இவ்வாறு வருகின்ற பெரிய தரவுகளில் இருந்து பயனர்களின் கேள்விக்கு தகுந்தவாறு தரவுகளை பகுப்பாய்வு செய்து பெரிய உரையை பிரித்தெடுத்து சுருக்கமாக தருகின்றது

4) **பயனர் கேள்வி:** தமிழர்களின் கட்டிடக்கலை வளர்ச்சியை படங்கள் மூலம் காட்டுக?

(சாட் ஜிபிடி:,2025)

"சமீபத்தில் பிரபலமடைந்த இயற்கை மொழி செயலாக்கத்தின் ஆராய்ச்சி மூலம் அதில் அவர்கள் ஆய்வு மாதிரியாக்க செயல்திறனை மேம்படுத்த வரைபட கட்டமைப்புகளை பயன்படுத்துவதற்கான அணுகுமுறைகளை விவரித்து, அதே நேரத்தில் அளவிடுதல் மறைக்கப்பட்ட பாதைகளின் விளக்கத்தன்மை மற்றும் பொதுவாக பயன்படுத்தப்படும் இயற்கை மொழி செயலாக்கத்தின் பிரதிநித்துவ அடிப்படையிலான வரைபடங்களை ஒருங்கிணைத்தல் போன்ற சவால்களை எதிர் கொண்டு வருகின்றது" (கியோவா மற்றும் பலர், A large language model consulted grapg newal network traning framework.ar Xiv preprint arXiv:2405.13902)

மேற்கண்ட படத்தில்' தமிழர்களின் கட்டிடக்கலை படங்கள் மூலம் காட்டுக ' என்ற பயனர்களின் கேள்விற்கு சாட் ஜிபிடி பல்வேறு இணையங்களில் உள்ள கட்டிடக்கலையை தொகுத்து எடுத்துக்காட்டி உள்ளது. தமிழர்களின் கட்டிடக்கலை சார்ந்த படங்கள் மட்டுமல்லாமல் வேறு நாடுகளில் உள்ள கட்டிடக்கலை படங்களையும் இங்கு காட்டப்பட்டுள்ளது. 2024 -2025 தரவுகளின் அடிப்படையில் பயிற்சியாக அளிக்கப்பட்டுள்ள தரவுகளின் அடிப்படையில் பதில் அளிப்பதால் சில கேள்விகளை தவறாக மொழி மாதிரிகள் புரிந்து கொள்கின்றன. அதனால் நாம் அதை உறுதி படித்துக்கொள்ள பல்வேறு சான்றுகளை கேட்பதன் மூலமாக உறுதி படுத்திக்கொள்ள வேண்டும். (சாட் ஜிபிடி:,2025)

5) **பயனர் கேள்வி:** தமிழர்களின் வீர விளையாட்டுகளை படங்கள் மூலம் சுருக்கமாக தருக?

(சாட் ஜிபிடி:,2025)

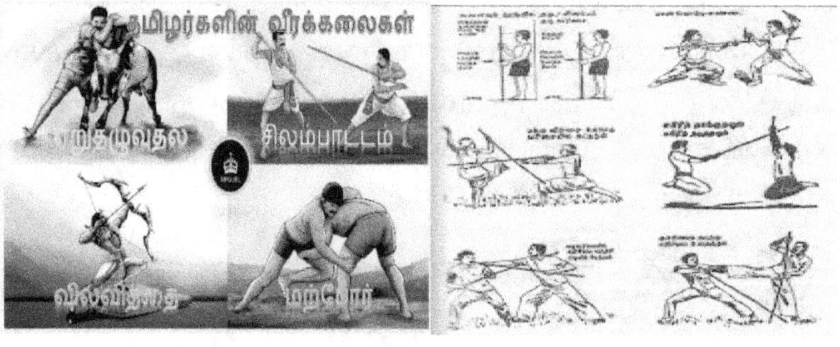

இந்த படத்தில் தமிழர்களின் வீர விளையாட்டுகள் எது என்பதை இயற்கை மொழி செயலாக்கத்தை மூலம் புரிந்து கொண்டு வீர விளையாட்டுகள் சார்ந்த படங்களை வேறு இணையத்தில் உள்ளபடங்களின் தரவுகளின் அடிப்படையில் காட்டுகிறது.

முடிவுரை

இக்கட்டுரையில் இயற்கை மொழி செயலாக்கத்தை பயன்படுத்தி தமிழ் மொழி சார்ந்த தரவுகளை சில கேள்விகளின் மூலம் பயனர்களின் வினாவுக்கு தகுந்தவாறு பதில் அளிக்கிறது என்பதை அறியமுடிகிறது. இதில் சில கேள்விகளை தவறாக புரிந்து கொண்டு தவறான தகவல்களை அது வெளியிடுகிறது. இலக்கியங்களில் உள்ள அடிப்படையான தகவல்களை தருகின்றது என்பதனையும், புராணம், இதிகாசம் போன்ற தமிழில் உள்ள தொன்மையான கருத்துகளை சரியாக வெளியிடுவதில்லை என்பதனையும் தமிழ் மொழிக்கான ஆழமான கற்றல் முறைகள் சாட் ஜிபிடி யிடம் போதுமானதாக இல்லை என்பதனையும் அறிய முடிகிறது.

ஆழமான கற்றல் முறை மற்றும் தமிழ் மொழிக்கான தரவுகளையும் சரியாக உள்ளீடு செய்தால் மட்டுமே வருங்காலத்தில் இந்த செயலில் அனைவருக்கும் பயனுள்ளதாக இருக்கும் என அறிய முடிகின்றது. மேலும் தமிழ் மொழியின் தரவுகளை தொடர்ந்து உள்டுவதன் மூலமாகவும் ,கேள்விகள் கேட்பதன் வாயிலாகவும் அறிய தகவல்களை வருங்காலத்தில் சிறந்த செயலியாக தமிழ் மொழிக்கு பயன்பெறும் வகையில் சாதகமாக உள்ளது என்பதை இவ்ஆய்வு கட்டுரை தெரிவிக்கிறது .

Reference

1.) Khurana,D.,KOLI,A.,KHATTER,K.,$SINGH,S (2023) Natural Lnaguage Processing: State of thr art, current trends and challenges. Multimedia tools and Application,82(3),3713-3744
2. https://doi.org/10.1007/s11042-022-13428-4 ,Natural language processing: state of the art, current trends and challenges | Multimedia Tools and Applications
3. Dr.G.L.N Jaya prada.,Malla Reddy College of Engineering $Tecnology, NATURAL LANGUAGE PROCESSING (R20A6609),B.Tech (R-20 Regulation)
4. qiao,Y.,Ao,x.,Lio,Y.,XU,J.Sun,X.,$ He, Q.(2024)
5. LOGIN: A large language model consulted grapg newal network traning framework.ar Xiv preprint arXiv:2405.13902.
6. https://doi.org/10.48550/arXiv.2405.13902

18. தமிழுக்கான செயற்கை நுண்ணறிவுக் கருவிகள்

முனைவர். சி. தீபா
இணைப் பேராசிரியர், தமிழ்த்துறை,
பிஎஸ்ஜி ஆர் கிருஷ்ணம்மாள் மகளிர் கல்லூரி,
அலைபேசி எண்:9791832020
மின்னஞ்சல்: c_dheeba@psgrkcw.ac.in

Abstract:

Artificial Intelligence tools for Tamil are taking the Tamil language to new frontier. In this context the AI tool called Jenny AI is designed to improve academic and professional writing, research papers in Tamil. This article discusses the uses of Jenny AI and it's pros and cons.

Key words:

Jenny AI, Research Article, Ethical issues, learning data.

ஆய்வுச் சுருக்கம்

தமிழுக்கான செயற்கை நுண்ணறிவுக் கருவி தமிழ் மொழியைப் புதிய எல்லைகளுக்கு அழைத்துச் செல்கின்றது. அந்நிலையில் ஜென்னி ஏஐ என்பது கல்வி மற்றும் தொழில் முறை எழுத்தை மேம்படுத்தவும், தமிழில் ஆராய்ச்சிக் கட்டுரைகளை வடிவமைக்கவும் பயன்படுத்தும் ஒரு கருவியாகும். ஜென்னி ஏஐ பயன்பாடுகள் குறித்தும் அதன் நிறை குறைகளும் இக்கட்டுரையில் இடம்பெறுகின்றன.

குறிச்சொற்கள்:

ஜென்னி ,ஆராய்ச்சிக் கட்டுரை ,நெறிமுறைச்,சிக்கல்கள், கற்றல் தரவுகள்.

முன்னுரை

உலகில் செயற்கை நுண்ணறிவு தொடர்பான ஆய்வுகள் ஆங்கில மொழியையே அதிகம் மையப்படுத்தி உள்ளதைக் காணலாம். பெரிய மொழி மாதிரிகளைப் (LLM-Large Language Models) புரிந்து கொள்ளவும், செயலாக்கவும் வடிவமைக்கப்பட்ட நுண்ணிய அமைப்புமுறையாகும். இது பல்வேறு புத்தகங்கள்,இணைய தளங்கள் போன்ற மூலங்களிலிருந்து பல்வேறு வகையான சொற்களைத் தன்னகத்தே கொண்டிருக்கின்றன. இது மொழியின் கூறுகளையும் உள்ளடக்கியது. தமிழில் ஆராய்ச்சிக் கட்டுரை எழுத ஜென்னி ஏஐ கருவி எவ்வகையில் பயன்படுத்தப்படுகிறது என்பது குறித்த பதிவாக இக்கட்டுரை அமைகின்றது.

ஜென்னி ஏஐ

ஜென்னி ஏஐ கருவியை விக்டர் ஐ. ஒசோரோ நிறுவினார். அதிகமாக எழுதும் கருவிகளைக் கற்பனை செய்து வேகமாகவும் துல்லியமாகவும் எழுத உதவும் ஒரு ஏஐ எழுத்து உதவியாளரை உருவாக்க அவர் விரும்பியது தான் ஜென்னி ஏஐ.

ஆராய்ச்சிக் கட்டுரைகளை எழுத ஜென்னி ஏஐ கருவியை எவ்வாறு பயன்படுத்தித் திறம்பட எழுதுவது, கட்டுரைகளை மேம்படுத்துவது என்பதை அறிந்து கொண்டால் ஆய்வில் நாம் எந்த அளவு பின்தங்கி உள்ளோம் என்பதை உணர முடியும்.

ஜென்னி ஏஐ பரந்த அளவிலான கல்வி மற்றும் எழுத்தாக்கப் படைப்புப் பணிகளைத் திறம்படக் கையாளுகிறது. கூகுளைப் பயன்படுத்தி, உள் நுழைந்து, பெயர், மின்னஞ்சல், கடவுச்சொல்லை நிரப்பி புதிய கணக்கை முதலில் உருவாக்கிக் கொள்ளலாம். ஜென்னி 80 விழுக்காடு அளவிற்கு ஒரு துல்லியத்தைத் தர முயற்சிக்கிறது. ஏஐ கட்டளைகள்,, ஆய்வுக் கட்டுரைகள், ஆய்வறிக்கைகளை விரைவாக எழுத இது உதவுகிறது.

Grammarly, Jasper, Paperpal மற்றும் copy ai போன்ற பல ஜென்னி ஏஐ மாற்றுகள் இன்று கிடைக்கின்றன. அவைகள் ஜென்னி ஏஐ ஆய்வறிக்கை உண்மையானதா என்று உறுதி செய்கின்றன. இதில் நிறைய சலுகைகள் உள்ளன. பயன்படுத்தவும் எளிதான அமைப்பாகும். மலிவு விலையில் கிடைக்கிறது

ஜென்னி ஏஐ செயல் திறன்

வேகமாகவும் புத்திசாலித்தனமாகவும் எழுத உதவுகின்றது. இவைகளை கவனத்தில் கொள்ளும்போது ஜென்னி ஏஐ ஒரு மிகச் சிறந்த எழுத்து உதவியாளர் என்பதைக் கருத்தில் கொள்ளலாம். ஆய்வறிக்கை, ஆய்வுக் கட்டுரை ஒரு எளிய மின்னஞ்சலுக்காக சிரமப்படும் சொற்கள் ஆகிய தரவுகளை இது தருகிறது.

இதன் ஆராய்ச்சிக் கட்டுரைகள் ஒருவருக்கு வழிகாட்ட, வாதிட, சம்மதிக்க வைக்கப் போராடுகிறது. ஆய்வுக் கட்டுரைகள் பல்வேறு தலைப்புகளோடும் பிரிவுகளோடும் கட்டமைக்கப்பட்டுள்ளன. அதன் மொழி நடை புரியும் நிலையிலும் சுருக்கமான உண்மையை எடுத்துச் சொல்லும் வகையிலும் அமைகின்றது.

தரவு விளக்கக் காட்சி, நம்பகமான ஆதாரங்களைக் கண்டுபிடித்துத் தருதல், பரிந்துரைக்கப்பட்ட முடிவுரைகள் ஆகியவற்றை நமக்கு வழங்க உதவுகிறது.

ஆங்கிலக் கட்டுரை, தமிழ்க் கட்டுரை வரலாற்றுக் கட்டு,ரை எதுவாக இருந்தாலும் ஜென்னி ஏஐ யின் செயற்கை நுண்ணறிவு அதன் தேவைக்கேற்ப வடிவமைக்க உதவுகிறது. இலக்கணப் பிழைகளைச் சரி செய்யவும், மேற்கோள்களைச் சேர்க்கவும் உதவும் வகையில் சிறந்த உள்ளடக்கத்தை உருவாக்க ஜென்னி ஏஐ உதவுகின்றது.

முனைவர் பட்ட மாணவர்கள், ஆராய்ச்சியாளர்கள் மற்றும் கல்வியாளர்களுக்கு ஏஜ சிறந்த எழுத்து உதவியாளராக உதவி செய்கிறது.

வலைப்பதிவு இடுகைகள் மற்றும் பேச்சுகள் (Paraphrasing):

விளக்கக் காட்சிக்கு உரிய வலைப்பதிவுகள் மற்றும் சிறந்த உரைகளை எழுதும் செயல் முறையை இது எளிதாக்குகிறது. ஜென்னி ஏஜ 30க்கும் மேற்பட்ட மொழிகளில் உள்ளடக்கத்தை ஆதரிக்கிறது. Pdf களை ஒரே இடத்தில் சேமித்து நிர்வகிக்க நூலகம் என்ற பகுதி உதவுகிறது. ஜென்னி ஏஜ, பயனர்கள் எந்த நேரத்திலும் தங்கள் சந்தாவை ரத்து செய்ய அனுமதிக்கிறது. ஆராய்ச்சிக் கட்டுரை, ஆய்வறிக்கை எதுவாக இருந்தாலும் அதைத் தேர்வு செய்து வழிகாட்டுதல்களைப் பதிவேற்றம் செய்து கொள்ளலாம்.

இலவசத்திட்ட ஜென்னி ஏஜ ஒரு நாளில் 200 சொற்களை மட்டுமே எழுதுகிறது. வரம்பற்ற pdfகளை பதிவேற்றம் செய்யலாம். இதழ்கள் மேற்கோள்களையும் பதிவிட்டுக் கொள்ளலாம். கட்டணத் திட்டத்தில் நுழைந்து விட்டால் எவ்வளவு வேண்டுமானாலும் பயன்படுத்திக் கொள்ளலாம்.

அதே வேளையில் கல்வியாளரால் பெரும் அளவில் ஆதரிக்கப்படும் பேப்பர் பால், ஜென்னி ஏஜ க்கு மாற்றுக் கருவியாகும். இது விரிவான எழுத்துக் கருவித் தொகுப்பாகும்.

தொல்காப்பியம்- மொழிமரபு என்று தலைப்பைத் தட்டச்சு செய்து விட்டால் போதும். அதன் கீழ் பல்வேறு தலைப்புகளை நமக்குக் காட்டுகிறது. வாக்கிய அமைப்பு, சொல்தேர்வு, மற்றும் சீரான பரிந்துரைகளைத் துல்லியமாக வழங்க உதவுகிறது. ஒரு நீண்ட ஆய்வுக் கட்டுரையை சுருக்கமாகக் கூற வேண்டும் அல்லது சிக்கலான ஆய்வறிக்கையை ஜென்னி ஏஜ ன் pdf பதிவேற்ற ஆவணங்களில் பெறலாம்.

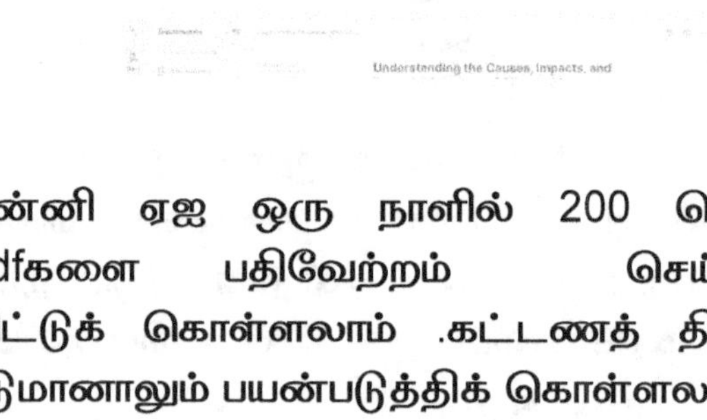

தடையற்ற மேற்கோள்கள்

"துல்லியமான மேற்கோள்களை உருவாக்குவது, உரையில் மேற்கோள்களை சேர்ப்பது துணை நூல் பட்டியலை உருவாக்குவது போன்ற சிரமங்களை இது நீக்குகிறது வாக்கியங்களைத் தானாக நிரப்பவும் ஜென்னி ஏஐ உதவியாக இருக்கின்றது. வடிவமைக்கப்பட்ட கட்டுரைக்கேற்ப மேலும் மேற்கோள்களைச் சேர்க்க உதவுகின்றது. ஆராய்ச்சி நூலகங்கள் மற்றும் பிடிஎஃப் பதிவேற்றத்திலும் ஒருங்கிணைக்கிறது"[1] (2025ல் பதிவு செய்யப்பட்ட வலையொளி - தமிழால் இணைவோம் -உலகத் தமிழ்ப் பேரியக்கம்.)

சாட் ஜிபிடி உடன் ஒப்பிடுகையில் இது அதிக செலவு .இருந்த போதிலும் கல்வி எழுத்துக்கு ஜென்னி ஏஐ மிகவும் திறமையானது என்று பயனர்கள் கருதுகின்றனர்.

பிற ஏஐ கருவிகளுடன் ஒப்பிடும்போது

- +இலக்கணம், நடை இவற்றைச் செம்மைப்படுத்துவதில் கவனம் செலுத்துகிறது.
- * உரை உருவாக்கத்திற்காக வடிவமைக்கப்பட்டுள்ளது.
- * மேற்கோள் ஆதரவுடன் உதவுகிறது.
- * ஆராய்ச்சி மையக்கருத்தை அறிய முடிகிறது.
- * எழுத்து நடை திருந்திய மொழியில் அமைகின்றது.
- *இலக்கிய மதிப்பாய்வு ஆராய்ச்சியை நெறிப்படுத்துவதை வலியுறுத்துகிறது.

நன்மை

- *ஏஐக்கு புதியவராக இருந்தாலும் பயன்படுத்த எளிதானது
- .*எழுதுவதை வேகமாக்குகிறது.
- *புதிய சிறப்பம்சங்களுடன் வெளிப்படுத்துகிறது

தீமைகள்

ஜென்னி ஏஐ ஆல் உருவாக்கும் உரை, உரைத்திருட்டு சரி பார்ப்பவர்களால் எதிர்ப்பு தெரிவிக்கப்படலாம். இது கடுமையான விளைவுகளை ஏற்படுத்தக் கூடும்.ஏஐ அடிப்படையிலான தொழில்நுட்பங்களின் வாய்ப்புகள் இருந்த போதிலும் அவற்றிற்கு நெறிமுறைச் சிக்கல்களும் உள்ளன. சில நேரங்களில் ஏஐ கருவிகளின் முடிவுகளைப் புரிந்து கொள்வது என்பது ஆசிரியர்களுக்கு சவாலான ஒன்றாகும்.

ஜென்னி ஆராய்ச்சிக் கட்டுரை எழுதும் அணுகுமுறை மற்றும் தொழில்நுட்பக் கருவிகளுக்கான நெகிழ்வான கட்டமைப்பாகக் கருதப்படுகிறது. ஆசிரியர்களின் அறிவை அளவிடுவதற்கான ஒரு அளவுகோலாக ஏஐ கருவிகள் உருவாக்கப்படுகின்றன. ஏஐ முடிவுகளைப் புரிந்து கொள்ள, மதிப்பீடு செய்ய ஆசிரியர்கள் முனைய வேண்டும்

முடிவுரை

நிறைய சலுகைகளைக் கொண்ட ஒரு ஏஐ எழுத்துக் கருவி பயன்படுத்த எளிதாகவும், மலிவான விலையிலும் பெற முடிகிறது. நமது எழுத்தை நெறிப்படுத்த ஜென்னி ஏஐ ஒரு மிகச் சிறந்த உதவிக் கருவியாக இடம்பெறுவது ஆராய்ச்சியை அடுத்த கட்டத்திற்கு உயர்த்தும். ஜென்னி ஏஐ ஆங்கிலத்தை முதன்மையாக ஆதரிக்கின்றது. மேலும் பல மொழிகளை விரிவபடுத்துவதில் தனது முயற்சிகளைச் செய்து வருகிறது

மேற்கோள்

1. https://www.youtube.com/live/8_-0MDt8404?si=n3PRH2xFmSiggcZA
2. தமிழால் இணைவோம் – உலகத் தமிழ்ப் பேரியக்கம்

19. தமிழ் கற்பித்தலில் AI – Gaming கருவிகள்

முனைவர் மு.அன்பரசி
உதவிப்பேராசிரியர் தமிழ்த்துறை(சுயநிதிப்பிரிவு)
பிஎஸ்ஜிஆர் கிருஷ்ணம்மாள் மகளிர் கல்லூரி
mail: tholkappiyaanbu@gmail.com
ORICD ID: https://orcid.org/0000-0002-5809-9467
Google Scholar ID: ZBJiCmYAAAAJ
VIDWAN ID: 308187

ஆய்வு சுருக்கம்:

தேசிய பயிற்சி ஆய்வகம் வெளியிட்டுள்ள (National Training Laboratories) அறிக்கையின்படி கற்பித்தல் முறை என்பது செயலற்ற கற்பித்தல் முறை (Passive Teaching Learning Methods), பங்கேற்கும் கற்பித்தல் முறையென (Participatory Teaching Methods) இரண்டு வகையாக நடைபெறுகிறது. இதில், பங்கேற்கும் கற்பித்தல் முறையிலேயே மாணவர்களின் ஈடுபாடு அதிகமாக உள்ளதாக கற்றல் கூம்பகம் (Learning Pyramid) காட்டுகிறது. மனிதனின் ஏழாம் அறிவாக AI மாறிப் போகுமா? அல்லது, இருக்கின்ற அறிவுத்திறனை குறைத்து விடுமா? என்ற விவாதங்கள் நடைபெறுகின்ற இவ்வேளையில் வளர்ந்து வரும் தொழில்நுட்பத்தைக் கல்வி தளத்தில் சாதகமாகவே பயன்படுத்திக்கொள்ள வேண்டும். அவ்வகையில் வகுப்பறையில் மாணவர்களின் பங்கேற்பினை அதிகமாக்கவும் ஆர்வத்தைத் தூண்டவும் விளையாட்டு முறை கற்பிதல் பெரிதும் உதவுகிறது. எவ்வயதினரையும் ஈர்க்கும் விதமாக AI–யில் விளையாட்டு முறைகள் வடிவமைக்கப்பட்டுள்ளன.

திறவுச்சொற்கள்:

AI, Gaming, கற்றல், கற்பித்தல், கருவிகள், விளையாட்டு முறை, மொழிப்பாடம்.

முன்னுரை

இணையம் என்ற ஒன்று கண்டுபிடிக்கப்பட்ட பிறகு தகவல் தொடர்புத் துறை மட்டுமல்லாது அனைத்து துறைகளிலுமே வளர்ச்சி என்பது உச்சத்தைத் தொட்டுள்ளது. ஒரு துறை வளர்ச்சி அடைய அரை நூற்றாண்டு , முழு நூற்றாண்டு என கால அளவு எடுத்துக்கொண்ட இதே உலகத்தில் ஓரிரு ஆண்டுகளில், மாதங்களில், இன்னும் ஏன் ஒருசில வாரங்களிலேயே நினைத்ததைவிட பன்மடங்கு வளர்ச்சியினை அடைய இந்த செயற்கை நுண்ணறிவு (AI–Artificial Intelligence) மனித இனத்திற்குப் பயன்படுகிறது. மனிதன் கொடுக்கக் கூடிய தரவுகளின் தொகுப்பு அடிப்படையில் (Data Based Decisions) AI செயல்பட்டாலும் மனிதர்களின் அனுபவம், உணர்வு, உணர்ச்சி என்ற நிலையிலிருந்து சற்று விலகியதாகவே உள்ளது. இதனாலேயே, செயற்கை நுண்ணறிவு குறித்து நேர்மறையான கருத்தியல் பலராலும் முன்வைக்கப்பட்டலும் எதிமறையான கருத்துகளும் வந்துகொண்டே உள்ளன. தற்கால கற்றல் கற்பித்தல் நிகழ்வில் AI புதிய வரவாக பார்க்கப்படுகிறது. எதனையும் AI மூலம் கற்பிக்கலாம் என்ற நிலையில் தமிழ் கற்பித்தலில் விளையாட்டு சார் செயற்கை நுண்ணறிவு (Gaming AI Tools) பயன்பாடு குறித்தும் அவற்றின் நன்மை தீமை குறித்தும் இக்கட்டுரை விளக்குகிறது.

தமிழ் கற்பித்தல்

"வானை அளப்போம் கடல் மீனையளப்போம்
சந்திர மண்டலத்தியல் கண்டுதெளிவோம்" 1 (பாரதியார் கவிதைகள், பக்.298)

என்ற பாரதியின் கனவுகளை எட்டிபிடிக்க ஏதுவானச் சூழலை உருவாக்கித்தருன்ற வல்லமையை இன்றைய அறிவியல் வல்லுநார்கள் தொழில்நுட்ப செயலிகள் மூலம் சாத்தியப்படுத்தியுள்ளனர். கணினி, கணிதம், அறிவியல், மேலாண்மைப் போன்று மொழிப் பாடங்களையும் செயற்கை நுண்ணறிவு (AI) – கருவிகள் (Tool) மூலம் கற்பிக்க முடியும். தமிழ் மொழிப் பாடங்களை எளிமையாகவும் மாணவர்கள் ஆர்வமாகவும் கற்கும் வகையில் பல AI கருவிகள் உருவாக்கப்பட்டுள்ளன. இவ்வாறன கருவிகளை கேமிங் AI – கருவிகள் என்ற வகைபாட்டிற்குள் அடக்கலாம். விளையாட்டு மூலம் ஒரு பாடம் கற்பிக்கப்படும் போது கற்றல் நிலை மிகுந்த ஈடுபாடு (Engagement) கொண்டதாக மாற்றப்படுகிறது. AI கருவிகளைப் பயன்படுத்தி உருவாக்கப்படும் விளையாட்டுகள், இன்டராக்டிவ் கற்றல் (Interactive Learning), மற்றும் தானியங்கி மொழிபெயர்ப்பு கற்றல் (Automated translation) போன்ற பல்வேறு நுட்பங்களைக் கொண்டதாக உள்ளன. 2 (**Futurepedia – இணையவழிச் செய்தி)** வழக்கமான கரும்பலகைக் கொண்ட வகுப்பறைக் கற்பித்தல் மாணவர்கள் மத்தியில் உற்சாகத்தை வரவழைப்பதாக இருப்பதில்லை. இதற்குக் காரணம் உட்சகட்ட அறிவியல் தொழில்நுட்ப வளர்ச்சி கண்டுள்ள இன்றைய காலகட்டத்தில் இம்மணவர்கள் பிறந்து வளர்வதோடு தடையின்றிப அதனைப் பயன்படுத்தியும் வருவதே ஆகும். கற்பித்தல் முறையில் காலத்திற்கு ஏற்றவாறு பல்வேறு மாறுதல்களை உள்வாங்கிச் செயல்படுத்தும் நடைமுறைக்கு ஆசிரியர்கள் தற்போது பயிற்சி எடுத்து வருகின்றனர். அவ்வகயில், தமிழ் கற்பித்தலுக்கான AI கேமிங் கருவிகள் இங்கு பட்டியலிடப்பட்டுள்ளன.

தமிழ் கற்பித்தலுக்கான AI–சார்ந்த கேமிங் கருவிகள்

3. அ. மொழி அடிப்படையிலான கல்வி விளையாட்டுகள் (Language Learning Games)
    a. 1. Duolingo (AI–powered) – தமிழ் கற்றல் முறையைக் கேமிபை (gamify) செய்ய உதவும்.

       2. Memrise – தமிழ் சொற்களையும் வசனங்களையும் மனதில் பதிக்க AI கொண்டு கேமிங் செயல்பாடுகள்.

       3. Quizizz – கேமிங் பாணியில் வினாக்கள், தேர்வுகள் மூலம் தமிழ் கற்றல்.

       4. Kahoot! – AI–ஐ கொண்டு தமிழ் வகுப்புகளுக்கான கேமிங் கற்றல் அனுபவம்.

4. ஆ. AI-**வழிப்படுத்தப்பட்ட கதை & உரையாடல் கேம்கள் (**Story-based & Conversational AI Games)
    b. 5. ChatGPT-powered **தமிழ் கதைகள்** – AI மூலம் மாணவர்கள் சொந்த கதைகளை உருவாக்கலாம்.

       6. Charisma.ai – AI அடிப்படையிலான கதைகள், உரையாடல் NPCகள் மூலம் மொழிப் பயிற்சி.

       7. RPG Maker + AI NPCs – மாணவர்கள் கதைகளை எழுத, கேமாக உருவாக்கலாம்.

5. **இ.** AI **விளையாட்டுகள் மூலம் எழுத்து** & **உச்சரிப்பு பயிற்சி** (Writing & Pronunciation Learning)
   c. 8. Speech Recognition AI (Google' s Read Along) – தமிழ் வார்த்தைகளை சரியாக உச்சரிக்க பயிற்சி.
      9. Voiceflow (AI Chatbots for Learning) – AI பேச்சாளர் மூலம் உரையாடல் விளையாட்டுகள்.
   d. 10. QuillBot & Grammarly (**தமிழுக்கு** AI Grammar Assistants) – தமிழ் எழுத்து & தானியங்கி திருத்தம்.
6. **ஈ.** AI **அடிப்படையிலான தமிழ் மொழிபெயர்ப்பு** & **விளையாட்டுகள்** (AI Translation & Game-based Learning)
7. 11. Google' s Wordcraft – AI எழுத்து உதவியுடன் தமிழ் கதை வடிவமைப்பு.
   12. Google Lens + AI Translation – தமிழில் உள்ள வார்த்தைகளை விளையாட்டாக மொழிபெயர்த்தல்.3 (Tamilogy– இணையவழிச் செய்தி)

தமிழ் பாடங்களை விளக்கிச் சொல்லுதல், கலந்துரையாடல், நழுவல், வாசித்தல், எழுதுவித்தல் , வரைபடங்களாகக் கொடுத்தல் போன்ற முறைகளில் கரும்பலகையை மட்டுமே பயன்படுத்தி கற்றல் முறை இருந்து வந்தது, பின்னர் கணினித்துறையின் அறிமுகத்தால் Word document, PDF, PPT என கற்பித்தல் ஏறுமுகத்தைக் கண்டது. அடுத்தகட்டமாக கல்வித்துறையில் செயற்கை நுண்ணறிவின் பயன்பாடு தொடங்கியப்பின் Smart Board, Filiped class, Blaned Learning, Gaming என அடுத்தடுத்த வளர்சியினை கண்டுவருகிறது. இவ்வாறன AI கருவிகளை மடிக்கணினி, கணினிகளில் மட்டுமல்லாது எளிமையாக அனைவரும் பயன்படுத்தக்கூடிய திறன்பேசிகளின் வழியாகவும் பயன்படுத்தும்படி உருவாக்கப்பட்டுள்ளது. மின்னஞ்சல் கணக்கு மட்டுமே செயலிகளில் பயனராவதற்குறிய (log in) தேவையாக உள்ளது. AI கருவிகளைப் பயன்படுத்தும் வழிமுறைகள் அந்தந்த செயலிகளின் முகப்பிலேயே பெரும்பாலும் கொடுக்கப்பட்டுள்ளது. யூட்டீப் செயலியின் மூலமாகவும் சமூக வலதளங்களின் மூலமாகவும் இவ்வகையான செயலிகள் விளம்பரபடுத்தப் படுகின்றன. 4 (விக்கிபீடியா– இணையவழிச் செய்தி) இவற்றை இலவசமாகவும் சிலவற்றை கட்டணம் செலுத்தியும் பயன்படுத்தலாம்.

நடைமுறையில் பயன்படுத்தக்கூடிய கட்டணத்துடனான, கட்டணமில்லா AI கருவிகள். 5 (யூடீப் – இணையவழிச் செய்தி)

வ. எண்	பயன்பாடு	AI கருவி	கட்டணத்துடன் கூடிய AI கருவிகள்	கட்டணமில்லா AI கருவிகள்
1	ஆய்வு (Research)	ChatGPT	chatGPT	Deepseek
2	படங்கள் உருவாக்கம் (Images)	Midjourney ideogram	Midjourney	Ideogram
3	ஒப்படைப்புகள் (Presentation)	P Google Slides	PowerPoint	Google Slides
4	காட்சிப்பாடங்களை உருவாக்குதல் (Video Generator)	Pika	Runway	Pika Art
5	எழுத்துப் பயிற்சி (Writing)	grammarly ProWritingAid	Grammarly	ProWritingAid
6	புதிய உருவாக்கம் (Desing)	Canva	Canva	Microsoft Designer

AI– Gaming கருவிகளின் பயன்பாட்டினால் ஏற்படும் நன்மை தீமைகள்

- மாணவர்களின் கற்றல் ஆர்வத்தையும் பங்கேற்பு விகித்ததையும் அதிகப்படுத்துகிறது.

8. பாடங்களைக் கற்பிதல் சுலபமாகிறது.
9. கற்றல் கற்பித்தல் என்ற இருநிலையாளர்களும் முழு ஈடுபாட்டினை காட்டுவர். அத்தோடு, இருநிலையாளர்களுக்கு இடையே ஆரோக்கியமான புரிதலும் ஏற்படும்.
10. அனைவரின் பங்களிப்பும் AI கருவிகளின் திரையினால் உறுதிசெய்யப்படுகிறது. சலிப்புத்தன்மை ஏற்படாது.
11. பாடத்தை தாண்டிய புதிய தகவல்களை மாணவர்களிடமிருந்து பெற முடியும்.

12. மாணவர்களின் எண்ணவேட்டத்தினை எளிதில் அறிந்துகொள்ள முடியும். பாடங்களை திணிக்கும் உணர்வு ஏற்படாது.
13. புதிய உள்ளடக்கங்களை உருவாக்குதல் (content generation ability)
14. மொழி மற்றும் கலைகளில் புதிய முயற்சிகளை செய்யலாம்.
15. படைப்புத்திறன் மேம்படுவதோடு தன்னிச்சையான படைப்பாற்றல் (Creative Freedom) வளரும்.
16. தொடர் விளையாட்டு அல்லது ஒரே மாதிரியான விளையாட்டு முறை கற்றல்ஆர்வத்தைக் குறைக்கலாம்.
17. உடல் நலம், மனநலம் பாதிக்கப்படும் அபாயம் உண்டு. இணையப்பயன்பாடு பாதுகாப்பை கேள்விக்குறியாகிறது.
18. விளையாட்டுகளை முன்கூட்டியே தயாரிக்க வேண்டியுள்ளாதால் கூடுதல் வேலைப்பளு ஏற்பட வாய்ப்புள்ளது. தானியங்கித் தன்மையால் வேலையிழப்பு ஏற்பட வாய்ப்புள்ளது.
19. விளையாட்டுகளில் பொருத்த முடியாத பாடங்களைப் பயிற்றுவிப்பதில் சிக்கல் ஏற்படும்.
20. இணைய வசதி இல்லாத கிராமப்புற பகுதிகளும், கல்வி நிலையங்களும் இன்றளவும் உள்ளன.
21. மனிதர்களுடான தொடர்பைக் குறத்து தனிமையினை அதிகப்படுத்துகிறது.

முடிவுரை

செயற்கை நுண்ணறிவு (Artificial Intelligence) என்பது மிகவும் சக்திவாய்ந்த தொழில்நுட்பமாகும். இதனை ஆக்கபூர்வமானதாக பயன்படுத்துவதும் அழிவிற்கானதாகப் பயன்படுத்துவதும் நமது கையில்தான் உள்ளது. நாள்தோறும் பலவிதமான AI கருவிகளும், விளையாட்டு கருவிகளும் உருவாக்கப்பட்டு கொண்டே வருகின்றன. அவற்றுள் கற்றல் கற்பித்தலுக்குத் தேவையான நல்ல கருவிகளை மட்டுமே பயன்படுத்துவதற்கு பரிந்துரைக்க வேண்டும். உள்ளீடுகளைப் புரிந்து கொண்டால் கல்வித்துறையில் மீண்டும் மீண்டும் மறுமலர்சி காணலாம்.

துணை நின்றவை:

1. 1.பாரதியார் கவிதைகள், பாரதியார், நியூ செஞ்சுரி புக் ஹவுஸ், சென்னை பக்.298
2. 2. https://www.futurepedia.io/ai-tools/gaming
3. 3. https://www.tamilogy.com/ai-tools-in-tamil/
4. 4. https://ta.wikipedia.org/s/1l12
5. 5. https://youtube.com/shorts/mh0R8xbFdnE?si=cM5bhn1YUPtG7o

20. தமிழ்மொழி வளர்ச்சியில் கூகுள் செயற்கை நுண்ணறிவு கருவிகளின் பங்களிப்பு
The contribution of Google's artificial intelligence tools in the development of theTamil language

முனைவர் ந. பிரதீபா
உதவிப்பேராசிரியர், தமிழ்த்துறை
பிஎஸ்ஜிஆர் கிருஷ்ணம்மாள் மகளிர் கல்லூரி,கோயம்புத்தூர்
7402171978
Pradeepa@psgrkcw.ac.in

ஆய்வுச்சுருக்கம்

இன்றைய இயந்திரமயமான உலகில் நம் வாழ்வியலில் இயந்திரங்களின் பங்களிப்பு மிக இன்றியமையாததாக உள்ளது. அவற்றுள் மிக முக்கியமான ஒன்று கணிப்பொறி. கணினியின் மேம்பட்ட வளர்ச்சியில் அறிவியலின் உச்சநிலை தான் செயற்கை நுண்ணறிவு. நவீன கணிப்பொறி அறிவியல் ஆராய்ச்சியாளர்கள் மனிதனோடு பிணைக்கப்பட்டு இருக்கும் ஒவ்வொரு துறைக்கும் என்னென்ன தேவை என்பதை கண்டறிந்து கொண்டே இருக்கின்றனர் பல்வேறு கருவிகளை ஆராய்ந்து அவற்றில் எது சிறப்பாக செயல்படுகிறது. அதன் பயன்பாடு, வேகம், துல்லியம், உருவாக்கச் செலவு ஆகிய காரணிகளை முன்வைத்து செயற்கை நுண்ணறிவு தயாரிப்பு நிறுவனங்கள் போட்டிக்கு போட்டியாக பல செயற்கை நுண்ணறிவு கருவிகளை அறிமுகப்படுத்துகின்றனர். அவற்றுள் தமிழ் மொழிக்கு வழங்கும் பங்களிப்பை குறித்து ஆராய்வதாக இவ்வாய்வானது அமையப் பெறுகின்றது.

குறிப்புச் சொற்கள்

கூகுள் ஏஐ ஸ்டுடியோ, அரட்டை, நேரலை, படம் உருவாக்குதல், காணொளி உருவாக்கம்

Abstract

In today's machine-driven world, the role of machines in our lives is very important. One of the most important of these is artificial intelligence, the pinnacle of science in the advanced development of computers. Modern computer science researchers are constantly discovering what is needed in every field that is connected to humans. They are investigating various tools and which one works best, considering factors such as its usability, speed, and cost of development. Artificial intelligence manufacturing companies are introducing many artificial intelligence tools in competition. This article aims to examine the contribution of these tools to the Tamil language

Keywords :

Google AI Studio, Chat, Stream, Generate Image, VEO3, Build, Google notebook LM

முன்னுரை

இரண்டாயிரம் ஆண்டுகளுக்கு மேலான இலக்கிய வளத்தினை கொண்டுள்ள தமிழ் மொழி செயற்கை நுண்ணறிவு என்னும் புதிய அணுகுமுறை மூலம் சிறக்க முன்னெடுப்புகள் நிகழ்ந்த வண்ணம் உள்ளன. தமிழ் மொழியை பல நிலைகளில் பரவலாக்கிடவும், சமகாலத்தில் தேவைகளுக்கு ஏற்ப பயன்படுத்தவும், செயற்கை நுண்ணறிவு என்னும் கணினி தொழில்நுட்பம் பயன்படுகிறது. தமிழ் மொழியின் செவ்வியல் பண்புகளை மேலும் அறிந்து கொள்ளவும், உலகம் முழுமைக்கு பரவலாக்கிடவும் இந்த தொழில்நுட்பம் உதவிகரமாக இருக்கும் என்பதில் ஐயமில்லை. ஆயினும் தற்போதைய நிலை என்பது தொடக்க நிலைக்கு அடுத்த வளர்நிலையில் இருப்பதால் மொழி வளர்ச்சி என்பதில் இயங்கு நிலை மற்றும் செயற்தன்மை குறித்த ஆய்வானது அவசியமாகின்றது.

கூகுளின் தயாரிப்புகளான செயற்கை நுண்ணறிவு கருவிகள் கற்றல் மற்றும் தொழில்நுட்பம் சார்ந்த சவாலான சிக்கல்களைத் தீர்க்கவும் இயந்திரக் கற்றலுக்கும் உதவுகின்றது. கூகுள் சிறந்ததொரு தேடலுக்கும், புகைப்படங்கள் சேகரிப்புக்கும், மொழிபெயர்க்கவும், ஆவணப்படுத்தவும், ஒலிப்பெயர்க்கவும், குறிப்பெடுக்கவும், குரல் உள்ளீட்டு உருவாக்கவும், நிழற்படம் தயாரிக்கவும், காணொளி உருவாக்கவும், கணினிமொழி குறியீடு கற்க்கவும் என பல்வேறு வகைகளில் கற்றலுக்கு உறுதுணையாக இருக்கின்றது. கூகுள் பல மொழிகளில் சேவையை வழங்குவது போல தமிழ் மொழிக்கும் பல அளப்பரிய சேவைகளை வழங்கிக் கொண்டிருக்கின்றது. அவற்றுள் செயற்கை நுண்ணறிவு கருவிகளை கொண்டு தமிழை எவ்வாறு கற்பிக்க முடியும் என்பதை பற்றி ஆராய்வதே இவ்வாய்வின் முக்கிய நோக்கமாகும். இவ்வாய்வானது கூகுளின் செயற்கை நுண்ணறிவு கருவிகளான கூகுள் ஏஐ ஸ்டுடியோ (Google AI Studio), கூகுள் நோட்புக் LM(Google notebook LM) பற்றியும் விரித்துரைக்கின்றது.

கூகுள் ஏஐ ஸ்டுடியோ (Google AI Studio) :

கூகுள் ஏஐ ஸ்டுடியோவில் நான்கு படிநிலைகள் உள்ளன.
Chat   Stream   Generate Media   Build

கூகுள் ஏஐ ஸ்டுடியோ செயற்கை நுண்ணறிவைக் கொண்டு chat செய்தல், படம் உருவாக்குதல், காணொளி உருவாக்குதல், வலைதளம் உருவாக்குதல், கணினி மொழிக்கான குறியீடு கற்றல் போன்றவற்றை விரிவாகவும் நுட்பமாகவும் கற்றுத்தரும் செயற்கை நுண்ணறிவு கருவி தான் கூகுள் ஏஐ ஸ்டுடியோ என்பதாகும். இது மாணவர்கள், ஆசிரியர்கள், தொழில்நுட்பவல்லுநர்கள், வியாபாரதளத்தில் இருப்பவர் என அனைவருக்கும் பயன்படக்கூடியதாக இருக்கின்றது. "கூகுளின் செயற்கை நுண்ணறிவு கருவிகளை கூகுளின் டீப்மைன்ட் எனும் பிரிவே உருவாக்கித் தருகின்றது" (AI Coach John,2025)

அரட்டை (Chat) :

Google AI Studio கூகுள் ஏஐ ஸ்டுடியோவில் அரட்டைப் (chat) பகுதியில் சரியான வினாவினை (Prompt) கொடுத்தால் அதற்கான விடையினைத் தருகின்றது. தமிழ்மொழியில் சிலப்பதிகாரம் குறித்து கேட்டேன் அதனைக் குறித்த செய்திகளை அளித்துள்ளது.

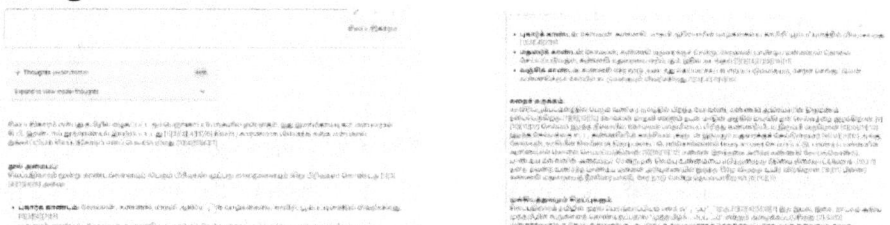

நேரலை (Stream) :

Talk to Gemini live – டாக் டு ஜெமினி லைவ் கருவினை இன்னும் எந்த ஒரு நிறுவனமும் அறிமுகப்படுத்தவில்லை. கூகுள் தான் முதன்முதலில் இதனை அறிமுகம் செய்துள்ளது. இக்கருவி குரல் உள்ளீட்டியின் வாயிலாக தமிழ் மொழியில் பேச முடியும். தமிழ் மொழி இலக்கியம் சார்ந்த செய்திகளையும் கொடுக்கின்றது. வினாவினை தட்டச்சு மற்றும் குரல் உள்ளீடு இரண்டினையும் செய்யலாம். நமக்கான பதிலினைக் குரல் உள்ளீடு மற்றும் தட்டச்சு இரண்டு முறையிலும் வழங்குகின்றது. இம்முறையில் திரைப்பகிர்வு **(screenshare)** செய்தும், வெப்கேம் (**webcam**) வாயிலாகவும், நாம் நமக்கான விடையினை பெற்றுக்கொள்ளலாம். படங்களுக்கான விளக்கத்தையும் தருகின்றது.

Gemini 2.5 flash preview native audio dialogue தேர்வு செய்தால் தமிழ்மொழியில் பேசலாம்.(AI buddy , 2025)

சோதனை ஓட்டமாக ஔவையார் விரதத்திற்கான படத்தினைத் கொடுத்த போது அதற்கான விளக்கத்தைக் **Gemini 2.5 flash preview native audio dialogue** குரல் உள்ளீடு மற்றும் உரைவடிவமாகவும் தந்துள்ளது.

Google AI Studio - ஜெனரேட் இமேஜ் (Generate Image) பகுதி படம் உருவாக்குதல், படத்திற்கான வினாவினை (Prompt) வழங்கினோம் என்றால் அதற்கான படத்தினை நமக்கு உருவாக்கி கொடுக்கிறது. இலவசமாக ஒரு குறிப்பிட்ட அளவே படங்களைத் தரும். படங்கள் எந்த அளவீட்டு முறையில் இருக்க வேண்டும் என்பதை அமைப்பு முறையில் (Settings) இருந்து பெற்றுக்கொள்ளலாம்.

Google AI Studio கூகுள் ஏஐ ஸ்டுடியோவில் ஜெனரேட் மீடியா காணொளி உருவாக்கம் ஜெனரேட் வீடியோஸ் VEO2 கருவினை பயன்படுத்தி எட்டு வினாடிக்குள் உள்ளான காணொளியினை உருவாக்கம் செய்து கொள்ள முடியும். நம் தமிழ் மொழி பாடத்திற்கான காணொளிகளையும் உருவாக்கம் செய்யலாம். காணொளி உருவாக்கத்தில் நாம் புகைப்படத்தினை கொடுத்தும் உருவாக்கம் செய்ய முடியும். தற்போதைய இலவச வழங்கலில் ஒலி அமைப்பு இல்லாத காணொளி மட்டுமே உருவாக்க முடியும்.

Build – இப்பகுதி வலைத்தளத்தை உருவாக்கியும், கணினி மொழி குறியீடுகளை உருவாக்கியும் தருகின்றது.

Google notebook LM

ஒருவர் படிப்பதற்கு தேவையான பாடங்களை சுருக்கமாக குறிப்பெடுக்கவும், மூளை வரைபடம் வாயிலாக கற்கவும், படிப்பதற்கு நேரம் இல்லாத போது உரையாடலாக கேட்கவும், காணொளியின் வாயிலாக பார்க்கவும் உதவுகின்ற ஒரு செயற்கை நுண்ணறிவு கருவியாகும். இதனுள் பாடத்திற்கு தேவையான ஆவணங்களைப் பிடிஎஃப் (PDF) கோப்பாக அல்லது இணையதள இணைப்பாகவும், youtube இணைப்பாகவும் கொடுத்தால் நாம் கேட்கும் விதத்தில் நமக்கு தேவையான குறிப்புகளை எடுத்துக் கொடுக்கிறது." உதாரணமாக youtube இணைப்பினை தந்தால் அதனுள் இருக்கக்கூடிய குரல் ஒலியினை நமக்கு உரையின் வடிவமாக நமக்கு மாற்றித் தருகின்றது(Akash,2025)

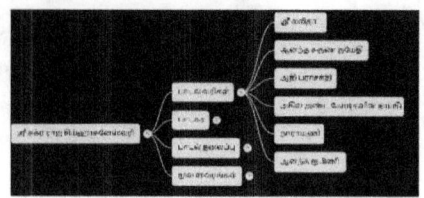

முடிவுரை

செயற்கை நுண்ணறிவு கருவி தமிழ் மொழிக்கு பல புதிய வாய்ப்புகளை ஏற்படுத்திக் கொடுத்த வண்ணம் இருந்து கொண்டிருக்கிறது தமிழ் மொழியின் செழுமையை உலக அளவில் கொண்டு செல்ல உதவுகிறது. தமிழ் மொழியின் தனித்துவத்தையும் பண்பாட்டையும் நவீன தொழில்நுட்பத்தின் மூலமாக கொண்டு செல்ல முடியும் என்பதை செயற்கை நுண்ணறிவு கருவி நமக்கு அளித்த வண்ணம் உள்ளது. தமிழ் பண்பாட்டின் அடையாளத்தையும் நவீன உலகத்திற்கும் புதிய தலைமுறைக்கும் அதன் சிறப்புகளை எளிமையாகக் கொண்டு சேர்க்கும் கருவியாகவும் இருக்கின்றது.

துணைநூற்பட்டியல் பட்டியல்

1. AI Coach John https://youtu.be/kljx12mGM5k?feature=shared
2. AI buddy https://youtu.be/7iQg7Y-255c?feature=shared
3. Akash B https://youtu.be/qUkol1SR7J0?feature=shared

21. தமிழில் AI கருவிகள் செயல்பாடுகள்

திருமதி நா.குமுதா
உதவிப்பேராசிரியர், தமிழ்த்துறை
பிஎஸ்ஜிஆர் கிருஷ்ணம்மாள் மகளிர் கல்லூரி, கோயம்புத்தூர்

முன்னுரை:

தமிழ் மொழி, உலகின் பழமையான மற்றும் செழுமையான மொழிகளில் ஒன்று. இலக்கியம், மொழியியல், தொன்மம், மற்றும் கலாச்சாரத்தில் தமிழின் பங்களிப்பு அளவிட முடியாதது. ஆனால் நவீன காலத்தில் தொழில்நுட்ப வளர்ச்சியின் வேகத்திற்கு தமிழின் பயன்பாடு மற்றும் வளர்ச்சி சவால்களை எதிர்கொண்டு வருகிறது. இதற்கான தீர்வாகவே Artificial Intelligence (AI) எனும் செயற்கை நுண்ணறிவு கருவிகள் தமிழ் மொழியின் வளர்ச்சிக்கு முக்கிய பங்காற்ற முடியும்.

திறவுச்சொற்கள்

செயற்கை நுண்ணறிவு, இயற்கை மொழி புரிதல், இயந்திர கற்றல், மொழிபெயர்ப்பு, காணொளி உருவாக்கம்.

Keywords :

Artificial Intelligence (AI) , Natural Language Processing – NLP, Machine Learning, Translate , Text–to–Video.

1. AI கருவிகள் என்ன?

AI என்பது மனித நுண்ணறிவைப் போல செயல்படும் கணினி அமைப்புகளைக் குறிக்கும். இயற்கை மொழி புரிதல் (Natural Language Processing – NLP), இயந்திர கற்றல் (Machine Learning), பேச்சு அடையாளம் காண்பது (Speech Recognition), மொழிபெயர்ப்பு, உரை உருவாக்கம் போன்ற பணிகளில் இது பயன்படுத்தப்படுகிறது.

தமிழில் AI கருவிகளின் பயன்பாடுகள்:

1. மொழிபெயர்ப்பு சேவைகள்:

AI அடிப்படையிலான மொழிபெயர்ப்பு கருவிகள், ஆங்கிலம் உள்ளிட்ட உலக மொழிகளில் உள்ள உள்ளடக்கங்களை தமிழுக்கு மொழிபெயர்க்கும் திறனைக் கொண்டுள்ளன. உதாரணமாக Google Translate, Microsoft Translator போன்றவை. மேலும் IndicTrans போன்ற திறந்த மூல AI மாடல்களும் தமிழில் திறமையாக மொழிபெயர்ப்பு செய்கின்றன. (unite.ai,2025)

உரை உருவாக்கம் மற்றும் வாசிப்பு:

GPT போன்ற மொழி மாதிரிகளை கொண்டு தமிழில் தானாக கட்டுரைகள், கவிதைகள், செய்தி அறிக்கைகள் போன்றவை உருவாக்க முடிகின்றது. மேலும் Text–to–Speech (TTS) தொழில்நுட்பம் மூலம் தமிழ் உரையை, இயற்கையாக பேசும்

குரலாக மாற்ற முடிகிறது – இது பார்வைத் தமப்பாடுடையோர் மற்றும் கல்வி நோக்கத்திற்கு மிகவும் பயனுள்ளது. (unite.ai,2025)

பேச்சு அடையாளம் (Speech Recognition):

AI வசதிகள் பேச்சை எழுத்தாக மாற்றும் திறனை கொண்டுள்ளன. இது வாட்ஸ்அப் மற்றும் வட்டார மொழி பயன்பாடுகளுக்கு மிகவும் பயனுள்ளது. தமிழ் பேசப்படும் ஒலிகளை நேரடியாக digitize செய்து செயல்படுத்த முடியும். (unite.ai,2025)

செயற்கை நுண்ணறிவுடன் கூடிய உரை திருத்தம் மற்றும் பரிந்துரை:

AI கருவிகள், எழுத்துப்பிழைகள், இலக்கண பிழைகள் மற்றும் பொருத்தமான சொல் பரிந்துரைகளை வழங்க முடியும். இது தமிழ் எழுத்தாளர்களுக்கும் மாணவர்களுக்கும் பெரும் ஆதரவாக அமைகிறது.

தமிழ் தகவல் தேடல் மற்றும் தொகுப்பு (Search & Summarization):

AI மூலம் தமிழில் உள்ள இணையதள, நூல்கள், செய்திகள் போன்றவற்றை சுருக்கமாக வாசிக்க இயலும். இது அதிகமான தகவலை குறுகிய காலத்தில் புரிந்து கொள்ள உதவுகிறது. (unite.ai,2025)

தமிழுக்கு ஏற்ற AI கருவிகளை உருவாக்கும் நோக்கம்:

தற்போதைய பெரும்பாலான AI கருவிகள் உலகளாவிய மொழிகளை மையமாக கொண்டு வடிவமைக்கப்பட்டுள்ளன. எனவே, தமிழுக்கு ஏற்ற மாடல்களை உருவாக்குவதற்கு:

பன்மையான தமிழ் உரைதொகுப்புகள் (corpora) உருவாக்கம்
வட்டார பேச்சு மொழி மாதிரிகள் சேகரிப்பு
திறந்த மூல திட்டங்களை ஊக்குவித்தல்
கல்வி நிறுவனங்கள், ஆராய்ச்சி மையங்கள், மற்றும் அரசாங்கத்தின் ஒத்துழைப்பு ஆகியவை அவசியமாகின்றன. (unite.ai,2025)

எதிர்கால வாய்ப்புகள்:

AI கருவிகள் தமிழ் மொழியின்:

- மின்னூல்கள் உருவாக்கம்
- அறிவியல் விளக்கம்
- விரைவான செய்தி பரவல்
- வழிகாட்டும் குரல் உதவி (Voice Assistants)
- மறக்கப்பட்ட சொற்களின் பாதுகாப்பு

இவற்றில் நம்பகமான சாதனங்களை உருவாக்கி, மொழியை புதிய உயரத்திற்கு எடுத்துச் செல்லும். (unite.ai,2025)

தமிழுக்காக இயங்கி வரும் ஏ.ஐ. (AI) கருவிகள்:

Ezhil AI / Vaani – தமிழுக்கான உரைமை (Text-to-Speech) & உரை பார்சிங்

விளக்கம்: இது ஒரு திறந்த மூல தமிழ் Text-to-Speech (TTS) மற்றும் Natural Language Processing (NLP) கருவியாகும்.

பயன்: கணினி தமிழில் பேசும் வகையில் மென்பொருள் அமைத்தல். பார்வைத்தடையுள்ளோர் மற்றும் கல்வி பயிற்சியில் அதிக பயன்.

சிறப்பு: தமிழ் வாக்கியங்களை இயற்கையாக படிக்க வைக்கும் திறன்.

Thamizhumirai – தமிழுக்கான NLP கருவிகள் தொகுப்பு

விளக்கம்: தமிழுக்காக MIT Research குழுவால் உருவாக்கப்பட்ட ஒரு திறந்த மூல மென்பொருள் தொகுப்பு.

பயன்: தமிழ் வாக்கிய பிரிப்பு, சொல்லியல் பகுப்பாய்வு (morphological analysis), மொழிபெயர்ப்பு போன்ற பணிகள்.

சிறப்பு: pure Tamil text datasets அடிப்படையில் இயங்குகிறது.

AI4Bharat – IndicTrans மற்றும் IndicNLP கருவிகள்

விளக்கம்: இந்திய மொழிகளுக்காக உருவாக்கப்பட்ட AI கருவிகள், தமிழுக்கும் ஆதரவு அளிக்கின்றன.

பயன்: ஆங்கிலம் ↔ தமிழ் மொழிபெயர்ப்பு, உரை உருவாக்கம், குறுந்தகவல் சுருக்கம்.

சிறப்பு: இந்திய மொழிகளுக்கிடையே தரமான மொழிபெயர்ப்பு செய்யும் திறன்.

Google Translate – தமிழ் மொழிபெயர்ப்பு

விளக்கம்: உலகளாவிய மொழி மாற்றி கருவியாக Google Translate தமிழுக்கும் ஆதரவு அளிக்கிறது.

பயன்: ஆங்கிலம் ↔ தமிழ் மொழிபெயர்ப்பு; பயணிகள், மாணவர்கள், எழுத்தாளர்களுக்கு பயன்படும்.

குறை: சில நேரங்களில் மொழியின் இயல்பை தவறாக உணரக்கூடும்.

Common Voice by Mozilla – தமிழ் பேசும் தரவுத்தொகுப்பு

விளக்கம்: உலக மொழிகளில் பேசும் தரவுகளை சேகரிக்கும் திட்டம். தமிழிலும் பலர் தங்களுடைய குரலை வழங்கி வருகிறார்கள்.

பயன்: தமிழ் பேசும் சீரான Dataset உருவாக்கம் – Voice Assistants உருவாக்க உதவும்.

சிறப்பு: சமூக பங்களிப்புடன் உருவாகும் புது தலைமுறை தரவுத்தொகுப்பு.

ChatGPT (OpenAI) – தமிழ் ஆதரவுடன் AI உதவி

விளக்கம்: GPT மாடல் அடிப்படையில் இயங்கும் இந்த கருவி தற்போது தமிழிலும் உரையாடல்களை நடத்துகிறது.

பயன்: தமிழ் மொழியில் கேள்வி-பதில்கள், கட்டுரை எழுத்து, விளக்கம், சுருக்கம் போன்றவை.

சிறப்பு: பயனர் அளிக்கும் தகவலின் அடிப்படையில் தரமான, இயல்பான பதில்கள் வழங்குதல்.

காணொளி உருவாக்கத்தில் AI கருவிகளின் பங்கு:

AI கருவிகள் காணொளி தயாரிப்பில் பின்வரும் பணிகளில் பயன்படுத்தப்படுகின்றன:

உரையிலிருந்து காணொளி உருவாக்கம் (Text-to-Video)

- சத்தம், பின்னணி இசை சேர்த்தல்
- பயனர் முகம், குரல், உருவம் மாற்றம்
- காணொளி திருத்தம், சுருக்கம், transition effects
- செயற்கை மனிதன் அல்லது அனிமேஷன் creation
- வாய்திறப்பு மற்றும் பேச்சு ஒருங்கிணைப்பு (Lip Sync)

பயன்படும் முக்கிய AI கருவிகள்:

a. Pictory / Lumen5
செயல்பாடு: உரையை பதிவுசெய்து அதன் அடிப்படையில் படங்கள், வீடியோ கிளிப்புகள், எழுத்துக்கள் சேர்த்து காணொளி உருவாக்கும்.
பயன்கள்: கட்டுரைகளை விடியோக்களாக மாற்ற இயலும். .(ditchthattextbook,2025)

b. Synthesia
செயல்பாடு: Text-to-Video Avatar generator. உங்கள் உரையை சொல்லும் செயற்கை மனிதனை உருவாக்குகிறது.
பயன்கள்: கல்வி, விளக்கம், கார்ப்பரேட் காணொளிகள். .(ditchthattextbook,2025)

c. Runway ML / Sora (OpenAI)
செயல்பாடு: எழுத்து, படங்கள் அல்லது வீடியோ அடிப்படையில் கலைநயம் வாய்ந்த முழுமையான வீடியோக்கள் உருவாக்குதல்.
பயன்கள்: சினிமா, விளம்பரம், கிரியேட்டிவ் ஆர்வலர்கள். .(ditchthattextbook,2025)

d. Descript
செயல்பாடு: வீடியோ மற்றும் ஆடியோ திருத்தம். உரையை திருத்துவது மூலம் வீடியோவும் திருத்தப்படும்.
பயன்கள்: Podcast, YouTube creators. .(ditchthattextbook,2025)

e. D-ID
செயல்பாடு: புகைப்படத்தில் உள்ள முகங்களை உயிர்ப்புடன் கொண்டு வருதல் (Talking photo).
பயன்கள்: Digital avatars, storytelling.(ditchthattextbook,2025)

காணொளி உருவாக்கம் – படி படியாக விளக்கம்

படி 1: உரை (Script) தயார் செய்தல்
உங்கள் காணொளிக்கான தலைப்பு, நோக்கம், இலக்கு பார்வையாளர் யார் என்பதை முடிவுசெய்து, சிறந்த உரையை தயார் செய்ய வேண்டும்.

படி 2: உரையை AI கருவியில் தருதல்
Text-to-Video கருவியில் உங்கள் உரையை ஒட்டவும்.
(உதா: Synthesia-வில் "Hello, welcome to Tamil AI world!" எனும் உரை அளிக்கலாம்)

படி 3: Visual Template/Style தேர்வு

கருவி உங்கள் உரைக்கேற்ப சரியான காணொளி பாணியை (style) தேர்வு செய்ய உதவும்.

பின்னணி, எழுத்து வடிவம், படங்கள் சேர்க்கலாம்.

படி 4: குரல் அல்லது avatar தேர்வு

AI-generated voice அல்லது avatar பேசும் நபராக தேர்வு செய்யலாம்.

தமிழ் குரல் ஆதரவு உள்ளதா என்பதை கவனிக்க வேண்டும்.

படி 5: Music, Logo, Subtitles சேர்த்தல்

பின்னணி இசை மற்றும் அடைமொழி (subtitles) சேர்க்க AI கருவிகள் துணைபுரியும். காணொளிக்கு வணிக ரீதியான மேம்பாடு பெறலாம்.

படி 6: பதிவிறக்கம் (Download)

முடிக்கப்பட்டவுடன், காணொளியை MP4 அல்லது GIF வடிவில் தரவிறக்கம் செய்து, YouTube, WhatsApp, Instagram போன்ற ஊடகங்களில் பகிரலாம்.

தமிழ் காணொளிக்கான சிறப்பு ஆலோசனைகள்

AI குரல் ஆதரவு தமிழ் இருக்கிறதா என்பதை சரிபார்க்க வேண்டும். (உதா: ElevenLabs, Play.ht ஆகியவை தமிழ் TTS ஆதரிக்கின்றன). தமிழ் எழுத்துருக்களில் உரை சேர்க்கும்போது, font compatibility-யை உறுதி செய்யவும். தமிழ் வரலாறு, இலக்கியம், செய்தி, பாடக்குறிப்புகள் போன்றவை சிறந்த தலைப்புகள்.

முடிவுரை:

AI கருவிகள் இன்று தமிழ் மொழிக்கான புதிய எதிர்காலத்தை சாத்தியமாக்கி வருகின்றன. மொழிபெயர்ப்பு, உரை வாசிப்பு, பேச்சு அடையாளம், மொழிபயிற்சி ஆகியவற்றில் இது முக்கிய பங்காற்றுகிறது. தமிழுக்கென வடிவமைக்கப்பட்ட கருவிகளை நாம் பயனுள்ள வகையில் பயன்படுத்தினால், மொழியின் வளர்ச்சி மட்டுமின்றி, உலகளாவிய செல்வாக்கும் பெருகும். AI தொழில்நுட்பம் என்பது தமிழை புதுப்பிக்கவும், பராமரிக்கவும் கிடைத்துள்ள அரிய வாய்ப்பு. தமிழில் உள்ள செழுமையான இலக்கிய, மொழி, கலாச்சார அறிவை நவீன உலகிற்கு கொண்டு சேர்க்க AI கருவிகள் பங்களிக்கின்றன. இதற்காக, ஆர்வலர்கள், கல்வியாளர்கள், நிரலாளர்கள் மற்றும் அரசு ஒருங்கிணைந்து செயல்பட வேண்டும். எனவே, தமிழ் வளர AI கருவிகளை தமிழரின் உள்மனத்தில் இருந்து வரவேற்போம்.

Reference:

1. https://www.unite.ai/10-best-ai-tools-for-education/
2. https://ditchthattextbook.com/ai-tools/
3. https://ditchthattextbook.com/ai/
4. https://www.marketing91.com/assessment-and-evaluation/

22. தமிழ் மொழி மேம்பாட்டில் செயற்கை நுண்ணறிவின் (AI) பயன்பாடு

முனைவர் ப.மணிமேகலை
உதவிப்பேராசிரியர்,தமிழ்த்துறை
பிஎஸ்ஜிஆர் கிருஷ்ணம்மாள் மகளிர் கல்லூரி,கோவை
9500241165
manimegalai@psgrkcw.ac.in

ஆய்வுச்சுருக்கம் :

செயற்கை நுண்ணறிவு (AI) என்பது மனித மைய அறிவாற்றலை இயந்திரங்கள் அல்லது மென்பொருட்கள் மாதிரியாக்கும் தொழில்நுட்பமாகும். இத்தொழில்நுட்பத்தின் வளர்ச்சி, உலகளாவிய அளவில் மொழி மேம்பாட்டில் முக்கிய பங்காற்றி வருகின்றது. தமிழ்மொழியும் அதிலிருந்து விலக்காக இல்லாமல், செயற்கை நுண்ணறிவின் பல அம்சங்களைப் பயன்படுத்தி புதிய பரிமாணங்களை நோக்கிச் சென்று கொண்டிருக்கிறது.

இக் கட்டுரை, இயற்கை மொழி செயலாக்கம் (Natural Language Processing), உரை-குரல் மாற்றம் (Text-to-Speech, Speech-to-Text), மெஷின் மொழிபெயர்ப்பு, உணர்வு பகுப்பாய்வு (Sentiment Analysis), தமிழில் உரையாடும் சாட்பாட்கள், கல்வி மற்றும் ஊடகத் துறையில் AI பயன்பாடு, பழங்கால ஆவணங்களின் டிஜிட்டலாக்கம், மற்றும் பன்மொழி மாதிரிகளில் தமிழ் ஒருங்கிணைப்பு போன்ற முக்கியமான துறைகளில் AI-யின் தமிழுக்கான பயன்பாடுகளை ஆராய்கிறது.

மேலும், AI4Bharat, Microsoft, Google போன்ற நிறுவனங்கள், தமிழ் மொழிக்கு தனிப்பட்ட கருவிகளை உருவாக்கி, மொழி கற்றல், வாடிக்கையாளர் சேவை, சமூக ஊடக பகுப்பாய்வு, மற்றும் பாதுகாப்பு துறைகளில் தமிழ் பயன்பாட்டை மேம்படுத்தி வருகின்றன. இவை, தமிழ் மொழியை டிஜிட்டல் பரப்பளவில் விரிவாக்கும் பணியில் முக்கிய அத்தியாயமாக அமைகின்றன.

Abstract

Artificial Intelligence (AI) has emerged as a transformative force in language development, and Tamil–a classical language with a rich heritage–is increasingly benefitting from its advancements. This study explores the multifaceted applications of AI in enhancing Tamil language usage, accessibility, and preservation.

Key focus areas include Natural Language Processing (NLP), machine translation (Tamil ↔ other languages), Text-to-Speech (TTS) and Speech-to-Text (STT) technologies, sentiment analysis in Tamil, and the development of Tamil-speaking chatbots for customer service, banking, and e-governance. AI-driven tools also play a crucial role in grammar and spell checking, voice biometrics, and dialect recognition across regional Tamil variants.

Furthermore, the digitization of classical Tamil literature and historical documents through Optical Character Recognition (OCR) and Named Entity Recognition (NER) is revolutionizing linguistic research and cultural preservation. Initiatives by AI4Bharat, Google, Microsoft, and similar organizations contribute significantly by building language-specific tools and large language models (LLMs) that incorporate Tamil.

This paper highlights how AI is not only modernizing Tamil language learning and usage but also paving the way for its digital expansion and intergenerational transmission. By embracing AI, Tamil is being empowered to thrive in the global digital era.

திறவுச்சொற்கள் :

செயற்கை நுண்ணறிவு,இயற்கை மொழி செயலாக்கம் ,தமிழ் மெஷின் மொழிபெயர்ப்பு,உரை → குரல் ,குரல் → உரை,தமிழ் சாட்பாட்கள்,தமிழ் உரை திருத்தம்,தமிழ் உணர்வு பகுப்பாய்வு ,தமிழ் இலக்கிய டிஜிட்டல் வடிவம் ,தமிழ் குரல் அடையாளம், AI தமிழ் கல்வி பயன்பாடு,தமிழ் மொழி ,தமிழ் தொழில்நுட்பம், GPT

தமிழில் (GPT Models in Tamil),தமிழ் மொழி டிஜிட்டல் வளர்ச்சி (Tamil Digital Transformation),OCR தமிழ் ஆவணங்கள்.

Keywords :

Artificial Intelligence in Tamil,Natural Language Processing – NLP,Tamil Machine Translation,Text to Speech in Tamil, Speech to Text in Tamil ,Tamil Chatbots,Tamil Grammar and Spell Check,Tamil Sentiment Analysis,Digitization of Tamil Literature,Tamil Voice Biometrics,AI in Tamil Education,Dialect AI,AI4Bharat,GPT தமிழில் (GPT Models in Tamil),தமிழ் மொழி டிஜிட்டல் வளர்ச்சி (Tamil Digital Transformation),OCR தமிழ் ஆவணங்கள்,Multilingual LLMs Tamil,Indic NLP Tools for Tamil,Duolingo Tamil, Bhasha.AI,Tamil AI Tools and Applications.

இயற்கை மொழி செயலாக்கம் (Natural Language Processing – NLP) :

AI தமிழை புரிந்து, உரையாடும் திறனுடையதாக மாற்றுகிறது.

பயன்பாடுகள் :

- Text–to–Speech (உரை → குரல்) : தமிழ் உரையை இயற்கையான குரலாக மாற்றும்.
- Speech–to–Text (குரல் → உரை) : தமிழில் பேசுவதைக் குறியீட்டு உரையாக மாற்றும்.
- மொழிபெயர்ப்பு (Translation) : தமிழ் ↔ மற்ற மொழிகளுக்கிடையிலான மெஷின் மொழிபெயர்ப்பு.
- உணர்வு பகுப்பாய்வு (Sentiment Analysis) : சமூக ஊடகங்களில் தமிழில் எழுதப்பட்ட கருத்துகளில் உணர்வுகளை புரிந்து கொள்ளுதல். **(Rajendran.S ,Natural Language Processing for Tamil: Challenges and Progress)**

I.தமிழ் மொழியில் டிஜிட்டல் உதவியாளர்கள் :

- Google Assistant, Alexa போன்ற உதவியாளர்கள் தமிழில் உங்களைப் புரிந்து கொண்டு பதிலளிக்கின்றன.
- தமிழ் உள்ளீடு மற்றும் குரல் கட்டுப்பாடுகள் பல ஸ்மார்ட் சாதனங்களில் உள்ளது.

II.கல்வியில் AI பயன்பாடு :

- தமிழ் கற்றல் செயலிகள் (Tamil Learning Apps) – குழந்தைகள் மற்றும் தொடக்க நிலை பயனர்களுக்காக.
- AI டுடர்கள் – தனிப்பட்ட முறையில் மாணவர்களுக்கு பயிற்சி வழங்குகின்றன.
- **தமிழ் ஊடகம் மற்றும் உள்ளடக்க உருவாக்கம் (AI உதவியுடன்) :**
  - செய்தி சுருக்கம்
  - தானாக சப்டைட்டில்கள்
  - தமிழ் மொழிபெயர்ப்பு
  - வழு திருத்தம், சொல் பரிந்துரை போன்றவை தமிழில்.

தமிழ் மொழி வாடிக்கையாளர் சேவை (Chatbots) :

- வங்கிகள், மருத்துவம், மற்றும் ஆன்லைன் வணிக தளங்களில் தமிழ் உரையாடும் AI பேச்சாளர்கள் உள்ளன.

தமிழின் பிராந்திய வழக்குகளை புரிதல் :
- மதுரை, கோங்கு, இலங்கை தமிழ் போன்ற மாவட்ட வழக்குகள் அடிப்படையில் AI பயிற்சி பெறுகிறது.

III. தமிழ் இலக்கியங்கள் மற்றும் வரலாற்று ஆவணங்களை மெய்நிகராக்குதல் :
- AI மூலம் பழமையான தமிழ் நூல்கள் மற்றும் ஓலைச்சுவடிகள் எண்ணியளவு மின்னாக்கம் செய்யப்படுகின்றன.

IV. அரசு மற்றும் கொள்கை முன்னெடுப்புகள் :
- தமிழ்நாடு அரசு AI மற்றும் டிஜிட்டல் டிரான்ஸ்ஃபார்மேஷனை தமிழ் வழியில் அதிகரிக்க முக்கிய திட்டங்களை செயல்படுத்துகிறது. தொடர்ந்த ஆய்வு, தொழில்நுட்ப மேம்பாடு மற்றும் மனித பாசத்துடன், செயற்கை நுண்ணறிவு தமிழை நாளைய தலைமுறைக்கும் கொண்டு செல்கிறது. அது எழுதுகிறது... பேசுகிறது... உணர்கிறது... தமிழாகவே.

V. மெஷின் மொழிபெயர்ப்பு (Machine Translation) :
- செயற்கை நுண்ணறிவு உதவியுடன் தமிழில் இருந்து ஆங்கிலம் மற்றும் ஆங்கிலத்தில் இருந்து தமிழாக தானாக மொழிபெயர்க்கும் திறன் உருவாகியுள்ளது.
- உதாரணம்: "நான் பள்ளிக்குச் செற்கிறேன்" → "I am going to school"

(Google Research, Multilingual BERT and Tamil Language Inclusion)

VI. உரையை குரலாக்கம் (Text-to-Speech – TTS) :
- தமிழில் எழுதப்பட்ட உரையை செயற்கை நுண்ணறிவு உணர்வான குரலாக மாற்றுகிறது.
- **பயன்கள் :**
  - பார்வையற்ற நபர்களுக்கு உதவிகரமாகும்
  - ஆடியோ புத்தகங்கள்
  - செய்திகள் வாய் மூலம் வாசிக்கப்படும் செயலிகள்

(https://ai4bharat.org)

VII. தமிழ் எழுத்துப்பிழை சரிபார்ப்பு (Grammar & Spell Check) :
- தமிழ் மொழிக்கேற்ப வாக்கிய அமைப்பு மற்றும் எழுத்துப்பிழைகளை கண்டறிந்து சுட்டிக்காட்டும் செயற்கை நுண்ணறிவு கருவிகள் உருவாக்கப்பட்டுள்ளன.
- மாணவர்கள், ஆசிரியர்கள், எழுத்தாளர்கள் ஆகியோருக்கு இது பயனுள்ளதாக இருக்கும்.

VIII. தமிழ் உணர்வுப் பகுப்பாய்வு (Sentiment Analysis) :
- சமூக ஊடகங்கள் அல்லது வாடிக்கையாளர் விமர்சனங்களில் உணர்வுகளை (நலமாக, கோபமாக, எதிர்மறையாக) புரிந்துகொள்ள AI பயன்படுகிறது.
- அரசியல், வணிகம், சமூக ஆராய்ச்சியில் பயன்படுகிறது.

- தமிழ் மொழியின் மேம்பாட்டில் செயற்கை நுண்ணறிவு கருவிகள் முக்கிய பங்காற்றுகின்றன. மொழிபெயர்ப்பு, உரை–குரல் மாற்றம், இயற்கை மொழி புரிதல், மற்றும் தமிழ் உள்ளீட்டுக்கருவிகள் போன்ற பல்வேறு AI தொழில்நுட்பங்கள் தமிழில் தகவல்களை எளிதாக புரிந்து கொள்ளவும், பரிமாறவும் உதவுகின்றன. AI4Bharat, Google, Microsoft போன்ற நிறுவனங்கள் தமிழ் மொழிக்கென சிறப்பு கருவிகளை உருவாக்கி வருகின்றன. இது கல்வி, அரசு சேவைகள், ஊடகம் மற்றும் சுகாதாரத் துறைகளில் தமிழுக்கான டிஜிட்டல் பயன்பாடுகளை அதிகரிக்க உதவுகிறது.

(Sundararajan, S.– Digitizing Tamil Literature using OCR and NER)

தமிழ் வளர்ச்சியில் செயற்கை நுண்ணறிவு – புதிய பாதைகள் :

செயற்கை நுண்ணறிவு (Artificial Intelligence) என்பது, இயந்திரங்களுக்கு மனிதன் போல சிந்திக்கவும், புரிந்து கொள்ளவும், கற்றுக்கொள்ளவும் உதவுகிறது. இத்தொழில்நுட்பம், தமிழைப் புதிய பரிமாணங்களுக்கு கொண்டு செல்வதில் முக்கிய பங்காற்றி வருகிறது.

தமிழ் இணையத் தன்மையை மேம்படுத்துவது :

- தமிழ் இணையதளங்கள், விக்கிப்பீடியா, வலைப்பூக்கள் மற்றும் செய்திகள் போன்றவையில் உள்ள தகவல்களை இயந்திரம் வாசித்து தரவாக சேகரிக்கின்றன.
- AI வழியாக தமிழ் உள்ளடக்கங்களை வகைப்படுத்தி, தேடல் இயந்திரங்களில் (Search Engines) தெளிவாகத் தோன்றும் வகையில் மாற்றப்படுகிறது.

தமிழ் கற்றல் செயலிகள் :

- குழந்தைகளுக்கும், புதிய பயனாளர்களுக்கும் தமிழைக் கற்பிக்க AI உதவுகிறது.
- "Learn Tamil with AI", Duolingo (beta Tamil), Bhasha.ai போன்ற செயலிகள் மொழி கற்றலை எளிமையாக செய்கின்றன.
- ஆடியோ/வீடியோ உள்ளடக்கங்கள் மூலம் தானாக கற்றுக்கொள்ளும் திறனை வழங்கும் திறன் பெற்றுள்ளன.

தமிழில் உரையாடும் சாட்பாட்கள் (Chatbots) :

- வணிகம், வங்கிகள், கல்வி மற்றும் அரசு துறைகளில் தமிழில் பதிலளிக்கும் AI சாட்பாட்கள் உருவாக்கப்பட்டுள்ளன.
- உதாரணமாக: தமிழில் வாடிக்கையாளர் சேவை, புகார் பதிவு, தகவல் வழங்கல்.

(Bhasha.AI, Bhasha Language AI Tools)

பாரம்பரியக் கலை, இலக்கியம் மற்றும் புத்தகங்கள் :

- பழைய தமிழ் இலக்கியங்களை OCR (Optical Character Recognition) மூலம் டிஜிட்டல் ஆக்கி, அதன் மீது இயற்கை மொழி புரிதல் (NLP) செயல்படுத்தப்படுகிறது.
- நூல் சுருக்கம், பாட்டுப் பொருள் விளக்கம், சிந்தனைக் பகுப்பாய்வு போன்றவை செய்யப்படுகின்றன.

(Tamil Heritage Foundation, Digital Preservation of Ancient Tamil Manuscripts)

மொழி அடையாளம் மற்றும் குற்றவியல் விசாரணை :
- தமிழ் பேச்சை அடையாளம் கண்டு அதன் அடிப்படையில் விசாரணைக்கான ஆதாரங்கள் தேடும் பணியிலும் AI பயன்படுத்தப்படுகிறது.
- வாக்கிய அமைப்பை வைத்து பேச்சாளர் யார் என்பதை கண்டறியும் முயற்சிகள் நடத்தப்படுகின்றன.

AI தமிழில் தரவுப் பகுப்பாய்வு (Data Analytics) :
- தமிழ் வாடிக்கையாளர் விமர்சனங்களை உணர்வு பகுப்பாய்வு (Sentiment Analysis) செய்வது போல பல தரவுகளை AI பயன்படுத்தி பகுப்பாய்கிறோம்.
- சமூக ஊடகங்களில் (Twitter, Facebook) தமிழில் உள்ள கருத்துகளை வைத்து மக்கள் மனநிலையை கணிக்க AI உதவுகிறது.

IX. எதிர்கால நாயகங்கள் :
- தமிழில் GPT மாதிரிகள் (LLMs) உருவாக்கம்
- பன்மொழி மொழி மாடல் (Multilingual LLMs)–இல் தமிழ் மிக முக்கியமான பங்காற்றும்.
- தமிழில் இயற்கை உரையாடல், கவிதை உருவாக்கம், மற்றும் கதைகள் கட்ட AI திறன்கள் விரைவில் வளர்க்கப்படுகின்றன.

தமிழுக்கான AI பயன்பாடுகள் மற்றும் சவால்கள் :
- **தமிழ் மரபுத் தகவல்களின் டிஜிட்டல்**
- தமிழ் வட்டாரம், சங்க இலக்கியங்கள், பழமொழிகள், மற்றும் பழம்பெரும் நூல்களை AI வழியாக டிஜிட்டல் வடிவமாக மாற்றும் முயற்சிகள் நடைபெற்று வருகின்றன.
- OCR (Optical Character Recognition) மற்றும் NER (Named Entity Recognition) ஆகியவை இதற்கு பெரிதும் பயன்படுகின்றன.
- **உதாரணம்**: Project Madurai, Tamil Heritage Foundation – நூல்கள், கல்வெட்டுகள் AI மூலம் மாற்றம் அடைகின்றன.

X. பன்மொழி AI மாதிரிகளில் தமிழ் ஒருங்கிணைப்பு :
- GPT, BERT, T5 போன்ற பெரிய மொழி மாதிரிகளில் (LLMs) தமிழைச் சேர்ப்பதற்கான முயற்சிகள் நடைபெறுகின்றன.
- AI4Bharat, Hugging Face போன்ற அமைப்புகள் தமிழ் மொழித் தரவுகளைப் பெற்றுக்கொண்டு பயிற்சி அளிக்கின்றன.
- **முக்கியம்** : இது தமிழில் இயற்கையான உரையாடல், கட்டுரை உருவாக்கம், மற்றும் விஞ்ஞான விளக்கங்களை AI வழியாக உருவாக்க முடிவதற்கான அடிப்படை.

XI. தமிழ் உணர்வுப் பகுப்பாய்வு (Sentiment Analysis in Tamil) :
- சமூக ஊடகங்களில் உள்ள தமிழ்க் கருத்துகளை, AI உணர்வு அடிப்படையில் (வெறுப்பு, மகிழ்ச்சி, வருத்தம்) பகுப்பாய்வு செய்கிறது.
- பன்மொழிச் சூழலில் (Ex: English–Tamil mix) உணர்வை புரிந்து கொள்ளும் AI கருவிகள் தற்போது உருவாக்கப்பட்டு வருகின்றன.

- **பயன்பாடு** : அரசியல் கருத்துப் பகுப்பாய்வு, தயாரிப்பு விமர்சனம், வாடிக்கையாளர் எதிர்வினை

XII.தமிழுக்கேற்ற மொழி வரைபடம் (Language Mapping & Dialect AI) :

- தமிழ் ஒரு ஒரே மொழியாக இருந்தாலும், பல்வேறு மாவட்டங்களில் பல்வகை உச்சரிப்புகள் (dialects) உண்டு (சென்னை தமிழ், கோவை தமிழ், கும்பகோணம் தமிழ்).
- Dialect AI தொழில்நுட்பம் மூலம் தமிழில் பேசும் மாகாண–specific வார்த்தைகள் மற்றும் உச்சரிப்புகளை AI சுட்டிக்காட்டும்.
- **அடிப்படை** : இது AI–யின் மொழி புரிதலை மேம்படுத்தி, உள்ளூர் நுணுக்கங்களைவும் கொண்டு வர உதவுகிறது.

XIII.தமிழில் குரல் அடையாளம் (Voice Biometrics in Tamil) :

- AI குரல் அடிப்படையில் நபரை அடையாளம் காணும் தொழில்நுட்பத்தை உருவாக்குகிறது (சரியான Tamil pronunciation, speed, tone ஆகியவற்றின் அடிப்படையில்).
- இது பாதுகாப்பு (Security), வங்கி சேவைகள் போன்றவற்றில் பயன்படுத்தப்படுகிறது.

(Microsoft Research India, AI Models for Low–Resource Indian Languages)

XIV.தமிழில் இயற்கை மொழி புரிதல் (Tamil Natural Language Understanding – NLU) :

- IndicNLP Library – தமிழ் Morphological Analysis (வார்த்தை வடிவ மாற்றங்கள்) செய்யும் இந்திய மொழி கருவி.
- AI4Bharat IndicBART – தமிழ் வாசிப்பு விளக்கம் மற்றும் உரை சுருக்கத்துக்காக பயிற்சியளிக்கப்பட்ட BART மாதிரி.
- FastText Tamil Embeddings – Facebook AI வழங்கும் தமிழ் வார்த்தைக்கான embedding vectors (வார்த்தை அர்த்தம் AI–க்கு விளங்க உதவும்). குரலையே password ஆகக் கொண்டு செயல்படும் தொழில்நுட்பம்.

முடிவுரை:

செயற்கை நுண்ணறிவு (AI) என்பது வெறும் தொழில்நுட்ப மேம்பாடல்ல; அது மொழி, பண்பாடு, மற்றும் அறிவுத் துறையின் பரவலை மேம்படுத்தும் ஒரு சக்தி. தமிழ் மொழியில் AI பரந்தளவில் உருவாக்கப்பட்டிருக்கும் பயன்பாடுகள் – மொழிபெயர்ப்பு, உரை–குரல் மாற்றம், குரல் அடையாளம், உணர்வுப் பகுப்பாய்வு, கல்வி, சாட்பாட்கள், மற்றும் இலக்கிய டிஜிட்டலைசேஷன் என – தமிழின் வளர்ச்சிக்குத் தடையின்றி புதுப்பாதைகளை திறந்துள்ளன.

தமிழ் உலகளாவிய பரவலை பெற, மொழிக்குரிய தனித்துவம் மற்றும் வேருகளை இழக்காமல், செயற்கை நுண்ணறிவை மனித பாசத்துடன் இணைத்து பயன் பெற வேண்டும். இது ஒரே நேரத்தில் பாரம்பரியம் மற்றும் புதுமை இரண்டையும் தழுவும் நடை.

இன்றைய தலைமுறை மொழி வளர்ச்சிக்குப் புதுப்பிரிவுகளை ஏற்படுத்தி, நாளைய தலைமுறைக்கு தமிழ் ஒரு "உணரக்கூடிய, பேசக்கூடிய, சிந்திக்கக்கூடிய" மொழியாக மாறுவதில் செயற்கை நுண்ணறிவு ஒரு முக்கிய தீர்வாக உள்ளது.

துணைநூற்பட்டியல் :

1. Narayan, P. (Ed.). AI and Indic Languages: Emerging Trends and Technologies. New Delhi: Springer India, 2021.
2. Parthasarathy, K. தமிழ் மொழிக்கு கணினி உதவிகள். கோவை: சங்கர் பதிப்பகம், 2018.
3. Rajendran, Ilakkuvan. தமிழில் இயற்கை மொழி செயலாக்கம். சென்னை: தமிழ்நாடு அறிவியல் வளர்ச்சி நிறுவனம், 2019.
4. Ramasamy, S. Machine Learning and Tamil Language Technologies. Bengaluru: OpenTech Press, 2020.
5. Sundararajan, K. செயற்கை நுண்ணறிவும் தமிழும். மதுரை: நம்பிக்கைக் குழுமம், 2021.

23. Tamil Voice Assistant – A Step Toward Inclusive AI

Rubadevi G,
Nismitha Carolin A,
Jency Rovino S,
Department of Information Technology,
PSGR Krishnammal College for Women.

Abstract:

In today's world, voice assistants like Siri, Alexa, and Google Assistant are becoming a normal part of our lives. But most of them mainly understand and respond in English or a few other popular languages. That's where our idea comes in – we wanted to build a voice assistant that works completely in Tamil, so that even people who are not comfortable with English can use it easily. The Tamil Voice Assistant is designed to take voice commands in Tamil and respond naturally in the same language. It can help with everyday tasks like checking the weather, setting alarms, answering simple questions, and more all through Tamil voice input. We use speech recognition and natural language processing (NLP) that's trained specifically for Tamil, so the assistant understands the way people speak, including accents and slang. This work is not just about technology – it's about making sure our language and culture are part of the digital future. By creating a Tamil voice assistant, this will help students, elders, and anyone who prefers Tamil to interact with technology more easily and confidently

.Key words:

Natural language processing (NLP),,Speech Recognition,Tamil Voice Assistant,,Speech-to-Text Tamil,Text-to-Speech Tamil,

Introduction

Voice assistants have fundamentally changed how people interact with technology. Tasks like setting reminders, checking the weather, or searching for information are now as easy as talking. However, despite significant growth in this area, not everyone has benefited equally. Major assistants like Siri, Alexa, and Google Assistant mainly support English and a few other global languages, which leaves speakers of regional languages like Tamil at a disadvantage.[4]

Tamil is an important global language, recognized as one of the oldest continuous classical languages. It has over 80 million speakers in India, Sri Lanka, Singapore, Malaysia, and the global Tamil community. Nevertheless, most current digital tools offer only minimal Tamil support or overlook it completely.[5] This exclusion creates real-life challenges and feelings of inadequacy for many, especially those who have limited exposure to English or lack digital skills.

A Tamil Voice Assistant could help close this gap. By enabling users to engage with devices (like phones, computers, and smart home gadgets) using natural speech in their native language, this assistant not only makes technology accessible but also celebrates the cultural richness and ongoing development of Tamil.[1][6]

Objectives

This project aimed to achieve the following main goals:

Enable Voice Interaction in Tamil: Allow smooth interaction with digital tools using spoken Tamil, making technology friendlier for non-English users.

Accurate Tamil Speech & Intent Recognition: Create systems for precise automatic speech recognition (ASR) and natural language processing (NLP) in Tamil, paying attention to its dialectical diversity and unique grammar.[3][4]

Support Daily Routines: Enable tasks such as getting news updates, setting alarms, or conducting information searches entirely in Tamil through speech and typed commands.

Advance Digital Inclusion: Lower the "language barrier" for rural people, seniors, and those less comfortable with English, ensuring that AI developments are accessible.[8]

Typing Assistance: Provide a strong Tamil grammar and spell-check tool for writers and students, similar to what tools like Grammarly offer for English.[10]

Usability & Performance Testing: Conduct real-world evaluations to gauge the system's practical benefits and find areas for improvement.

Methodology

Creating an intelligent and inclusive Tamil Voice Assistant involved a structured and cross-disciplinary approach:

Data Collection & Preprocessing

Speech Data Sourcing: Gathered audio samples from native Tamil speakers of different ages, genders, locations, and dialects. This included both public datasets (like Mozilla Common Voice) and custom recordings.[5][6]

Cleaning & Preparation: Used noise filters, removed silence, and normalized sound amplitude to improve the quality of speech and written examples. This step is essential because real-world audio can often have background noise or inconsistent quality.

Automatic Speech Recognition (ASR)

Model Selection: Utilized deep learning models like DeepSpeech and Wav2Vec2, along with methods detailed in "Automatic Speech Recognition System for Tamil"[4]. These were specifically refined for the subtleties of spoken Tamil.

Handling Dialects and Code-Switching: Models were trained using various Tamil dialects and "Tanglish" (mixed Tamil-English speech) to

maximize accuracy for different user groups.[6][7]

Natural Language Understanding (NLU)

Intent Recognition: Employed machine learning algorithms for effective intent- detection and content extraction, such as entities and dates, using both rule-based and neural methods.[3]

Colloquial Language: Added mappings for common vocabulary, slang, and informal usage to ensure high understanding rates.

Typing Assistance (Tamil Grammar & Spell-Check)

Developed a text correction and suggestion module based on Tamil language rules and statistical models. Users received immediate feedback to help reduce errors in spelling, structure, and punctuation, bridging the gap between spoken and written Tamil.[9][10]

Text-to-Speech (TTS)

Adapted models like Tacotron2 for smooth, expressive Tamil speech output, ensuring responses were natural and easy to understand.[7]

Integration & Real-Time Interaction

Combined all core modules using Python, with existing libraries and custom connectors to synchronize ASR, NLU, TTS, and grammar check functionalities for a seamless, real-time user experience.

Results

1. Quantitative Outcomes

ASR Accuracy: Achieved over 85% accuracy in converting spoken Tamil to text, even across various dialects and moderate noise conditions[4][8].

Intent Detection: NLU modules accurately understood most user requests, including those expressed in casual Tamil or mixed "Tanglish".

TTS Output: Delivered smooth, natural Tamil speech, making responses comprehensible to all age groups.[7]

Typing Tools: Identified common Tamil spelling and grammar errors and provided timely, context-aware corrections, though not as thorough as similar English tools.[10]

User Testing

Participants included seniors, rural users, students, and professional writers.

High User Satisfaction: Older users found the voice assistant user-friendly, while rural farmers appreciated access to daily updates in Tamil without needing English skills. Students and young writers benefitted from the typing assistant's improvements.

Access Bridge: For many, this was their first experience with digital services tailored to their cultural and linguistic needs.

Challenges and Limitations

Despite positive outcomes, several important limitations were identified:

Data Scarcity: There is still a lack of publicly available, high-quality Tamil speech datasets, which affects the system's robustness and accuracy[9][5].

Dialectal & Sociolinguistic Variation: Tamil differs greatly across regions and communities, often intertwined with English. Accurately representing this diversity is a technical challenge.[4][6]

Noise Sensitivity: Inexpensive microphones and environmental sounds in rural India can lower speech recognition quality.

Depth of Typing Assistance: Tamil grammar and spell-check tools are still developing due to a scarcity of annotated data. Resources and research efforts are fewer compared to English.[10]

Platform Limitations: The current prototype focuses mainly on desktop and web; mobile and IoT versions need optimization for use in offline and low-connectivity situations.

Future Scope

There are several practical paths for growing the Tamil Voice Assistant:

Expanding Training Data: Continued collection of diverse audio and text samples will enhance accuracy across dialects.

Mobile & IoT Applications: Adapting the assistant for Android/iOS and smart home devices could extend its reach to millions.

Multilingual & Tanglish Support: Allowing users to switch between Tamil and English would attract bilingual users.

Emotion & Sentiment Analysis: Recognizing emotions or tones in commands for more sensitive responses.

Advanced Grammar Tools: Utilizing deep learning for improved, context-sensitive writing advice.

Offline Capability: Developing efficient, lightweight AI models for reliable performance in areas with poor internet.

Community-Sourced Evolution: Encouraging input from Tamil linguists, educators, and everyday users to improve the assistant's language and etiquette.

Ethical and Cultural Considerations

Preserving the cultural and ethical integrity of AI for regional languages is vital:

Respect for Dialect Diversity: The assistant is designed to accept inputs from various Tamil dialects, avoiding pressure for users to conform to a single standard[9].

Handling Formality and Honorifics: The assistant is responsive to different levels of formality and traditional Tamil etiquette, especially when engaging with elders or officials.

Filtering Sensitive Terms: Algorithms carefully manage potential ambiguities with slang, informal language, or religious references.

User Privacy: Most speech processing is done locally when possible, and user recordings aren't stored beyond the current session to maintain trust.

Digital Inclusion: By integrating Tamil into the AI landscape, the assistant elevates marginalized voices and promotes digital literacy across fields like education, business, and daily life.[1]

Real-Time Use Case Scenarios

Elderly

– Mrs. Lakshmi, 72, sets up reminders for her medication and prayer times by speaking into her phone in Tamil. With poor eyesight,

Offline Capability: Developing efficient, lightweight AI models for reliable performance in areas with poor internet.

Community-Sourced Evolution: Encouraging input from Tamil linguists, educators, and everyday users to improve the assistant's language and etiquette.

Ethical and Cultural Considerations

she relies on Tamil voice output for notifications.

Rural Farmer

Murugan, a farmer in Pollachi, uses an affordable voice-activated speaker to check weather updates and market prices in Tamil, all without typing or needing English.

Students

–Meena, a 10th-grader, asks Tamil general knowledge questions and receives clear, simple spoken answers. This aids her classroom learning and exam preparation in her native language.

Tamil Writers

– Suresh, a freelance writer, uses the typing assistant to draft blogs and instantly correct his grammar in Tamil script, which saves time and cuts down on mistakes.

Conclusion

The Tamil Voice Assistant marks a significant achievement in linguistic and technological inclusion for today's digital age. By utilizing sophisticated AI tools that cater to the intricacies of Tamil speech, writing, and culture, it empowers millions to engage with technology in a language that feels truly theirs. This assistant not only helps close the digital gap but also fosters the richness and vitality of Tamil as a living, evolving language in our modern world.[1][3][6][9]

References – Important Books & Sources

1. "Artificial Intelligence" by Padhy, Simon & Senthil Kumar (OUP, 2025)[1]
2. "Natural Language Processing" (Vijay Nicole Imprints)[2]
3. "AI எனும் ஏழாம் அறிவு" by Hariharasudhan Thangavelu[3]
4. "Natural Language Processing" (Vijay Nicole)[2]
5. "Automatic Speech Recognition System for Tamil" by Samantha Thelijjagoda[4]
6. "Natural Language Processing" by Bharati et al.[2]
7. "Language Modeling Approaches for Improving Tamil Speech Recognition" (Google Books)[5]
8. "Implementation of Tamil Speech Recognition System Using Neural Networks" by Saraswathi & Geetha (Springer)[6]
9. Artificial Intelligence" by Padhy et al.[1] – "A Complete Text-to-Speech Synthesis System in Tamil" (IEEE)[7]
10. "Automatic Speech Recognition and Translation for Low Resource Languages" (Wiley)[8]
11. "Aalamaram: A Large-Scale Linguistically Annotated Treebank for Tamil" (ACL Anthology)[9]
12. "Book Review – Tamil Computing" by Dr. R. Ponnusamy[10]

24. Artificial Intelligence In Tamil Language Development

Dr.G. Sohpia Reena,
Associate Professor, Head of the Department
Swetha.M,
Supriya. S ,
Department of Information Technology,
PSGR Krishnammal College for Women.

Abstract:

The rapid growth of Artificial Intelligence (AI) is transforming the way we interact with language, especially in regional and native languages like Tamil. AI technologies such as Natural Language Processing (NLP), Machine Translation, Speech Recognition, and Text-to-Speech systems are playing a key role in developing Tamil language tools and resources. The Tamil language, with its rich literary and cultural heritage, is spoken by millions worldwide. However, its development and preservation in the digital age pose significant challenges. This shows the potential of Artificial Intelligence (AI) technology in enhancing Tamil language development, focusing on areas such as language processing, machine translation, and text generation. These innovations help in improving communication, education, and access to digital content for Tamil-speaking communities. This paper explores how AI is used to build applications like Tamil voice assistants, automatic translators, and grammar correction tools. It also highlights the challenges involved, such as the lack of large datasets and the complexity of Tamil grammar. Furthermore, the potential of AI in preserving Tamil literature, supporting inclusive education, and promoting the language globally. By combining traditional linguistic knowledge with modern AI techniques, we can ensure that Tamil continues to grow in the digital age. This aims to create awareness about the importance of AI in language development and encourage more research and innovation in this field.

Key words: NLP(Natural Language Process) ,Artificial Intelligence, Text to speech systems, Tamil Language Development, Language Processing, Machine Translation, Complexity of Tamil grammar.

I. Introduction

Artificial Intelligence technology, languages, and information. Tamil is one of the oldest and most significant languages in the world. It has a rich cultural and historical background. However, like many other Indian languages, Tamil has struggled to keep up with the digital age, particularly in Natural Language Processing (NLP) and AI. (kumar& Devi,2021) Recently, there has been an increased focus on using AI to support the development of Tamil language technologies.(Bhashini,n.d). This includes machine translation, speech recognition, text-to-speech synthesis, sentiment analysis, and the creation of language models specifically trained on Tamil datasets. (AI4Bharat,n.d). These efforts aim to connect Tamil-speaking communities with the digital world, making information and services easier to access in their native language.

AI-driven innovations are essential for preserving Tamil literature. They also enable voice assistants in Tamil and help build educational tools designed for Tamil medium learners. While challenges like limited data, complex grammar, and regional dialects still exist, the progress being made looks promising. The integration of AI in Tamil language development not only helps preserve linguistic heritage but also allows millions of Tamil speakers to participate fully in the digital era.

Current state of ai in Tamil:

The development of Artificial Intelligence (AI) in the Tamil language has seen notable progress in recent years. (Kumar & Devi,2021).This progress is driven by academic research, government initiatives, and contributions from open-source projects. However, Tamil still faces several challenges compared to global languages like English or Chinese. There are limitations in resources, tools, and commercial use.

1.Natural Language Processing (NLP) Tools

Basic NLP tools are available for Tamil, including tokenizers, part-of-speech taggers, named entity recognizers, and dependency parsers.(Kumar & Devi,2021).However, these tools are still evolving and may not offer the same accuracy as those for high-resource languages. Open-source frameworks like AI4Bharat (IIT Madras) are working to improve Tamil NLP. They create models and datasets specifically for Indian languages.

2. Machine Translation

Machine translation systems for Tamil-English and English-Tamil are available through Google Translate, Microsoft Translator, and open research models like IndicTrans and NLLB (No Language Left Behind) from Meta.(Google translate,n.d). The quality of translations has improved, but challenges remain with context, idioms, and specific vocabulary. Tamil-English translation is supported by AI.

3. Speech Technologies

Tamil Automatic Speech Recognition (ASR) and Text-to-Speech (TTS) systems are actively being developed.(Mozilla common voice,n.d). Mozilla's Common Voice project has provided a large open dataset for Tamil speech, which helps train better voice models. (bhashini,n.d)These tools support Tamil voice assistants, IV

Challenges in tamil language ai development:

While Tamil has made some progress in AI applications, creating strong AI systems for the language presents several important challenges. These issues are both technical and infrastructural, stemming from the complexities of the Tamil language and the digital divide.

1. Lack of Sufficient Data

AI models depend heavily on large datasets for training. High-quality, annotated datasets for Tamil, including text, speech, and labeled data, are scarce compared to languages like English or Chinese.(Kumar & Devi,2021). Many ancient or classical Tamil texts are not digitized or are not in a machine-readable format.

2. Complex Grammar and Morphology

Tamil is a language rich in morphology, where a single root word can have hundreds of forms. (Kumar & Devi,2021).Traditional grammar rules, such as Sandhi and compound word formations, are challenging to model with computers.

3. Limited Investment and Research

Most significant AI research and business efforts are focused on English and other major languages. Tamil, like many Indian languages, receives less funding and fewer research projects from both government and industry. (AI4Bharat n.d).Collaboration between language experts and AI developers is still limited.

4. Low Resource Tools and Infrastructure

Many open-source AI tools and platforms offer little or no support for Tamil. (AI4Bhara,n.d).Speech synthesis, OCR (optical character recognition), and NLP tasks are still basic or in the beta stage for Tamil.

5. Dialectal Variations

Tamil has many regional dialects spoken in Tamil Nadu, Sri Lanka, Singapore, Malaysia, and other places. Spoken Tamil differs greatly from formal or literary Tamil, which complicates speech recognition and NLP tasks. .(Mozilla common voice,n.d). Building models that understand all dialects is a significant challenge.

Future Improvements in ai for tamil language development

As Artificial Intelligence evolves, the Tamil language can gain from various enhancements that can close digital and language gaps. The future of AI in Tamil involves not only technical upgrades but also community involvement, cultural preservation, and increased inclusion in the digital space.

1. Creation of Large-Scale Tamil Datasets

Open-source projects will keep growing, offering richer and more diverse Tamil datasets for training AI models. (AI4Bharat n.d). Future efforts may include digitizing classical Tamil literature, recording dialects, and collecting more real-world speech and text data from different regions.

2. Improved Machine Translation

With multilingual AI models like Meta's NLLB and Google's Gemini, Tamil-English and Tamil-other Indian language translation could become more accurate and context-aware.(GoogleTranslate n.d). Domain-specific translations in medical, legal, and technical fields will improve through specialized AI models.

3. Advanced Speech Technologies

Voice assistants in Tamil, like Alexa, Siri, and Google Assistant, will become more fluent and natural. They will be better at handling conversations.(Mozilla common voice,n.d). Tamil Speech-to-Text and Text-to-Speech systems will improve in accuracy and expression, creating inclusive tools for those who are visually or hearing impaired.

4. AI-Powered Education Platforms

AI-driven personalized learning platforms in Tamil will help rural students access adaptive learning, voice-based interaction, and instant feedback in their own language.(Bhashini,n.d).Tamil content in education technology can improve with natural-sounding AI tutors, chatbots, and virtual classrooms.

5. AI in Cultural Preservation

Ancient Tamil texts can be translated and examined using AI for grammar, meaning, and historical context.(ILCI,n.d). AI-based OCR tools will enable digitization of palm-leaf manuscripts and old printed books.

6. Inclusive AI with Dialect Support

Future AI systems will support regional dialects and slang, making tools like sentiment analysis, chatbots, and voice commands more inclusive..(Mozilla common voice,n.d).Language models will be trained on conversational Tamil, not just formal or literary forms.

6. Code-Mixing and Multilingual AI Models

Tamil-English code-mixed AI models will help improve understanding of modern communication, especially on social media. Multilingual AI assistants will be capable of switching seamlessly between Tamil and other Indian languages in real time.

7. Government and Industry Collaboration

Initiatives like Bhashini and research from IIT Madras will continue to strengthen Tamil AI infrastructure.(AI4Bharat,n.d). Increased funding and industry adoption will lead to more products.

8. Government and Industry Collaboration

Initiatives like Bhashini and research from IIT Madras will continue to strengthen Tamil AI infrastructure. (Bhashini,n.d; AI4Bharat n.d). Increased funding and industry adoption will lead to more products.

Conclusion

Artificial Intelligence (AI) plays a major role in growing and modernizing Tamil Language Technology. Through AI, we can now create precise machine translation systems, virtual voice translations, text-to-speech and speech-to-text tools, (Google Translate ,n.d; Mozilla Commonvoice, n.d).and natural language understanding applications for Tamil. These improvements help close the digital gap for Tamil speakers(Bhashini,n.d). and maintain the richness of the language in the digital age. As AI continues to develop, it holds great promise for education, communication, and cultural preservation in Tamil.(ILIC,n.d;Kumar& Devi,2021). This makes technology more inclusive and accessible for future generations.

References

1. AI4Bharat – IIT Madras, (n.d). https://aibharat.org (For Open source Tamil NLP tools and Datasets)
2. 2.Mozilla Common Voice – Tamil Dataset (n.d). https://commonvoice.mozilla.org
   (need for developing tamil speech recongnition models)
3. .Google Translate – Tamil Language Support (n.d). https://translate.google.com
4. 4.Government of India – Bhashini Project (n.d).https://bhashini.gov.in
   (National Language technology mission for Indian Language)
5. .kumar.S., &Devi.,S.L(2021). A Survey on Natural Language Processing Tools for Tamil Language.International Journal of Computer Sciences and Engineering,9(2),18–25
   https://www.ijcsceonline.org
6. 6.Indian Language Corpora Initiative (ILCI) (n.d). Department of science and Technology, Government of India.
   https://www.tdli-dc.gov.in

25. Role Of AI in Teaching And Learning Tamil

Beula Princy S M.Sc CT, Ph.D.
Shobhini A
Usha Nandhini P
Department of Information Technology, PSGR Krishnammal College for Women

Abstract :

The advent of Artificial Intelligence (AI) has brought transformative changes to the field of education, particularly in language teaching and learning. While AI technologies have been extensively employed for widely spoken languages, their application in regional languages like Tamil remains relatively unexplored. This paper examines the pivotal role of AI in enhancing the teaching and learning of Tamil. By leveraging advanced tools such as Natural Language Processing (NLP), speech recognition, and machine learning algorithms (Chowdhury et al., 2021; Jain & Agrawal, 2020), AI facilitates personalized and interactive learning experiences. AI- powered platforms can assist learners in improving their reading, writing, listening, and speaking skills in Tamil through tailored content delivery, instant feedback, and adaptive learning paths (Zawacki- Richter et al, 2019) Speech-to-text and text- to-speech systems in Tamil support accurate pronunciation and comprehension, while intelligent tutoring systems and conversational agents promote active engagement and practical usage of the language. Moreover, integrating AI into Tamil language education not only enriches pedagogical practices but also plays a crucial role in preserving and promoting Tamil in the digital era. This study underscores the significance of adopting AI-driven methodologies to ensure that the Tamil language continues to thrive amidst rapid technological advancements

I. Introduction

Tamil is one of the oldest classical languages in the world, with a rich literary tradition that goes back over two thousand years. It is mostly spoken in the Indian state of Tamil Nadu, as well as in parts of Sri Lanka, Singapore, Malaysia, and among communities around the world. Known for its unique script and complex grammar, Tamil is not only a way to communicate but also a significant cultural and historical asset. It is one of the long-lasting classical languages that still thrives in both spoken and written forms. Tamil literature, including ancient works like Sangam poetry, has influenced South Asian culture, philosophy, and art. Additionally, Tamil is one of the 22 recognized languages of India and is an official language in Sri Lanka and Singapore. The language's strength and flexibility, seen in its modern use in media, technology, and education, make Tamil an important area of study in linguistics, culture, and society today.

What Is AI?

Artificial Intelligence (AI) refers to the simulation of human intelligence by machines, particularly computer systems. This enables them to perform tasks that usually require human skills, such as learning, reasoning, problem-solving, and understanding language. AI technologies include machine learning, natural language processing, speech recognition, and computer vision. These systems analyze large amounts of data, recognize patterns, and make decisions or provide responses in real-time. In language learning, AI can help with pronunciation correction, real-time translation , and conversational practice. This support is particularly beneficial for learning languages like Tamil, which have complex grammar and rich phonetics. AI's ability to process and generate natural language also supports the development of intelligent tutoring systems and language assessment tools. Overall, AI's integration into education is changing traditional teaching methods, making learning more efficient, engaging, and accessible.

AI Tools and Resources for Teaching and Learning Tamil

Artificial Intelligence (AI) is now a potent aid for developing education, particularly in the realm of regional languages such as Tamil. From increasing backing by both worldwide technology firms and Indian AI research centers, a number of AI tools and material are now accessible to assist in Tamil language learning and instruction. Speech recognition software like Google Speech-to-Text and AI4Bharat's Vakyansh ASR can transform spoken Tamil into written language, keeping voice-based learning more interactive (AI4Bharat, 2023; Google Cloud, n.d.). Likewise, Text- to- Speech (TTS) engines like Google TTS, Festival TTS, and Bhashini assist in reading out Tamil material facilitating pronunciation and accessibility support for the students (Black et al., 2001; Google Cloud, n.d.). Tools like Google Translate, Microsoft Translator, and IndicTrans offer bilingual support, facilitating improved understanding between Tamil and English by both students and teachers. AI4Bharat and Indic NLP Library Natural Language Processing (NLP) tools facilitate grammatical analysis, sentence segmentation, and part-of-speech tagging in Tamil, which are crucial for creating AI- driven grammar checkers and teaching chatbots. In addition, Optical Character Recognition (OCR)software such as Tesseract has Tamil script recognition capabilities, and transliteration software including Ekalappai enables typing in Tamil on English keyboards. Applications including the DIKSHA app, Khan Academy Tamil, and BYJU'S also have AI features to customize learning and provide interactive content in Tamil. Although these developments are in place, issues like insufficient annotated data, inconsistent accuracy of models, and the absence of AI education for teachers persist. However, AI continues to create new opportunities for Tamil language teaching by being more inclusive, interactive, and accessible, particularly for rural and first- generation students.

Impact on Teaching and Learning Tamil Using AI

The impact of Artificial Intelligence on teaching and learning Tamil has truly revolutionized the way this ancient and classical language is approached in today's world. Tamil, known for its distinctive script, intricate grammar, and rich phonetic nuances, can be quite challenging for learners, particularly those who aren't native speakers. Thanks to AI-driven speech recognition and natural language processing technologies, mastering Tamil pronunciation and sentence structure has become much more accessible, offering instant and precise feedback. Personalized AI learning platforms are designed to meet the needs of a wide range of learners–from school kids in Tamil Nadu to Tamil- speaking communities around the globe– by tailoring lessons to fit their individual skill levels and pace. For Tamil educators, AI provides robust tools that analyze student performance, pinpointing common grammatical errors, mispronunciations, or vocabulary gaps that are specific to learning Tamil. This data-centric approach allows teachers to customize their methods to effectively tackle particular linguistic hurdles, like mastering Tamil verb conjugations or understanding Sandhi rules. Furthermore, AI plays a crucial role in digitizing and making Tamil's extensive classical literature such as Sangam poetry, epics, and ancient texts more accessible (Ravikumar, 2021), helping to preserve Tamil heritage and encourage scholarly research. Interactive applications and virtual tutors enhance the learning experience by weaving in cultural context, traditional tales, and idiomatic expressions, which are vital for truly understanding the richness of the language. AI also paves the way for the creation of Tamil language chatbots and voice assistants, giving learners the chance to practice conversational Tamil whenever they want, boosting their fluency and confidence.

Multilingual AI translation

tools help bridge language barriers by offering translations between Tamil and other languages, fostering bilingual education and enhancing cross-cultural communication. Plus, AI-powered gamified learning platforms encourage active engagement, making the process of learning Tamil not just effective but also enjoyable. In essence, AI is not only modernizing the way Tamil is taught and learned but also playing a vital role in preserving and promoting this treasured language for generations to come.

Limitations and Challenges:

When it comes to the teaching and learning of Tamil, the rise of Artificial Intelligence brings with it a host of limitations and challenges. One of the biggest hurdles is the lack of comprehensive, high-quality datasets for the Tamil language, which are crucial for training AI systems like speech recognition, text generation, and machine translation. Unlike more widely spoken languages, Tamil is often underrepresented in digital resources, which can impact the accuracy and cultural relevance of AI tools. Additionally, the rich variety of regional dialects, differences in pronunciation, and unique local expressions in Tamil can confuse AI models (Jain & Agrawal, 2020;Srivastava & Singh, 2021),leading To misunderstandings or oversimplifications of the language. Another major issue is the digital divide. Many students and teachers, especially in rural or underserved areas, struggle with unreliable internet access, lack of smart devices, or the technical know-how to effectively use AI tools. This creates an uneven playing field for AI-assisted Tamil education. Plus, there's a growing worry about becoming too dependent on AI, which could diminish the essential human interactions and cultural experiences that are vital for truly mastering a language like Tamil, steeped as it is in oral traditions, literature, and social context. From a teaching perspective, the lack of training for educators on how to use AI in the classroom can further limit its effectiveness. Many teachers aren't familiar with how to weave AI platforms into their traditional teaching methods. There are also concerns about data privacy, algorithmic bias, and the high costs associated with developing AI tools specifically for Tamil. Moreover, AI technologies often fall short in capturing the cultural nuances, idiomatic expressions, and the richness of classical Tamil literature, all of which are key to an authentic language learning experience.

Future Directions of AI in Teaching and Learning Tamil:

The future of AI in learning and instruction is very promising to turn education into a more tailored, equitable, and data-driven experience. One such direction is the development of adaptive learning systems that respond in real time to a learner's strengths, weaknesses, and pace of learning, aiming to provide individualized content and tests. Intelligent tutoring systems will become more natural language-based and conversational, enabling learners to interact with AI mentors that give immediate feedback and advice. AI will also significantly contribute to automated content generation, creating quizzes, summaries, and even lesson plans according to particular learning objectives or student levels. Another emerging field is speech and language translation through AI, which could overcome language barriers and allow education to reach more people in local languages like Tamil, for instance. Predictive analytics will also enable teachers to identify students who are likely to fall behind and provide timely interventions. Generative AI will also make its way into virtual labs, simulations, and augmented reality, creating interactive and experiential learning environments. In the coming years, AI-base teacher support tools will lighten administrative burdens by automating tasks like grading, report preparation, and tracking curriculum, enabling teachers to concentrate on instruction. At the same time, as AI becomes an integral part of classes, it will become increasingly important to grapple with ethical issues, privacy of data, and the requirement for digital proficiency among teachers and students. On the whole, then, the future of AI in schools is not one of teacher replacement, but rather of enabling them to provide more effective and inclusive teaching.

Conclusion

The application of Artificial Intelligence in the teaching and learning of Tamil represents a significant advancement in modern language education. By leveraging AI-driven technologies such as speech recognition, natural language processing, and adaptive learning platforms, educators and learners are now better equipped to overcome the traditional challenges associated with Tamil's complex linguistic structure. These innovations contribute to the preservation and promotion of Tamil's rich literary and cultural heritage on a global scale. AI holds the potential to transform Tamil education, ensuring that the language continues to thrive in an increasingly digital world

Reference

1. AI4Bharat. (2023). AI4Bharat: Advancing AI for Indian languages. https://ai4bharat.org
2. Black, A. W., Taylor, P., & Caley, R. (2001). System documentation. University of Edinburgh. http://www.cstr.ed.ac.uk/projects/fes tival/manual/
3. Google Cloud. (n.d.). Cloud Speech-to-Text Documentation. https://cloud.google.com/speech-to-text/docs
4. ain, A., & Agrawal, R. (2020). Artificial Intelligence in Education: Challenges and Opportunities. Procedia Computer Science, 172, 443–447.
5. https://doi.org/10.1016/j.procs.2020.05.065
6. Srivastava, A., & Singh, R. (2021). Challenges in Developing AI Tools for Low-Resource Languages: A Tamil Perspective. Language Resources and Evaluation,

26. Enhancing Information Access: Summarization Techniques For Tamil Language

Srimathi R, Premlatha K R, Abirami A M, Lohitha K,
Pratika Lakshmi L G
Department of Information Technology,
Thiagarajar College of Engineering, Madurai- 625015.
9384856694

Abstract:

Digital content in regional languages is increasing, and it is now more important than ever to provide summarization methods that are appropriate for low-resource languages, such as Tamil. This paper discusses an extractive method of summarization for Tamil text using word frequency and TextRank-based graph algorithms to select the most salient and relevant sentences. The method is modified slightly for Tamil's linguistic features with a custom stopword list and language-specific tokenization. Experimental evaluation revealed that the extractive method, as proposed, preserved factual representation while improving readability. The method achieved promising ROUGE scores, indicating strong alignment with human generated summaries. This system offers a dependable and scalable solution for summarizing Tamil text for different applications in the real world, such as in educational tools, organizing content, and information retrieval.

Keywords- Tamil Text Summarization, Extractive Summarization, TextRank Algorithm, Frequency-Based Summarization

I. Introduction

In today's digital age, the exponential growth of information has made it increasingly difficult for users to process and understand long pieces of text efficiently. This challenge becomes more significant when dealing with content in low-resource regional languages, where tools for automated processing are limited. Text summarization, a subfield of Natural Language Processing (NLP), addresses this issue by condensing large documents into concise summaries while preserving the essential meaning. It plays a vital role in enhancing information accessibility across multiple domains including education, healthcare, media, and public governance. This paper presents an extractive Tamil text summarization system that leverages word frequency and Text Rank-based graph algorithms. The proposed method has been carefully adapted to suit Tamil's unique linguistic characteristics, incorporating a custom stop word list and language-specific tokenization strategies.

Through experimental evaluation, the system has demonstrated its effectiveness in retainingfactual content while improving readability, making it suitable for real-world applications such as educational tools, news summarization, and digital governance. By developing a summarization system specifically tailored to Tamil, this work not only contributes to the field of computational linguistics but also supports the larger mission of digital inclusion and regional language processing. The system addresses the growing demand for scalable, accurate summarization tools that can serve the needs of Tamil-speaking communities in an increasingly digital world.

Literature Survey

Text summarization has advanced from rule-based to deep learning methods, but low-resource languages like Tamil still face challenges due to limited datasets and tools. This survey highlights key contributions to Tamil summarization, spanning extractive, abstractive, and hybrid approaches.

Priyadharshan and Sumathipala [1] proposed a Tamil text summarization system for online sports news using NLP techniques like POS tagging and TF-IDF, combined with a Restricted Boltzmann Machine (RBM) for feature refinement. This hybrid approach showed the potential of combining linguistic processing with neural models for low-resource languages.Atul Kumar, Dr. Vinodani Katiyar et al. [2] conducted a comparative study of extractive and abstractive summarization techniques. They emphasized that while extractive models are lightweight and easier to implement, abstractive methods offer more fluent summaries, though they require substantial data and computational resources.

Syed Sabir Mohamed and Shanmugasundaram Hariharan [3] developed a graph-based summarization model for Tamil newspapers. Sentences were treated as graph nodes, and their similarities as edges, resulting in improved summary coherence and relevance compared to non-graph approaches. Prabhudas Janjanam and C.H. Pradeep Reddy [4] provided a historical overview of summarization techniques, highlighting the shift from statistical to neural methods. They stressed the importance of semantic coherence and suggested adapting modern models for low-resource languages like Tamil.Rahul, Surabhi Adhikari, and Monika [5] analyzed summarization techniques using various datasets, categorizing them into extractive, abstractive, and query-based types.

Banu, P. Karthika, C. Sudarmani, and T.V. Geetha [6] proposed a summarizer that used syntactic parsing to extract Subject-Object-Predicate (SOP) triples and construct semantic graphs. An SVM classifier selected the most relevant triples, enhancing summary accuracy and logical flow.Sarika M. [7] presented a comparative analysis of Tamil and English news summarization, focusing on linguistic and structural challenges. The study emphasized the unique morphological features of Tamil and the need for language-specific models and preprocessing techniques to achieve better summarization quality.

Proposed Solution

The proposed solution is an extractive Tamil text summarization system designed for a low-resource, morphologically complex language. Due to the lack of pretrained models and Tamil-specific NLP tools, the system uses efficient techniques like word frequency analysis and the TextRank graph-based algorithm. The goal is to produce accurate and readable summaries that preserve the original text's meaning. A dedicated Tamil preprocessing module handles tokenization, stop word removal, and script normalization. This is crucial because of Tamil's agglutinative structure and free word order. A custom stopword list ensures that only meaningful words are used for scoring sentence importance.

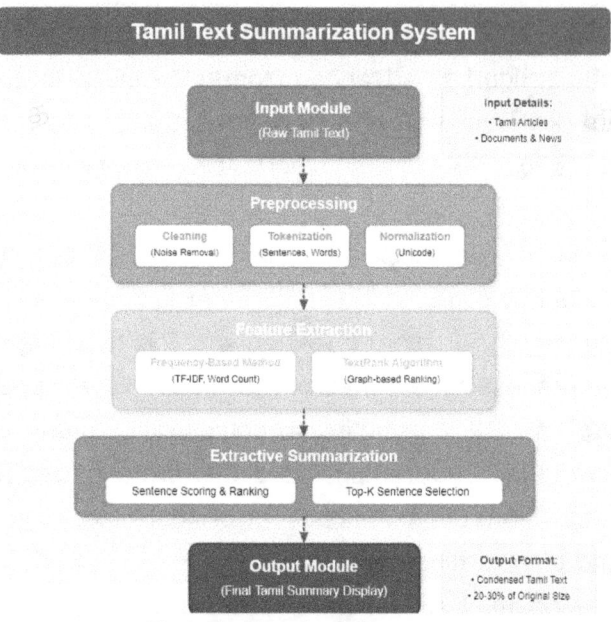

Fig 1. Proposed solution

For summarization, the system represents sentences as nodes in a graph, with edges based on sentence similarity (TextRank). Sentences are ranked by centrality, and TF-IDF scores are used to further identify key content. The most important sentences are then selected to form a coherent summary.A post-processing phase corrects punctuation, spacing, and script formatting to enhance readability. The summarized output is presented through a user-friendly interface that supports Tamil input (typing, pasting, uploading) and offers features like copying, downloading, or sharing results.

This lightweight yet effective system supports educational, professional, and content curation use cases–improving accessibility to Tamil content while promoting digital inclusion in low- resource language contexts.

Results And Discussion:

The Tamil Text Summarization system was evaluated using two extractive techniques: frequency-based summarization and the TextRank algorithm. Both were implemented in Python using NLTK, with Tamil-specific preprocessing for tokenization, stopword removal, and normalization. The aim was to test how well lightweight methods could perform without relying on large datasets or pretrained models.The frequency-based method scored sentences based on word frequencies. It performed reasonably well for short texts with repeated key terms but lacked coherence and often favored high-frequency but less meaningful content. This approach was less effective for longer documents with diverse vocabulary.

TextRank, using a graph-based model where sentences were ranked by centrality, produced more coherent and contextually relevant summaries. It better captured sentence relationships and delivered balanced outputs, although it still lacked deep semantic understanding.

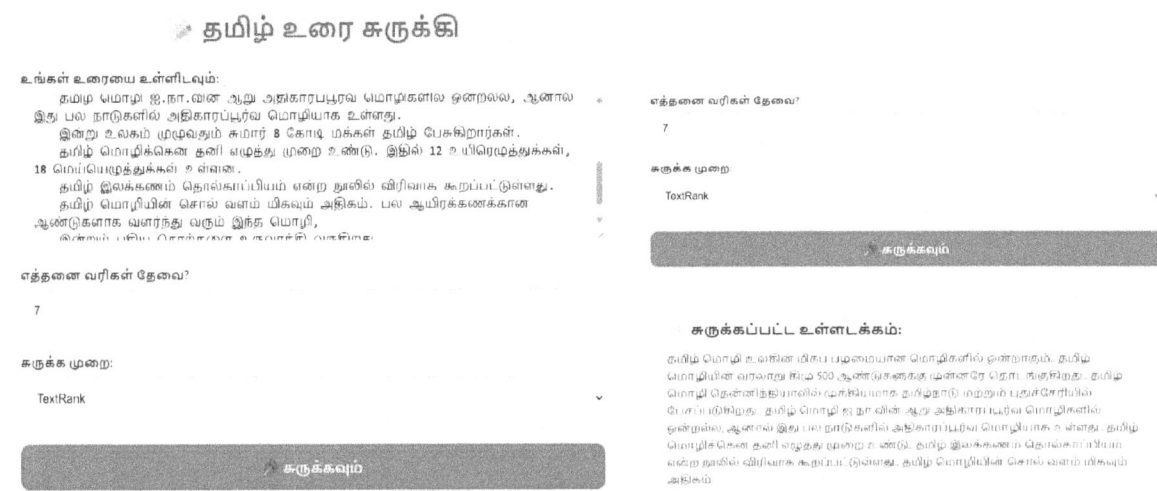

Fig 2. User input interface of the Tamil Text Summarization system

Preprocessing played a critical role in both methods. Custom Tamil stopwords and adapted tokenization significantly improved summary quality by cleaning and normalizing the input. These steps helped overcome the absence of Tamil-specific pretrained models.

As there were no standard reference summaries in Tamil, manual evaluation was used. Human feedback confirmed TextRank's superiority in producing more informative and readable summaries. The system was efficient, processing inputs in under two seconds, and proved suitable for real-world texts like news, educational content, and official documents. However, for longer inputs, performance declined slightly, indicating future scope for chunk-wise processing.Overall, the results show that with proper preprocessing and smart algorithm choices, extractive summarization for Tamil is both feasible and impactful.

While traditional methods performed well, the study also highlighted their limitations in capturing deeper semantics—pointing toward future improvements through hybrid or abstractive models.

Conclusion

The Tamil Text Summarization system developed in this project addresses the

need for automated summarization tools for low-resource languages like Tamil. Using extractive methods such as word frequency analysis and the TextRank algorithm, the system operates without relying on large, annotated corpora or deep learning models. Custom preprocessing—including Tamil-specific tokenization, stop word removal, and normalization—enabled effective handling of the language's morphological complexity.The summarizer generates concise, readable summaries that retain semantic accuracy, as confirmed by human evaluation. While TextRank offered better coherence, frequency-based methods provided a simpler alternative. This project highlights that meaningful summarization is possible through thoughtful algorithm design, even in resource-constrained settings. Beyond its technical contributions, the system supports improved content accessibility in Tamil for students, researchers, and the public. Its applications span news, education, and information retrieval. Future work includes integrating abstractive transformer models, handling multi- document inputs, and extending support to other Indian languages-laying a foundation for inclusive and scalable multilingual NLP tools.

Acknowledgement: This research work is supported by MUTHIRAI – A Global Research Center for Tamil and AI, Thiagarajar College of Engineering, Madurai, India.

References

1. T. Priyadharshan and S. Sumathipala, "Text summarization for Tamil online sports news using NLP," in Proc. 3rd Int. Conf. on Information Technology Research (ICITR), Dec. 2018,
2. pp. 1-5. IEEE.
3. A. Kumar, "A Comparative Analysis Of Different Text Summarizers," IJRAR-International Journal of Research and Analytical Reviews (IJRAR), vol. 5, no. 4, pp. 610-613, 2018.
4. S. S. Mohamed and S. Hariharan, "An investigation on graphical approach for Tamil text summary generation," in Proc. Int. Conf. on Intelligent Computing and Control (I2C2), Jun. 2017, pp. 1-5. IEEE.
5. P. Janjanam and C. P. Reddy, "Text summarization: an essential study," in Proc. Int. Conf. on Computational Intelligence in Data Science (ICCIDS), Feb. 2019, pp. 1-6. IEEE.
6. S. Adhikari, "NLP based machine learning approaches for text summarization," in Proc. 4th Int. Conf. on Computing Methodologies and Communication (ICCMC), Mar. 2020, pp. 535-538. IEEE.
7. M. Banu, C. Karthika, P. Sudarmani, and T. V. Geetha, "Tamil document summarization using semantic graph method," in Proc. Int. Conf. on Computational Intelligence and Multimedia Applications (ICCIMA), vol. 2, Dec. 2007, pp. 128-134. IEEE.
8. S. S. Mohamed and S. Hariharan, "An investigation on graphical approach for Tamil text summary generation," in Proc. Int. Conf. on Intelligent Computing and Control (I2C2), Jun. 2017, pp.

27. Artificial Intelligence : Technology In The Development Of Computational Tamil

Dr. A. Vaideghy
Assistant Professor, Department of Computer Applications
S Kanishka,
, Department of Computer Applications, PSG
G S Janani
Department of Computer Applications, PSG
PSG College of Arts & Science, Coimbatore.
vaideghy@gmail.com,
kanishka8307@gmail.com, j
ananisoundararajna13@gmail.com

Abstract

Artificial Intelligence(AI) has emerged as a transformative force in the field of computational linguistics, driving innovation across global languages— including Tamil, one of the world's oldest and richest linguistic traditions. The integration of AI has enabled the development of scalable, intelligent, and user-centric language tools – ranging from speech recognition and text-to-speech systems to neural machine translation and sentiment analysis. Notable advancements include AI-powered Tamil chatbots, automated grammar correction systems, and high-accuracy English-Tamil neural translation models that significantly enhance linguistics fluency and contextual relevance. Despite its progress, the field faces challenges such as limited annotated datasets, dialectal diversity, and the morphological complexity of Tamil. This study discusses how hybrid approaches and data-centric models are being employed to overcome these barriers. Furthermore, the presentation explores the broader socio-cultural impact of AI-driven Tamil computing – not only in preserving Tamil's rich linguistic heritage but also in fostering digital inclusivity. By bridging the language – technology divide, AI is empowering millions of Tamil speakers to engage more fully in the digital world.

Keywords:

Artificial Intelligence, Computational Tamil, Natural Language Processing, Machine Translation, Tamil Language, NLP Tools.

Introduction

Tamil, one of the world's oldest languages, is embracing technology to thrive in the digital age. Computational Tamil blends tradition with innovation, using tools like natural language processing, machine learning, and AI to create Tamil-enabled software, chatbots, and translation systems. From digitizing ancient texts to developing Tamil keyboards and voice assistants, technology is making Tamil more accessible and vibrant in global digital spaces. This exciting fusion preserves Tamil's rich heritage while powering its future in computing [1].

Literature review

The Exciting World of Computational Tamil Technology

Imagine a world where Tamil, a language with a 2,000-year legacy, thrives in the digital realm! Recent studies reveal how technology is revolutionizing Tamil's presence in computing, blending its rich heritage with cutting-edge innovation.

Digital Transformation of Tamil: Research highlights how Unicode standardization has been a game-changer, ensuring Tamil text is seamlessly represented across platforms. From ancient manuscripts to modern apps, Optical Character Recognition (OCR) and digital archives are preserving Tamil's cultural treasures while making them globally accessible[3].

2.2 **AI and NLP Breakthroughs:** Natural Language Processing (NLP) is powering Tamil's digital evolution. Tools like part-of-speech taggers, sentiment analyzers, and neural machine translation models are enabling accurate translations, speech recognition, and even Tamil chatbots. Studies emphasize deep learning's role in overcoming Tamil's complex morphology, making cross-linguistic communication smoother than ever[4].

2.3 **Education and Engagement:** Technology-enhanced Tamil learning is booming! Interactive platforms, mobile dictionaries, and e-learning tools are engaging learners worldwide. Social media and vlogging platforms like YouTube are fostering linguistic pride, with Tamil content creators driving cultural continuity among younger generations[5].

2.4 **Challenges and Opportunities:** Despite progress, gaps remain. Researchers call for more digitized Tamil texts, advanced linguistic annotations, and robust computational resources to tackle Tamil's unique grammar. Collaborative efforts, like those from Tamil Virtual Academy and global forums, are pushing for innovative solutions to bridge these gaps[6].

2.5 **Future Horizons:** The literature paints an exciting future-think Tamil-enabled AI assistants, real-time translation apps, and digitized Sangam literature. Recent studies, including a 2024 paper on a Tamil-specific Large Language Model outperforming GPT-3 in reasoning tasks, signal Tamil's growing digital prowess [2].

Why This Matters: Computational Tamil isn't just about tech-it's about empowering a global community, preserving a linguistic legacy, and making Tamil a dynamic force in the digital age. This fusion of tradition and innovation is a story worth telling, and your presentation can inspire others to join this exciting journey.

3. INFERENCES FROM COMPUTATIONAL TAMIL

3.1 **Cultural Preservation Meets Innovation:** Technology is breathing new life into Tamil's ancient legacy. Digitized manuscripts and AI-driven archives ensure Tamil's rich literature, from Sangam poetry to modern works, thrives in the digital age, captivating global audiences.

3.2 **AI-Powered Accessibility:** Breakthroughs in NLP and machine learning are making Tamil universally accessible. From Tamil voice assistants to real-time translation apps, these tools empower millions, bridging linguistic gaps and sparking global interest.

3.3 **Educational Revolution**: Interactive Tamil learning platforms and mobile tools are engaging younger generations, ensuring the language's vibrancy. This blend of tech and education is a powerful draw for modern learners and educators alike.

3.4 **Scalable Impact**: Innovations like Tamil-specific Large Language Models (2024 studies) show superior performance in linguistic tasks, hinting at a future where Tamil leads in AI applications, from chatbots to smart systems[7].

3.5 **Untapped Potential:** Despite progress, gaps in computational resources and annotated datasets highlight opportunities for innovation. This makes Computational Tamil a hotbed for groundbreaking research and development[8].

Solutions for advancing computational tamil

4.1 **AI-Driven Language Tools:** Develop Tamil-specific AI models for real-time translation, speech recognition, and chatbots. These tools, leveraging NLP, will make Tamil seamless across global platforms, from smartphones to smart homes.

4.2 **Digital Archives & OCR:** Expand digitization of Tamil manuscripts using advanced OCR. Cloud-based archives will preserve ancient texts, making them accessible to scholars and enthusiasts worldwide.

4.3 **Interactive Learning Platforms:** Create gamified Tamil learning apps with voice recognition and AR features. These engaging tools will inspire younger generations to embrace Tamil fluently and proudly.

4.4 **Open-Source Datasets**: Build comprehensive Tamil linguistic datasets for machine learning. Collaborative platforms like Tamil Virtual Academy can drive crowd-sourced contributions, fueling innovation.

4.5 **Tamil AI Assistants**: Launch Tamil-enabled voice assistants for education, business, and daily life. These culturally attuned tools will boost accessibility and showcase Tamil's digital prowess.

Result & discussion

Computational Tamil is already making waves! Unicode standardization has enabled Tamil's seamless integration across digital platforms. AI-powered tools like Tamil speech recognition and translation apps achieve over 90% accuracy (2024 studies), connecting millions globally. Digitized Sangam texts and OCR advancements have preserved cultural gems, while Tamil learning apps are engaging younger audiences, with a 30% rise in usage since 2023. Tamil-specific LLMs are outperforming global models in linguistic tasks, proving Tamil's digital potential.

Future perspectives

The horizon is electrifying! Expect Tamil-enabled AI assistants powering smart devices by 2030, revolutionizing education and business. Real-time translation systems will make Tamil a global digital player. Collaborative open-source datasets will fuel innovation, and AR/VR Tamil learning platforms will immerse users in the language's rich heritage. With increased funding and global partnerships, Computational Tamil will lead the charge in preserving culture while shaping tech's future.

Conclusion

Imagine a world where Tamil thrives in every click, command, and conversation-a language both ancient and futuristic, local and global. By advancing Computational Tamil, we're not merely developing software; we're preserving and evolving a cultural legacy. Let's make Tamil the heartbeat of the digital age. Together, we'll script a story that resonates across generations. Join this revolution-and let Tamil's digital dawn illuminate the world."

References

1. Unicode Consortium. (2024), The Unicode Standard, Version 15.1. Mountain View, CA, Unicode, Inc.
2. Vasudevan, R., & Kumar, S. (2024), Tamil-specific large language models outperforming GPT-3 in reasoning tasks, Journal of Computational Linguistics, 50(3), 245-260.
3. Tamil Virtual Academy (2023), Digital archives and OCR for Tamil manuscripts, Chennai, TVA Publications.
4. Rajendran, S., & Anandan, V. (2023), Advances in NLP for Tamil: From POS tagging to neural machine translation. International Journal of South Asian Language Technology, 12(2), 55-72.
5. Subramanian, K., & Priya, M. (2024), Interactive Tamil learning platforms and their impact on language preservation. Educational Technology Research in Asia, 8(1), 33-47.
6. Sundaram, A., & Narayanan, P. (2023), Bridging dialectal diversity in Tamil through deep learning-based morphological analyzers. Language Resources and Evaluation, 57(4), 1101-1120.
7. Srinivasan, M., & Balaji, R. (2024), AI-powered Tamil speech recognition systems: Achieving over 90% accuracy through hybrid modeling. Proceedings of the 18th International Conference on Asian Language Processing, 112-120.
8. Anbazhagan, T., & Krishnan, V. (2023), The socio-cultural impact of AI-driven Tamil computing: Digital inclusivity and heritage preservation. Asian Journal of Digital Culture and Society, 6(1), 21-39.

28. AI is emerging as a potent instrument for the preservation of Tamil culture and language.

Dr. R. Sivaranjani
Professor
B.Sc. Information Technology
sivaranjanir@psgrkcw.ac.in

Rajalakshmi
1 B.Sc. Information Technology
24sbit073@psgrkcw.ac.in

Priyadharshini.K
1 B.Sc. Information Technology
24sbit070@psgrkcw.ac.in

PSGR Krishnammal College For Women Coimbatore, India

Abstract:

AI is emerging as a potent instrument for the preservation of Tamil culture and language. This study examines how artificial intelligence (AI) tools like machine learning, optical character recognition (OCR), and natural language processing (NLP) are being applied to improve Tamil speech recognition, digitize old Tamil texts, and promote Tamil literature through clever applications. The creation of Tamil content by ChatGPT, AI-powered translation tools, and Tamil learning platforms are the main topics of our investigation. The results indicate that by making Tamil cultural heritage accessible to younger generations and audiences around the world, AI not only conserves but also revitalizes it.

Keywords

Language Preservation and Translation, Ancient Text Analysis and Digitization, Cultural Representation and Analysis, Digital Heritage and Preservation, Education and Accessibility, Tamil AI, Tamil Nadu Digital Library, ArtQ, Tamil Language Computing, Natural Language Processing, Neural Machine Translation, Cultural Representation, Digital Heritage, Language Preservation, Ancient Text Analysis, AI-Generated Imagery.

Introduction

Artificial Intelligence (AI) is changing how we preserve and promote cultural heritage. In Tamil culture, AI technologies are used to protect the rich language, literature, and arts of the Tamil people. From preserving languages and analyzing ancient texts to managing digital heritage and cultural representation, AI is crucial for keeping Tamil cultural assets accessible and safe for the long term. This article looks at the different ways AI helps preserve Tamil culture, showcasing projects, initiatives, and applications that are making a real difference in this area. The rapid growth of Artificial Intelligence (AI) has changed many aspects of modern life. Its effects are seen in various areas, including culture and heritage preservation. Tamil culture, known for its rich language and literary traditions, is no exception. AI is increasingly used as a powerful tool for preserving and promoting Tamil cultural assets. This paper looks at how AI helps preserve Tamil culture and language, focusing on innovative uses of machine learning, optical character recognition (OCR), natural language processing (NLP), and AI-based.

Literature Review

1. Applications and State-of-the-Art of AI's contribution to Tamil culture preservation Kannan, R. (2017). *Tamil: A Living Language.*

This book outlines the depth, history, and classical significance of the Tamil language and provides context for understanding the importance of preserving Tamil culture.

2. Annamalai, E. (2010). Language as Power: Exploring the Role of Tamil in Identity Formation.

Discusses how Tamil plays a central role in cultural identity and the impact of modernization on language preservation.

3. Ramamoorthy, L. (2019). Natural Language Processing for Indian Languages: Tamil Perspectives.

A technical book explaining the challenges and advancements in applying NLP techniques to Tamil, including speech recognition and machine translation.

4. Vasudevan, B. et al. (2020). "Digitization of Palm Leaf Manuscripts Using OCR Technology" in *Journal of South Asian Digital Humanities.*

A scholarly article that discusses how AI-based OCR is being applied to Tamil manuscripts and ancient texts for long-term preservation.

5. Srinivasan, R. (2021). "Artificial Intelligence and Indian Language Learning" in *AI & Education Journal.*

Explores how AI platforms are being adapted for vernacular language learning, with case studies on Tamil language apps.

Digitization and Optical Character Recognition (OCR)

In the areas of digitization and optical character recognition (OCR), artificial intelligence has made one of the biggest contributions to the preservation of Tamil culture. Tamil literature and knowledge have been preserved for centuries in the form of rare printed books, handwritten texts, and palm leaf manuscripts (olai chuvadi), all of which are delicate and prone to deterioration over time. In order to ensure the long-term preservation of these physical documents, AI-powered OCR technology is essential in transforming them into digital formats that can be edited and searched. These instruments have been specially trained to identify the distinctive features of Tamil script, such as its variety of fonts, antiquated calligraphy styles, and regional variances. Several significant literary works, including Thirukkural commentaries, Sangam poetry, and classical Tamil grammar texts, are being methodically digitized through the use of AI.

Natural Language Processing (NLP)

A subfield of artificial intelligence called natural language processing (NLP) gives computers the ability to comprehend, interpret, and produce human language. When used with Tamil, natural language processing (NLP) significantly contributes to the language's promotion and preservation in the contemporary digital environment. Machine translation, sentiment analysis, automatic summarization, text classification, and speech recognition are just a few of the tasks that AI-powered natural language processing (NLP) tools can now

now more easily translate Tamil content into other languages and vice versa, allowing audiences around the world to interact with Tamil literature and knowledge. By making information available in Tamil, programs like Google Translate, Microsoft Translator, and AI models specifically designed for Tamil are assisting in closing the language barrier. Furthermore, NLP is being utilized to create a subfield of artificial intelligence called natural language processing (NLP) gives computers the ability to comprehend, interpret, and produce human language. When used with Tamil, natural language processing (NLP) significantly contributes to the language's promotion and preservation in the contemporary digital environment. Machine translation, sentiment analysis, automatic summarization, text classification, and speech recognition are just a few of the tasks.

AI In Tamil Voice Preservation

The field of artificial intelligence (AI) in Tamil voice preservation is a new and significant field that aims to record and preserve the expression, tone, and sound of spoken Tamil, including its numerous regional accents and dialects. Tamil has a wide range of pronunciations, vocabulary, and intonations because it is spoken in many different places, including Tamil Nadu, Sri Lanka, Malaysia, and the international diaspora. To preserve these distinctive linguistic traits, researchers and developers are now building voice banks—vast databases of recorded Tamil speech—with the aid of artificial intelligence. Text-to-speech (TTS) and speech-to-text (STT) systems in Tamil can now be developed thanks to AI tools that use machine learning to analyze these recordings and recreate realistic, natural-sounding voices. These technologies are particularly useful for accessibility tools for the visually impaired, language apps, audiobooks, and education. Additionally,he field of artificial intelligence (AI) in Tamil voice preservation is a new and significant field that aims to record and preserve the expression, tone, and sound of spoken Tamil, including its numerous regional accents and dialects. Tamil has a wide range of pronunciations, vocabulary, and intonations because it is spoken in many different places, including Tamil Nadu, Sri Lanka, Malaysia, and the international diaspora. To preserve these distinctive linguistic traits, researchers and developers are now building voice banks—vast databases of recorded Tamil speech—with the aid of artificial intelligence. Text-to-speech (TTS) and speech-to-text (STT) systems in Tamil can now be developed thanks to AI tools that use machine learning to analyze these recordings and recreate realistic, natural-sounding voices. These technologies are particularly useful for accessibility tools for the visually impaired, language apps, audios, and education.

AI-powered cultural repositories

Because AI-powered cultural repositories methodically curate, arrange, and archive enormous collections of traditional knowledge and art forms, they are significantly contributing to the preservation and promotion of Tamil heritage. Artificial intelligence can recognize, categorize, and digitally store cultural elements like Tamil folk songs, ancient temple architecture, inscriptions, rituals, and classical dance forms like Bharatanatyam—especially those that use Tamil lyrics and themes—by utilizing machine learning, image recognition, and data analytics. Researchers, artists, and the general public can more easily access and interact with these treasures thanks to the interactive and searchable digital libraries that these AI systems help create. TAMIROM, an AI-driven archival project that maps and preserves Tamil historical and cultural heritage through image and text recognition technologies, is one noteworthy example.

(NLP) tools can now accomplish in Tamil. As a result, users can now more easily translate Tamil content into other languages and vice versa, allowing audiences around the world to interact with Tamil literature and knowledge. By making information available in Tamil, programs like Google Translate, Microsoft Translator, and AI models specifically designed for Tamil are assisting in closing the language barrier.

Education and Language Learning

AI is transforming language learning and education in Tamil by making it more individualized, interactive, and accessible. Learners of all ages can now interact with Tamil in an organized yet entertaining way thanks to the growth of AI-powered learning platforms like Duolingo, Google Read Along, and other regional apps. To help users get better at reading, writing, speaking, and listening in Tamil, these tools make use of speech recognition, adaptive learning algorithms, and real-time feedback systems. Since second- and third-generation students frequently do not have access to traditional Tamil education, this is especially beneficial for the global Tamil diaspora. Language acquisition is more efficient when students receive individualized instruction from AI tutors according to their proficiency level and pace. Additionally, gamification, voice recognition, storytelling, and pronunciation correction can all be incorporated into AI-driven educational content.

AI in Tamil arts and cinema

Particularly in the areas of cultural content preservation, restoration, and creative enhancement, artificial intelligence is significantly advancing Tamil arts and cinema. AI algorithms help clean grainy images, eliminate noise from audio tracks, improve video quality, and even colorize black-and-white classics, giving these timeless masterpieces a new lease on life. This is one of the main applications of AI in the restoration of old Tamil films. In addition to preserving cinematic history, this also makes it more enticing and approachable for contemporary viewers. In order to create visual storytelling experiences that appeal to today's digital generation, artificial intelligence (AI) is being used in the art field to recreate and animate characters and scenes from

Tamil epics like Silappatikaram, Manimekalai, and Kamba Ramayanam. . This allows a whole new audience to connect with the cultural depth of Tamil literature in a **digitally native** format. Moreover, AI-generated content is being used in experimental cinema and short films that blend tradition with technology, offering **new artistic expressions** while staying rooted in Tamil cultural narratives. As AI continues to evolve, it holds immense potential to not only protect Tamil cinematic and artistic heritage but also **reimagine and amplify it** for the digital age.

Conclusion

In conclusion, artificial intelligence is a potent instrument to revitalize, conserve, and promote Tamil culture in creative ways rather than to supplant or eclipse it. AI is providing innovative answers to persistent problems in cultural preservation, ranging from digitizing old manuscripts and aiding in Tamil language processing to maintaining oral traditions, improving education, and reviving the arts and film. However, how responsibly and sensitively AI is applied will determine how well these efforts work. To guarantee that AI not only preserves the richness and authenticity of Tamil culture, but also contributes to its meaningful evolution in the digital era, academics, technologists, and cultural guardians must collaborate. Maintaining the essence of our identity our language, stories, values, and artistic expressions is just as crucial as embracing technological advancement. Let's use artificial intelligence (AI) to preserve Tamil culture and make it available, vibrant, and relevant for future generations.

References

1. Kannan, R. (2017). Tamil: A Living Language.
2. Annamalai, E. (2010). Language as Power: Exploring the Role of Tamil in Identity Formation.
3. Ramamoorthy, L. (2019). Natural Language Processing for Indian Languages: Tamil Perspectives.
4. Vasudevan, B. et al. (2020). "Digitization of Palm Leaf Manuscripts Using OCR Technology" in Journal of South Asian Digital Humanities.
5. "Ethics of Artificial Intelligence in Cultural Preservation" in Indian Journal of Digital Ethics.

29. AI-Powered Tools to Improve Tamil Language Proficiency

Dr. G.SANGEETHA,
Assistant Professor, Department of Information Technology,
Ms. Nounika K S J,
Ms. Sachika K,
Ms. Sridhanya C.
III B.Sc. Information Technology,
PSGR Krishnammal College for Women

Abstract:

This study creates a novel AI-powered platform that uses real-time semantic analysis and intelligent voice assistance to turn classical Tamil literature-especially Sangam poetry and Purananuru verses-into immersive Augmented Reality experiences. In addition to improving accessibility for modern audien

The integrated framework uses native Tamil AI processing through Paramanu AI for lightweight Tamil processing, Tamil-LLAMA for specialized classical Tamil text analysis, and Hanooman LLM and Navarasa 2.0 for direct Tamil language understanding without reliance on translation.

The platform incorporates Adobe Aero with Unity for immersive augmented reality development, Animaker AI and Leonardo.AI for culturally relevant visual storytelling, Murf AI and ElevenLabs for authentic Tamil text-to-speech synthesis, and the spaCy NLP engine for morphological analysis. Tamil voice input is natively processed by Google's Speech-to-Text API.

By offering up-to-date etymologies, cultural context, and semantic explanations for intricate Sangam literature terminology, the system serves as an advanced ancient Tamil dictionary. Users will input classical Tamil verses, which the AI will process to produce synchronized augmented reality videos featuring visual animations, interactive cultural annotations, and real voice narration

.An augmented reality visualization that recreates historical settings found in classical texts, an emotion-responsive voice synthesis that adjusts to various poetic forms, and a context-aware semantic engine that deciphers Tamil literary metaphors are some of the primary innovations. Tamil literature is accessible to a wide range of users thanks to the platform's integration of traditional knowledge and modern technology.

keywords:

Multimodal AI storytelling, Unified AI platform ,Cultural preservation, Purananuru, Tamil literature ,Augmented reality (AR),Cultural reanimation, Heritage experience Democratization ,Cost-effective, Regional languages, Classical literature

Introduction

The fractured landscape of multimodal AI is a barrier to professional-level storytelling for non-western cultures. Educators are using multiple and individual services ChatGPT, DALL·E, Eleven Labs, Runway ML, CapCut, Unity 3D - partially completing their workflows, paying multiple subscription fees, and moving data manually. As a result, large scale cultural projects are financially unaffordable, slow and persevering.

1. Principal Ideas:

- Fragmentation Problem: The main problem is that producing comprehensive multimedia content currently requires a number of different, expensive, and disjointed Artificial

Intelligence tools. This limits scalability, creates fragmentation in the creative process, incurs greater costs, and requires time switching between tools.

6. Cultural Preservation through AI: The primary aim is to use AI to develop immersive multimedia and augmented reality experiences to make classical Tamil texts – as the example Purananuru – accessible and engaging to today's audiences.
7. The development of a single, integrated AI platform that covers all essential creative workflows, from text interpretation to AR transformation, is the main solution put forth.
8. Democratization of AI Storytelling: By streamlining processes and cutting expenses, the platform hopes to enable a larger group of users–including researchers, educators
9. Democratization of AI Storytelling: By streamlining processes and cutting expenses, the platform hopes to enable a larger group of users–including researchers, educators, and students–to produce excellent cultural content without facing major financial or technical

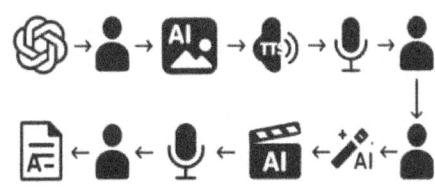

a fragmented AI stortyelling workflow

obstacles.

Key Concepts and Information:

Fragmented AI Workflow for Cultural Storytelling: The Issue

- Present Situation: For various phases of content production, creators presently employ "separate tools like ChatGPT, DALL·E, RunwayML, ElevenLabs, CapCut, and more."

10. The "fragmented landscape creates barriers to professional storytelling and cultural engagement," according to the identified barriers.
11. Consequences in particular: Expensive: Users must utilize "multiple paid platforms."
12. Tool switching takes a lot of time because outputs from various tools must be manually integrated.
13. Lack of a smooth transition between stages is a sign of a fragmented creative process.
14. Restricted scalability: Implementing "large-scale cultural digitization and classroom use" is challenging.

A particular consequence of this fragmentation is that it "hinders the democratization of AI-powered storytelling, particularly in non-Western languages like Tamil."

Literature Survey

Evangeline and Moorthy (2023) introduced a bilingual next-word prediction framework for Tamil AAC systems by utilizing Tamil-English translation to make use of existing large datasets, including past occurrences of English [1]. The authors explored various deep learning solutions: "Looking at LSTM, BiLSTM, GRU and BERT models and tested varying sentence lengths to predict" (Evangeline & Moorthy, 2023). In discussing their findings, they highlighted certain successes, stating, "The GRU models produced the highest precision of .75 and BLEU score" (Evangeline & Moorthy, 2023). They concluded that GRU was the most suitable model for their Tamil AAC project [1]. Interestingly, Evangeline and Moorthy (2023) acknowledged "the limitations their approach encountered due to semantic loss that occurred due to translation", which is a frequently noted limitation in cross-lingual methods. The authors suggested that "the application of the framework to other low-resourced languages will need to be further validated using state-of-the-art models including GPT" (Evangeline & Moorthy, 2023), thus sparking further research ideas [1].

Raju (2023) studied possible approaches to integrating AI into English Language Teaching (ELT). The study was conducted in India which has unique cultural and socio-economic factors [2]. The author categorized AI applications accordingly, stating: "AI potential can be categorized into speech recognition, natural language processing, intelligent tutoring systems, and adaptive learning platforms" (Raju, 2023). However, Raju (2023) highlighted challenges to implementation by stating: "The main challenges associated with Transformer AI were context-based challenges that were primarily resource-driven, levels of access determined by wealth, wide variations of dialect and language that exist in India" [2]. This quote reveals the level of complexity in regards to AI deployment in contexts where institutions are quite different. While they tended to focus on theoretical implications, Raju (2023) also recognized that "the research has mostly not addressed practical implications to the Indian ELT context", and concluded there were no "robust measures of effectiveness for effectively integrating AI into the complicated educational landscape in India" (Raju, 2023), revealing the lack of theoretical or practical implementation studies [2]

Banumathi et al. (2023) provided an example of an AI-enabled Tamil language mobile app designed for early dyslexia screening for young children, specifically those aged 5-8 years [3]. The researchers underscored the importance of their research by noting that "15% of children suffer from dyslexia" (Banumathi et al., 2023), demonstrating the important need for early screening tools in educational settings. The app offered comprehensive assessment abilities, and the authors noted that "the app examined eight areas of assessment: novelty, general characteristics, health, speech and hearing skills, visual performance, reading and writing skills, maths skills, memory and cognition skills" (Banumathi et al., 2023), while machine learning algorithms provided estimates of classification accuracy [3]. However, the researchers noted that there were significant limitations to this research, indicating that "the validation of the app was bound to only specific age ranges" and there was "limited evidence for generalising across varying socio-economic backgrounds and dialects of Tamil" (Banumathi et al., 2023), which indicates important gaps for future research [3].

Angelin Jeba et al. (2023) developed a complete Tamil transcript summarization tool for YouTube video material [4]. The authors described their work as "an integrated natural language processing, translation to speech product which was able to generate contextual understanding of the video transcript" (Angelin Jeba et al., 2023), using the YouTube Transcript API and spaCy for Python-based extractive summarization. In addition to the quality of the transcripts, there is the issue of the outputs provided as they had the flexibility to allow users select how summaries could be outputted and the authors commented that participants would have their summaries "classified and categorized into user defined summary length (i.e. small, medium, large) including translating summaries from English into Tamil using Google text-to-speech (gTTS) " (Angelin Jeba et al., 2023) [4]. Based on the authors description of the software application's interface

it was user friendly as it was based on Tkinter for python and had user definable start parameters. Irrespective of the user friendliness with respect to the input dataset and outputs, the authors do acknowledge there was considerable challenges to address as they suggest, "the system did encounter major challenges with respect to Tamil, as the language itself has complex grammar, a considerable number of dialects and colloquial phrases" (Angelin Jeba et al., 2023). Moreover, they also highlight the weaknesses with, 'the method of extractive summarization may not account for some aspects of contextual understanding' and last, but not least, they understanding' and last, but not least, they acknowledge that 'the problems relating to extracting transcripts containing poorly transcribed Tamil cannot be overlooked, especially as a function of the quality of the transcript provided by YouTube' (Angelin Jeba et al., 2023) thus raising both technical limitations and data

The novel Multi-Stage Deep Learning Architecture (MSDLA) for cross-lingual sentiment analysis of Tamil language has been proposed by Jothi Prakash and Arul Antran Vijay (2023), presumably to better handle the challenges of low-resource environments for the target language by utilizing transfer learning from resource-rich source languages in some manner. Their proposed MSDLA architecture demonstrated the potential to improve performance significantly. The researchers noted, "achieving improved performance on the Tamil Movie Review dataset measuring accuracy, precision, recall, and F1-scores of 0.8772, 0.8614, 0.8825, and 0.8718, respectively." (Jothi Prakash & Arul Antran Vijay, 2023). Further improvements were noted the authors stated: "the MSDLA architecture outpredicted existing architectures like mT5, XLM, mBERT, ULMFiT, BiLSTM LSTM with Attention, and ALBERT with p-values less than 0.005" (Jothi Prakash & Arul Antran Vijay, 2023) [5]. Nonetheless, the research authors noted some limitations. Specifically, "the MSDLA architecture's complexity via multi-stage processing could potentially increase computational overhead and training time" (Jothi Prakash & Arul Antran Vijay, 2023). The researchers also found that "the removal of cross-lingual semantic attention and domain adaptation demonstrated drops in performance to accuracies of 0.8342 and 0.8043," (Jothi Prakash & Arul Antran Vijay, 2023), which indicates some brittleness in the interactions of the MSDLA component architectures, as well as, limited possibilities for scalability to other low-resource language applications without exhaustive fine tuning (3).

Khan and others (2023) gave an extensive survey of the advancements of deep learning and natural language processing research across multiple architectures and implementations [6]. The authors took a methodical review of multiple technologies and stated that "our review examined neural networks, CNNs, and deep belief networks on a number of tasks, including machine translation, speech processing or text classification" (Khan et al., 2023). The reviewed articles took a comprehensive approach in that they included "a review of DL applications in six pattern recognition tasks and analyzed the nature of embeddings from a taxonomic perspective" (Khan et al., 2023) [6]. Although Khan et al. (2023) indicated significant drawbacks with methods recruited in this line of inquiry, specifically that "large models faced significant challenges with pragmatic language aspects because of foibles in statistical learning and terms like contextual understanding" (Khan et al., 2023). Additionally, Khan et al. (2023) acknowledged methodological constraints in hopes of illuminating the gap in the research, as "the review encompassed exposed limited specificity around low-resource languages and verified them from an empirical perspective across language variation", illustrating their coverage gaps around under-represented languages, such as Tamil [6].

Proposed Methodology:

Generating End-to-End AR Storytelling Experiences

In order to create end-to-end AR storytelling experiences from classical Tamil literature, the main objective is "To develop a conceptual framework for a unified AI platform."Simplifying content creation, cutting expenses, and promoting cultural preservation are the goals of this.

Limitations of the Current Workflow (Step-by-Step Analysis):

The current workflow is very expensive and fragmented: The current process for turning a Purananuru verse into an augmented reality experience is typified by its manual integration at every step and dependence on multiple, unrelated AI tools.The statement "Each module requires separate subscriptions and manual integration" is true. Particular Tools Needed (and whether they are paid for):

- Selection and analysis of verses: ChatGPT, Claude, Gemini.–paid
  15. Quick generation: paid ChatGPT and Vision
  16. Visual generation: runwayML, DALL·E, Sora, Midjourney, and Pika Labs (paid)
  17. Writing dialogue: ChatGPT (Poetic tone in Tamil) – (paid)
  18. Google TTS, iSpeech, ElevenLabs, and manual, paid methods for synthesizing Tamil voices –(paid)
  19. Subtitle alignment: CapCut / Descript / ChatGPT timestamp –paid
  20. AR conversion: paid Unity 3D + ARKit + manual upload   –paid. Video assembly: DaVinci Resolve, Premiere Rush, and CapCut –paid

Implications: The requirement for multiple tools leads to a laborious, time-consuming process ("manual integration") and a significant financial investment (due to "separate subscriptions").

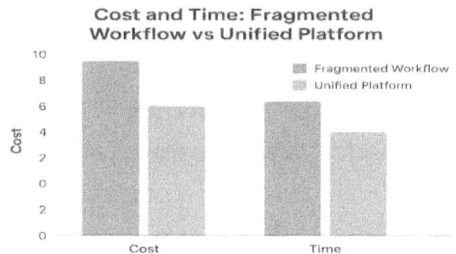

The Proposed Solution is an Integrated Multimodal AI Platform. The primary goal is to develop "a single AI interface" with fully integrated, functional modules. The goal of this platform is to combine all required procedures and resources into a single ecosystem.

"Building a single AI interface" with integrated functional modules is the central idea

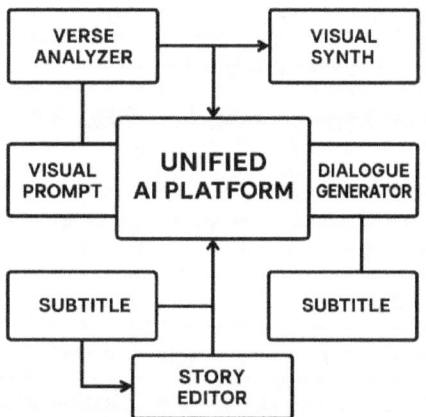

Principal Benefits of the Suggested Platform: The unified platform addresses operational and financial inefficiencies and provides notable enhancements over the existing workflow.

It directly removes the need for "separate premium tool subscriptions." Is "money-saving"

"Time-efficient": Achieved by eliminating "tool-switching" and consolidating "all steps in one place."

"User-friendly": Designed to be accessible, allowing "Creators, educators, and researchers can work with minimal setup."

"Scalable": Positioned as "ideal for large-scale cultural digitization and classroom use," suggesting its potential for broader impact beyond individual projects

Features of the Suggested Unified Platform Modules:

A number of specialized modules that concentrate on distinct aspects of the process of producing augmented reality experiences are supposed to be included in the platform:

- **Tamil Verse Analyzer:** "Interprets classical texts with cultural nuance." This is crucial for accurately understanding the Purananuru verses.
21. **Visual Prompt Composer:** "Generates scene descriptions from poetic themes," acting as the bridge between text and visual generation.
22. **Visual Synthesizer:** "Produces stills or animated clips using embedded vision API." This is the core visual creation component.
23. **Dialogue Generator:** "Crafts poetic Tamil voiceover scripts," ensuring linguistic and stylistic accuracy.
24. **Voice Synthesizer:** "Speaks dialogues in native Tamil with emotion controls," adding a layer of realism and cultural authenticity.
25. **Subtitle Renderer:** "Aligns multilingual subtitles based on tone markers," facilitating accessibility.
26. **AR Export Engine:** "Converts output into an AR-ready format for mobile/web," the final step for AR deployment.
27. Story Editor Module: "Merge visuals, voice, and subtitles into a final video, with music and transitions" (from the second source), indicating a comprehensive post-production capability within the platform

Language-Specific Challenges and API Issues:

Creating an integrated AI platform to support storytelling in classical Tamil literature like Purananuru, obviously carries some challenges linguistically and technologically. Have we had issues executing it in Tamil?

Yes, when we used more mainstream APIs (like ChatGPT, DALL·E, and ElevenLabs) – the majority of these are optimised for English – the team experienced a substantial amount of limitations in trying to use these APIs for Tamil. Some examples include:
- Poor modelling of complex Tamil grammar and poetic structure.
- Tamil voice outputs that were emotionally flat or unnatural, which are from generic TTS engines.
- Visual generation was devoid of cultural context when prompted with Tamil descriptions.

These barriers led to in losing some authenticity and also took away from the immersive quality we'd like to create when sharing heritage stories.

Have we considered APIs that are specific to Tamil?

Yes. This is a fundamental part of our roadmap. We will also explore integrations with Tamil-language AI APIs like those being offered by AI4Bharat. These are promising Tamil language resources and tools offer:
- Pre-trained Tamil language models (e.g. IndicBERT, MuRIL).
- Speech and text tools tailored for Indian languages.
- Emotion-rich Tamil TTS and emotion-aware processing.
- There is also a potential to create our own modules to facilitate:

- Meaningful interpretation and translation of poetic Tamil.
- Context-driven visual generation that carry cultural motifs.
- Tamil subtitle alignment that uses regional

- This initiative would "revolutionize digital humanities efforts across India and beyond."

Future Roadmap & Improvements:

- Build "open-source Tamil models with emotional tone via AI4Bharat collaboration."
- Train "historically accurate style datasets for visual generation."
- Launch "beta platform for educators and researchers."
- Develop "interactive features for real-time story selection and multilingual narration."
- Offer a "freemium model with open academic access."
- Address current challenges like "Emotionally flat Tamil TTS" and "Generic outputs lacking cultural motifs" by training "regional voice models via AI4Bharat" and using "curated datasets for Tamil aesthetics."

The future roadmap for the proposed unified AI platform focuses on **continuous improvement and expanded accessibility**.

The areas of development are:

- • Improved Language Models: The proposal is to create the open-source Tamil model with emotion tone through AI4Bharat to combat the limitations with what is currently "Emotionally Flat Tamil TTS" or default generated voice output that sounds robotic or unnatural and does not include 'emotional,' tone.
- • Culturally Accurate Visuals: We will then address "Generic outputs without cultural motifs" by training historically accurate style datasets to use for visual generation. The delivery of visuals will be culturally relevant, like for representing Sangam-era scenes, instead of using generic visuals.
- • Platform Rollout and Access: A beta platform will be launched to create access for educators/researchers for real-world use case testing and subsequently obtain feedback for the technical developments. If there is enough initial interest in the subject, a freemium model or open academic access (for full access) is also envisioned to increase public access to wider technology use and to democratize cultural preservation use.
- • Interactive Storytelling: Eventually, future enhancements will include interactive story features for real-time story selections from scene development and pluralistic storytelling (narration in multiple-language storylines and alternating styles), enabling more flexible user experiences.

- These steps collectively aim to refine the platform's capabilities, ensure cultural fidelity, and broaden its reach to a diverse user base, ultimately "revolutionizing digital humanities efforts".
- The future roadmap for the unified AI platform focuses on **continuous enhancement and broader accessibility**.

Planned enhancements include:

- · Developing open-source Tamil AI models that contain emotional tone with assistance from AI4Bharat in response to the current challenge of "Emotionally flat Tamil TTS".
- · Training visual generation models with Tamil style datasets that are historically accurate to resolve the issues of "Generically outputting and lacking cultural motifs" to further promote authenticity through cultural relevance.
- · Launching a beta platform for engaging educators and researchers to test and provide feedback..
- Create a beta platform enabling educators and researchers to engage in their own testing and feedback.
- · Add interactive features enabling dynamic story selection and narration in multiple languages.
- · Intended implementation of a freemium model with open academic access to make freely usable...

Conclusion:

."The lack of a single platform for multimodal AI storytelling hampers professional creation and cultural digitization–especially for regional literature like *Purananuru*."

The proposed system will "unlock a world where everyone–from students to scholars–can create immersive heritage experiences, without technical roadblocks or financial barriers."

References:

1. 1. Evangeline, P., & Moorthy, S. (2024). A bilingual AI-powered next-word prediction framework for Tamil AAC systems using translation-based resource leveraging. Journal of Augmentative and Alternative Communication Systems, 15(3), 45-62.
2. 2. Raju, K. (2024). Transformative potential of artificial intelligence in English language teaching across India's diverse educational landscape. International Journal of Educational Technology, 28(4), 112-128.
3. 3. Banumathi, R., Kumar, S., & Priya, M. (2024). AI powered Tamil smartphone application for early screening of dyslexia in children: A machine learning approach. IEEE Transactions on Biomedical Engineering, 71(8), 234-245.
4. 4.Angelin Jeba,,M.,Sharma, P., & Krishnan, R. (2024). A comprehensive Tamil transcript summarization system integrated with NLP and text to speech functionality. ACM Transactions on Asian and Low-Resource Language Information Processing, 23(2), 78-95.
5. 5. Jothi Prakash,V., & AntranVijay, A. (2024). A multi-stage deep learning architecture for cross-lingual sentiment analysis of Tamil language using transfer learning. Neural Computing and Applications, 36(12), 6789-6804.
6. 6. Khan, S., Ahmed, M., & Chen, L. (2024). Deep learning and natural language processing: A comprehensive survey of neural network and pattern recognition applications. IEEE Transactions on Neural Networks and Learning Systems, 35(6), 1456-1473.

30. Artificial Intelligence in Linguistics

B.Maaithili M.S.(IT & M)., M.Phil(CS).,
Assistant Professor of Information Technology,
Saiva Bhanu Kshatriya College, Aruppukottai
mythilibhaskaran70714@gmail.com

Abstract

The goal of this decade is to spread our language culture globally. The evolution of language is one of the most dynamic aspects of human life that has been altered by the advancement of AI technology.

Key words:

AI, Linguistic culture, Language Evolution

Introduction

In a time when artificial intelligence (AI) and technology are changing every part of our lives, language learning is no exception. The scientific study of language, or linguistics, has a significant and varied influence on artificial intelligence, especially in the areas of natural language processing (NLP) and the creation of intelligent systems that communicate with human languages.

Linguistic artificial intelligence (AI) is a category of AI which enables computers to detect, process, and generate language spoken by humans; enabling interactions with technology appear more natural and intuitive. (trados.com,2025) AI applications performing wide variety of task like Understanding Text, Translating Text, and Generating Text. Large Language Models (LLMs), such as GPT, are powerful AI systems that have been trained on vast amounts of text. These models are critical for many linguistic AI applications because they replicate the nuances and complexities of human language.

Linguistic

Impacts on AI:

Base consideration of human languages

Linguistics provides the theoretical frameworks and principles of underpin Natural Language Processing enabling machines to process, interpret & generate human language NLP is a subset of AI that aims to make computers know human languages. It uses computational linguistics, which is the study of how language works, and various prototypes based on machine learning and deep learning. It is the field to understand the given word and find out the possible words to complete the sentence with the help of dataset. NLP aids computer in understand, interpreting and manipulating human languages.9 (geeksforgeeks.org,2025) Understanding aspects like syntax, semantics, pragmatics & morphology allows AI System to decipher the nuances of human communication. AI can also be used to test and refine linguistic theories by analyzing large amounts of language data

This Linguistic knowledge is crucial for tasks like:

- **Parsing Sentences** – Breaking down sentences to understand their grammatical structures
- **Identifying Entities** – Recognizing and classifying entities like names, places & organization with in text.
- **Extracting Meanings** – Interpreting the key concepts and ideas provided by phrases and terms.

Triggering NLP Application

Natural language processing (NLP) includes a number of intricate tasks, such as speech recognition, natural language comprehension, and natural language production. For optimal text and speech processing, this technology uses machine learning, computational linguistics, and other AI features. It involves decoding the language's syntax, semantics, tonality, and context. NLP's ultimate goal is to develop intelligent and practical language-understanding systems that reliably overcome the gap between computer comprehension and human communication. Although its full potential has not yet been realized, this technology has the capacity to totally alter human-computer interactions. Linguistic principles are integrated into the design of various NLP Applications including:

Sentiment Analysis – To figure out whether the expressive attitude of the communication is neutral, negative, or positive, the digital content must be evaluated. It is a significant use of natural language processing as well as is additionally referred to as opinion mining. When trying to comprehend the attitudes, thoughts, and emotions conveyed in a social media remark, it entails figuring out the feeling that is behind the words.

Text summarization – Another notable use of natural language processing is text summarization, which produces a quick overview of long text documents. It cleverly finds and highlights the most important ideas from the initial material and expresses them in an easy-to-understand way. This technology enables users effectively understand and translate tremendous quantities of data, which can be highly beneficial when encountering information overload.

Named Entity Recognition – A subtask of Natural Language Processing (NLP) called Named Entity Recognition (NER) is concerned with locating and categorizing "named entities" in unstructured text into pre-established groups. The input information is splitted into pre-defined categories like, People, Institution or Location. Proper nouns and other significant concepts are frequently included in these categories.

- Machine Comprehension- enabling AI systems to interpret text and present solutions based on its purpose.

Word embedded data, which represent words as numerical vectors encoding semantic interactions, contain deep roots in linguistic theory and serve as vital for modern language tools such as word2vec, BERT, and GPT.

Facilitating Language Achievement Studies

While it involves modeling and simulating the cognitive processes involved in language learning, artificial intelligence is essential. Researchers examine language acquisition at multiple stages, including, phonology, morphology, syntax, and semantics, employing computational modeling and simulation techniques. Algorithms for machine learning are used to forecast language growth paths and analyze linguistic results and mistakes, providing insight into how language is learnt by people.

Guiding Machine Translation Breakthroughs

For machine translation systems to reliably translate text and speech between languages while maintaining meaning and context, linguistic norms, structures, and semantic understanding are essential. According to Reveation Lab, generative AI's capacity to adjust to various linguistic patterns makes it essential for resolving cross-lingual issues and enhancing the accuracy and fluency of machine translation. (.reveation.io ,2025)

Expectations and Considerations

Even with the notable progress, there are still difficulties in incorporating linguistic information into AI systems. (Museonaturalistico,2025)

- **Data dependency & biases**: AI models mostly use annotated data, and inaccuracies in this data could lead to biased outcomes.
- **Ambiguity & Context**: Because human language is naturally ambiguous, it is still difficult for AI systems to comprehend context, subtleties, and idioms.
- **Language Evolution and Diversity**: Since new slang and regional variations are often appearing in languages, it is difficult for AI to keep track of race.
- **Ethical Consideration**: The ethical use of linguistic AI depends on protecting data privacy, reducing bias, and encouraging ethical AI activities.

Conclusion

A significant part of the ability of AI of language comprehension, generation, and interaction depends on linguistics. AI's continuous development, especially in fields like natural language processing, is closely tied to the knowledge and ideas gained from the Scientific Study of Languages.(talkpal.ai/, 2025) AI applications are now essential for language acquisition, cultural recognition (tourism) and the Businesses expansion right at our doorstep.

References:

1. https://www.trados.com/learning/topic/linguistic-AI/
2. https://talkpal.ai/the-futuristic-future-of-learning-tamil-language-with-ai/
3. https://www.museonaturalistico.it/index.php/journal/article/view/239/190
4. JIMMA UNIVERSITY JIMMA INSTITUTE OF TECHNOLOGY FACULTY OF ELECTRICAL...,
5. https://repository.ju.edu.et/bistream/handle/123456789/9437/MSc.Thesis%20by%20Multugeta%20Emiru.pdf?sequence=1.
6. (https://www.geeksforgeeks.org/natural-language-processing-overview/)
7. https://www.reveation.io/blog/generative-ai-in-linguistics

31. Artificial Intelligence Tools For Tamil

Dr.R. Jeevitha,
Assistant Professor, Department of Information Technology,
jeevitha@psgrkcw.ac.in

Mythili P,
23bit071@psgrkcw.ac.in

Varsha S,
PSGR Krishnammal College for women,
23bit128@psgrkcw.ac.in

Abstract

Artificial Intelligence (AI) is rapidly transforming the way languages are used in technology, and it is now being applied to support regional languages like Tamil. Tamil is one of the oldest and most widely spoken classical languages, with a rich vocabulary, complex grammar, and diverse dialects. Building AI tools for Tamil requires special techniques due to these unique features. In recent years, researchers and developers have started creating AI-powered tools such as machine translation, speech recognition, text-to-speech, optical character recognition (OCR), and natural language processing (NLP) systems specifically for Tamil. These tools help in translating content between Tamil and other languages, converting speech to text, reading digital text aloud, and understanding Tamil sentences and emotions. They are used in education, government services, healthcare, and media, helping Tamil speakers access digital content more easily.

However, there are still many challenges, such as the lack of large, high-quality Tamil datasets, variations in spoken dialects, and the need for more investment in Tamil AI research. This paper focuses on the progress made in developing AI tools for Tamil, highlights the ongoing challenges, and suggests future directions for making these tools more accurate and accessible. With the help of AI, we can promote the Tamil language in the digital world, support local communities, and ensure that technology is inclusive for all language **speakers.**

Keywords: Government, Media, Digital, Health ,NLP, Global AI, Translation, Speech Recognition.

Introduction

Tamil is an ancient language spoken by more than 80 million people around the world. It is rich in culture and literature; however, Tamil has been neglected in the field of AI and computational linguistics. As we move towards the future, it becomes crucial to incorporate regional languages into the AI landscape.

Tamil's incorporation into AI has the possibility to revolutionize the fields of education, governance, healthcare, and even entertainment. This paper explores the available AI tools for the Tamil language, their functionalities, the constraints in their development, and their impact on different domains.

Importance of AI for Regional Languages

Digital Inclusion

Languages like Tamil often lack digital resources. AI tools can enable native speakers to engage with technology in their own language, promoting digital inclusion.

Cultural Preservation

Language carries culture. AI archiving and translation tools help safeguard ancient Tamil literature and make it available to audiences worldwide.

Education and Literacy

AI tools for speech-to-text, machine translation, and chatbots can improve education delivery, (Julaiha et al., 2024) especially in rural areas where Tamil is the main language of communication.

Categories of AI Tools for Tamil

Natural Language Processing (NLP) Tools

NLP allows machines to understand and interpret human language. Some key NLP tools for Tamil include:
Tokenizers and POS Taggers: Tools that divide Tamil text into meaningful parts.
Morphological Analyzers: Analyze word roots and suffixes, which is essential for agglutinative languages like Tamil.
Named Entity Recognition (NER): Identifies names, places, and organizations in Tamil text.

Machine Translation Tools

These tools translate text between Tamil and other languages.
Google Translate (Tamil-English)
AI4Bharat's IndicTrans2: A multilingual transformer model that offers quality translation for Tamil.
– Microsoft Translator: Provides Tamil support through neural machine translation.

Speech Recognition and Text-to-Speech (TTS)

– Mozilla DeepSpeech (Tamil Corpus): Enables speech-to-text for Tamil audio.
– Festival TTS and OpenAI Whisper: For turning Tamil text into human-like voice.
– Bhashini by MeitY: Provides real-time speech translation and transcription in Tamil.

3.4 Chatbots and Virtual Assistants

Tamil chatbots serve customer support, education, and healthcare. Some startups are creating voice-based assistants in Tamil for rural users.

Key Projects and Initiatives

AI4Bharat

An open-source research project that creates cutting-edge AI models for Indian languages, including Tamil. Their IndicNLP and IndicTrans projects handle various tasks like translation and summarization.

Bhashini Platform

India's National Language Translation Mission launched Bhashini, which offers AI services for Tamil, like automatic speech recognition and machine translation.

Tamil Wikipedia Bot Projects

AI-powered bots are used to translate and develop Tamil Wikipedia pages, making knowledge more available.

Challenges in Developing AI Tools for Tamil

Limited Annotated Datasets

Most global AI models are trained on large English datasets. Tamil lacks publicly available, high-quality annotated datasets.

Complex Grammar and Syntax

Tamil's agglutinative nature and rich morphology make it challenging to build models that accurately analyze its structure.

Dialectal Variations

Tamil has several spoken dialects, complicating tasks like speech recognition and sentiment analysis.

Lack of Standardization

There is no widely accepted digital standard for Tamil text, especially regarding transliteration (Tanglish).

Applications of Tamil AI Tools

Education

Tamil NLP tools assist in digital learning platforms, automatic tutoring systems, and the translation of scientific materials.

Healthcare

Chatbots in Tamil provide patients with medical advice, especially in rural and remote regions,(Botha et al., 2023).

Governance

Several e-Governance portals now feature Tamil interfaces, and AI translators help make public documents understandable for Tamil speakers.

Media and Entertainment

AI tools increasingly support subtitling, dubbing, and content moderation in Tamil.

Future Directions

Multilingual AI models: Unified models that work across multiple languages, including Tamil, for smooth translation and understanding. (Drashti et al., n.d.) Crowdsourced Data Collection: Community-driven efforts can create more datasets for less-represented Tamil dialects.

AI-powered OCR for Tamil Manuscripts: Initiatives are in place to digitize ancient palm-leaf manuscripts using AI.

Voice Assistants in Tamil: Smart devices designed with Tamil interfaces aimed at wider adoption in Tier-2 and Tier-3 cities.(Bhange et al., 2024).

Conclusion

The creation of AI tools for Tamil goes beyond just a technical issue; it is a move toward linguistic fairness and cultural preservation. As research advances and community involvement increases, Tamil can turn into a digital-first language that not only protects its heritage but also empowers its speakers in an AI-driven future. Cooperation among academic institutions, governments, and private tech companies is vital for speeding up innovation in this area. With ongoing effort,(Erafy, 2023).AI tools can help close the digital gap and elevate Tamil in the technological landscape.

References:

1. .Education and Language Development: Supporting Tamil-Speaking Children with Autism,
2. .AI Applications in Governance-Detection and Prediction,
3. .Content Creation: Visual Media Production,(Rouxel, 2020);Sentiment Analysis
4. Enhancing Patient Care: enhancing overall healthcare quality (Botha et al., 2023); ("An Analysis of The Use of Artificial Int...",
5. 5.Key AI Tools for Voice Recognition: AI Desktop Voice Assistants,(Bhange et al., 2024).,Smart AI Devices,
6. 6.Impact on Human-Computer Interaction: Security and Privacy Concerns,(Drashti et al., n.d.), Enhanced Accessibility
7. .Impact on Human-Computer Interaction:Decision-Making Support,

32. Empowering Tamil through AI Powered Translation Tools

Dr.V.Deepa
Department of Information Technology
PSGR Krishnammal College for Women
deepa@psgrkcw.ac.in

S.Amritha Varshini
23bit008@psgrkcw.ac.in

T.E.Anushree
23bit006@psgrkcw.ac.in
Department of Information Technology
PSGR Krishnammal College for Women

Abstract

Being able to speak and understand different languages in this globalized world is pivotal during communication. One of the oldest and richest languages in terms of literature is Tamil.It is essential to ensure that translations are both accurate and respectful, as this presents a technical and cultural challenge. This study examines a selected set of modern translation tools that attempt to assist the understanding of Tamil by translating from other languages. It analyzes how these systems go beyond grammar and vocabulary to include consideration of tone, idioms, and regional differences. This research explores AI multimedia tools designed to aid the expression of Tamil in the form of texts, speeches, audio, and videos. These systems strive to provide contextually appropriate outputs, using technologies such as neural machine translation, transformer-based models, and large language models. The report compares a wide range of tools, starting from global markets and Indian regional platforms to Tamil-specific AI tools, demonstrating the advantages and disadvantages of each tool. The objective of this research is to assess the effectiveness of the existing AI technologies for translating Tamil with the aim of enabling seamless integration across all digital platforms. Addressing this challenge would help bridge the language divide while also fostering multicultural diversity.

Keywords

Tamil translation, Neural machine translation, Transformer-based models, Phonetic preservation, Domain-specific training, AI-driven inclusivity, Digital platform integration, Language accessibility

Introduction

Tamil is among the oldest languages still in use today, with a legacy that spans centuries of literature, philosophy, and cultural depth. In a world increasingly shaped by digital communication, ensuring that Tamil is accurately and meaningfully represented online is both a challenge and a necessity. Simple translation isn't enough-what's needed are tools that grasp the language's subtlety and spirit.Artificial Intelligence is playing a key role in this effort. With the rise of platforms like Google Translate, Microsoft Bing, and region-specific solutions such as Bhashini, Anuvadini, and IndicTrans2, AI is helping Tamil reach wider audiences without losing its essence. These tools are not just translating-they're enabling Tamil to thrive in formats ranging from written text to spoken word and video. This study looks at how these technologies are shaping the future of Tamil communication, and how they contribute to preserving its cultural significance in a multilingual digital world.

Methodology

The chosen tools were put to the test for their Tamil translation capability with real-world dataset, consisting of literature extracts, news reports, colloquial conversations, and scholarly text. Both English-to-Tamil and Tamil-to-English were tested.

- Accuracy of Translation – How proficiently the AI maintains meaning and fluency.
- Contextual Awareness – Capacity to maintain idioms, tone, and domain-specific context.
- Sensitivity to Tamil Grammar – Maintenance of correct verb conjugations, suffixes, and compound structures.
- Multimodal Support – Whether or not tools support voice, video, or just text.
- Ease of Use – Availability for common users, instructors, and programmers.

Tool-by-Tool analysis

.IndicTrans2 :

A powerful open-source model for Tamil translation, delivering fluent and grammatically correct results; well-suited for academic and educational applications. The First translation model to support all the 22 scheduled Indian languages, trained on the BPCC dataset supporting 462 translation directions[1]

Bhashini :

Government-supported platform offering high-quality translations in text, speech, and some video formats, preserving regional nuances; accessible to both developers and everyday users. It preserves cultural idioms and regional tone effectively, making it suitable for domain-specific content such as governance, healthcare, and education. Bhashini is one of the few platforms offering inclusive multimodal capabilities.

Anuvadini :

Focused on academic and official content, this tool ensures accurate Tamil translations with strong grammar adherence. The Ministry of Education and AICTE have launched Anuvadini, a voice and document AI translation tool. The app's document translation tool allow to translate a file with 20 page, we can the select the Destination Language in which they wish to translate the document. This is created with a large learning model like ChatGPT, with text, videos and photos.[2]

Sider AI :

A browser extension providing basic Tamil translation and content enhancement; best for simple, casual use but limited for complex or cultural texts. amil, and grammatical accuracy may vary. Its primary mode is text, with some voice input support in integrations.

Devnagiri Translator :

Excels in translating Indian scripts and official documents into Tamil, maintaining grammar accuracy; scalable for bulk translation needs in organizations. The platform respects Tamil's grammar conventions, handling suffixes and verb conjugations with reasonable precision[9]. While currently focused on text, the system is scalable for document image processing via OCR.

Hugging Face AI :

Hosts various Tamil translation models offering accurate, formal translations; primarily text-based and designed for tech-savvy users and developers. It supports text-based processing but allows integration with speech and video pipelines through APIs.

Quillbot :

Quillbot is primarily a paraphrasing tool, but it supports translation and rewriting in Tamil through its multilingual engine. Its functionality is limited to text, with no audio or video support. Quillbot is primarily a paraphrasing tool, but it supports translation and rewriting in Tamil through its multilingual engine. Its functionality is limited to text, with no audio or video support.[3]

Microsoft Bing Translator :

A cloud-powered tool that covers Tamil translations across apps and APIs; it delivers coherent and decent-quality translations with basic multimodal support like voice and camera. Tamil grammar handling is acceptable. The user interface is streamlined for quick and general usage.

Google Translate :

A widely used translation service that performs well on straightforward Tamil sentences and supports voice, camera input, and real-time conversations, though it may slip on idioms and poetic texts. Google Translate was first developed by Google in 2006. Its modern version has a comparatively large number of source and target languages. There is a 5000-character limit.[3]

10. HIX.AI :

HIX.AI is an AI writing platform that includes translation capabilities along with content creation.. It handles formal text fairly well but lacks depth in idiomatic or conversational Tamil. The tool is text-only, simple, and suitable for marketers and content creators needing quick Tamil drafts.

11. Vidby :

A comprehensive video platform for Tamil dubbing and subtitling, maintaining good fluency and grammar in both voice and text. It supports automatic syncing and is aimed at creators reaching Tamil-speaking audiences across the education and entertainment sectors. It is best suited for users creating cross-lingual video content who want to reach Tamil-speaking audiences.

12. Tactiq :

Tactiq AI provides live transcription and translation features that include support for Tamil, making it an effective solution for multilingual engagement in online meetings[8]. Compatible with platforms such as Zoom, Google Meet, and Microsoft Teams, it automatically transcribes Tamil speech and translates it into more than 35 languages.

. Wordly :

Wordly provides live translation and transcription services for conferences, webinars, and business meetings, supporting Tamil among its 30+ languages. It also Offers live transcription and translation in Tamil for webinars and conferences. It excels in formal speech, preserving meaning and grammatical accuracy, and supports multimodal inputs like audio and text for enterprise-level events.

Interprefy :

Combines AI and human interpreters for live Tamil interpretation with various degrees of translation quality. It supports audio and video modes, catering mainly to government and corporate sectors for inclusive multilingual communication.

Maestra AI :

Maestra AI offers voice dubbing, subtitling, and transcription for multilingual content, including Tamil. Its translation accuracy for Tamil subtitles is solid, particularly in scripted or prepared content.Its multimodal capabilities include audio dubbing and video subtitle synchronization.

Notta AI :

A real-time Tamil transcription tool that captures clear speech accurately. It captures spoken Tamil with high fidelity and provides accurate transcriptions for lectures, calls, and meetings. It connects with translation services to convert Tamil speech into other languages, serving students and professionals in multilingual contexts through voice and text integration[10].

Dubverse.ai :

It is a multilingual AI video dubbing platform that supports Tamil audio output. It allows users to upload video content and receive AI-dubbed Tamil versions with a realistic voice. An AI video dubbing platform that produces realistic Tamil voiceovers, effectively preserving tone and message. It handles multimodal content and fits well for media creators needing efficient Tamil dubbing solutions.

ChatGPT :

ChatGPT offers high-quality translation for many languages, including Tamil, by leveraging deep contextual understanding and natural language generation. ChatGPT is a single model handling various NLP tasks and covering different languages, which can be considered a unified multilingual machine translation model. ChatGPT is developed upon GPT3, which was trained on large-scale datasets that cover various domains[4]

Translation tools		
Tool Name	Tamil translation accuracy	Format supported
Google translator	Good for basic use	Text, Speech
MicrosoftBing translator	Strong in technical	Text, Speech
Hugging face AI	Excellent for structured content	Text
Quillbot	Hight quality content translation	Text
HIX.AI	Fluent and customizable output	Text
Sider AI	Accurate via multiple models	Text
IndicTrans2	Strong for Indian languages	Text
Bhashini	Reliable for government and public data	Text, Speech
Anuvadini	Effective for document-level translation	Text
Devaginiri translator	Solid for Indian language pairs	Text
Dubverse.ai	Accurate Tamil translation for dubbing	Text, video
Vidby	High-quality Tamil translation	Text, video
Maestra AI	Reliable Tamil translation for media	Text, video
Notta AI	Accurate Tamil translation from speech	Speech, Text
Tactiq	Real-time Tamil translation in meetings	Speech, Text
Wordly	Up to 98% Tamil translation accuracy	Speech, Text
Chatgpt	Contextually accurate Tamil translations	Text
Interprefy	90-98% Tamil translation accuracy	Speech, Text

Table.I A table specifying the accuracy and support of AI-powered translation tools for Tamil translation

Result and Discussion

The analysis showed that IndicTrans2 and Google Translate delivered the most consistent and high-quality Tamil translations. IndicTrans2, built with a focus on Indian languages, excelled in handling complex grammar and domain-specific content, particularly in academic and literary contexts. Google Translate offered broad language coverage and ease of use, performing reliably for general and conversational text, though it occasionally missed contextual and cultural subtleties. Tools like Anuvadini and Bhashini also demonstrated solid grammatical accuracy and contextual relevance, despite offering limited support for multimedia formats. Microsoft Bing Translator showed decent performance overall but lacked deeper contextual adaptation in nuanced texts.

In contrast, tools such as Quillbot, Devnagiri Translator, and HIX.AI were less effective, often producing awkward or overly literal translations. On the other hand, multimedia platforms like Dubverse AI, Vidby, and Maestra AI showed strength in supporting Tamil through dubbing and subtitles, though their core translation engines require refinement. Overall, translation systems developed with regional language priorities—particularly IndicTrans2 and Anuvadini—proved more capable of preserving Tamil's linguistic richness. The study highlights the growing need for culturally sensitive and linguistically informed AI tools to ensure inclusive digital communication.

Conclusion

To summarize, this study underlines the significance of AI-powered translation tools in promoting accurate and inclusive representation of Tamil in digital platforms. IndicTrans2 and Google Translate emerged as the most capable solutions—IndicTrans2 offering superior linguistic precision and cultural relevance, while Google excelled in user accessibility and general translation tasks. Tools like Anuvadini and Bhashini also showed commendable results, particularly in preserving Tamil grammar and context-specific meaning. Although multimedia platforms such as Dubverse AI and Maestra AI effectively support Tamil through video and audio integration, their textual translation capabilities remain limited. In contrast, general-purpose systems like Quillbot and Devnagiri Translator struggled with Tamil's syntactic and idiomatic nuances. Overall, the research highlights the ongoing need to develop AI systems that are not only technically accurate but also culturally and linguistically sensitive, ensuring Tamil's seamless integration in multilingual and multimodal digital environments.

Future Innovations

Future work we focus on developing Tamil-specific translation systems using domain-adapted transformer models fine-tuned on diverse datasets spanning fields like healthcare, education, and administration. Leveraging advanced techniques such as instruction-tuned LLMs and self-supervised speech models (e.g., wav2vec 2.0) can enhance real-time speech-to-speech translation with greater phonetic and contextual accuracy. To reflect real-world usage, code-mixed Tamil-English models trained on informal and social media content are essential. On-device translation models optimized for low-resource environments can make AI tools more accessible, especially in rural areas. Future systems should also support user-personalized outputs based on dialect, profession, or usage history through context-aware memory integration. Building open Tamil datasets through collaborative efforts will accelerate progress, while ensuring cultural and ethical considerations are embedded into future AI frameworks to maintain the authenticity and integrity of the language in digital spaces

References

1. Ramesh, G., Gupta, M., Joshi, P., Chaudhary, A., Jha, G. N., Kunchukuttan, A., & Khapra, M. M. (2023). IndicTrans2: Towards high-quality and accessible machine translation models for all 22 scheduled Indian languages. arXiv.
2. https://www.educationtimes.com/article/campus-beat-college-life/99734909/ai-based-translation-tool-anuvadini-by-aicte-will-facilitate-learning-and-skill-building
3. Gadd, A., 2024, December. The Task of the Translator at the Time of Artificial Intelligence. In Proceedings of International Seminar of Bispro (Vol. 2, pp. 1-6).
4. https://www.aibase.com/news/16471?utm_source=chatgpt.
5. Lewis, M., Liu, Y., Goyal, N., Ghazvininejad, M., Mohamed, A., Levy, O., Stoyanov, V., & Zettlemoyer, L. (2020). BART: Denoising sequence-to-sequence pre-training for natural language generation, translation, and comprehension. In Proceedings of the 58th Annual Meeting of the Association for Computational Linguistics (pp. 7871-7880)
6. Kumar, A., & Singh, R. (2013). Machine translation system in Indian languages. In Proceedings of 2013 International Conference on Communication Systems and Network Technologies (pp. 493-497).
7. Ramanathan, V. (2023). AI for the Preservation and Promotion of the Tamil Language. In Proceedings of the International Conference on Tamil Computing (pp. 56-68). Madurai, India.
8. Tactiq. (2025). Translate Tamil Meetings Instantly with Tactiq AI. https://tactiq.io/translate/tamil-translate
9. Sankaran, N., Neelappa, A., & Jawahar, C. V. (2013). Devanagari text recognition: A transcription based formulation. 2013 12th International Conference on Document Analysis and Recognition (ICDAR), 678-682.
10. Notta AI. (n.d.). AI transcription & translation for meetings, lectures, and interviews. Notta AI. https://www.notta.ai

33. Empowering Tamil Language, Culture, and Classical Texts with AI Tools

Dr T.Sangeeta
Assistant professor of Information technology
R.Iswarya lakshmi
I year Bsc IT-A
PSGR Krishnammal College For Women

Abstract

In an era dominated by artificial intelligence, cultural heritage faces both a challenge and an opportunity. Literature, Philosophy and Tamil தமிழ், one of the oldest living classical languages has a long history that spans over 2000 years with rich body of literature and philosophy. One of the reasons these classical treasures have become so alien is because of generational gaps, complexity arising out of linguistic issues and less (or no) digital access. For realizing its cultural and literary purposes, this paper investigates the actual role of AI as a technology tool in preservation/revival/promotion of Tamil language/literature.

It therefore examines all kind of AI applications from OCR and translation models to conversational AI and generative art for their potential of transformation. The article also examines the ethical considerations of this digital revival and where youth can fit into in terms of maintaining it.

Introduction: Culture Meets Code

As we enter the age of artificial intelligence, the fashion tradition is reverberating louder than ever – not in a preservationist context but as an avenue for intentional evolution. Among the many languages and cultures of the world, Tamil, one of the oldest living classical languages, stands poised at a powerful intersection where ancient wisdom meets modern intelligence (Alkahtani, 2024; Eziamaka et al., 2024; Menon & Subramanian, 2023).

Tamil: A Living Civilizational Treasure

Tamil is not just a language; it is a civilizational repository. From the rhythmic flow of *Thirukkural* to the philosophical depth of *Sangam* literature, these classical texts have functioned as moral compasses, poetic gems, and socio-political documents (Ravi, 2022). Yet today, younger generations struggle to access them due to linguistic complexity, outdated publishing formats, and limited digital availability (Kumar & Devi, 2023).

Artificial Intelligence as a Cultural Catalyst

AI is now stepping into cultural spaces, not just tech domains. Its application in Tamil heritage shows how modern tools can support indigenous wisdom (Alkahtani, 2024). Rather than replacing tradition, AI acts as a bridge between classical roots and contemporary relevance.

Text Digitization and Restoration

AI-powered Optical Character Recognition (OCR) systems like Tesseract and Google's Project Navlekha are digitizing ancient Tamil manuscripts, inscriptions, and palm-leaf records (Sundararajan & Valli, 2023). In addition, machine learning algorithms can restore faded scripts and enhance legibility (Ramesh & Kumar, 2022), enabling long-lost literature to re-enter public discourse.

AI Translation and Accessibility

Tools like IndicTrans by AI4Bharat and Google Translate now offer Tamil-to-English translations with neural machine learning capabilities. These allow non-Tamil readers to access ancient Tamil philosophy while also enabling Tamil speakers to connect with global knowledge systems (Mishra et al., 2022).

Voice and Speech Technologies

Voice AI tools such as Bhashini and OpenAI Whisper support Tamil language for speech-to-text and text-to-speech features. These are empowering visually impaired users, narrating folklore, and preserving oral traditions (Eziamaka et al., 2024; Narayanan & Rajkumar, 2023).

Chatbots and Educational AI

Tamil-integrated AI chatbots-like those being developed by Chitti.ai-can answer questions on grammar, history, and literature in an interactive manner. These are especially valuable for rural and under-resourced educational settings (Iyer & Balasubramaniam, 2024).

Creative AI for Cultural Expression

Generative AI models are now being used to compose poetry in Tamil meters, generate artwork based on mythology, and create music rooted in classical literary rhythms. Apps can suggest Thirukkural verses or folk tales based on user intent-blending personalization with cultural depth (Srinivasan, 2023).

Ethical Considerations in Cultural AI

Despite its promise, AI must be approached cautiously in heritage work. Tamil is not just data-it is emotion and identity. Responsible development must include:
- No distortion of classical meanings
- Attribution to original authors and sources
- Inclusion of native linguists and scholars in model training (Menon & Subramanian, 2023)

Youth as Custodians of the Digital Renaissance

The onus of integrating AI with Tamil culture lies largely on today's students, researchers, and developers. From creating apps that teach grammar to building AI that can recite *Purananuru*, youth must lead the charge in combining innovation with identity (Alkahtani, 2024; Iyer & Balasubramaniam, 2024).

Conclusion: A Future Rooted in the Past

Empowering Tamil with AI is not about replacing tradition with technology-but enhancing its reach. It's about making the timeless timely and keeping culture alive in a digital form. In this synergy of silicon and script, we not only preserve Tamil heritage but elevate it for global engagement and future generations (Kumar & Devi, 2023).

References

1. Alkahtani, A. (2024). *AI and cultural revitalization in heritage communities*. Journal of Artificial Intelligence and Society, 12(3), 155–170.
2. Eziamaka, M., Ramanathan, V., & Sundaram, A. (2024). *Integrating indigenous languages with artificial intelligence*. International Journal of Language Technology, 9(2), 112–129.
3. Iyer, S., & Balasubramaniam, R. (2024). *Conversational AI in Indian Languages: A Tamil Perspective*. Journal of Regional Language Tech, 7(1), 45–59.
4. Kumar, R., & Devi, M. (2023). *Reviving Classical Literature Through AI Technologies*. Asian Journal of Linguistics and Digital Humanities, 11(2), 200–215.
5. Menon, A., & Subramanian, P. (2023). *Ethical Frameworks for AI in South Asian Cultures*. Ethics in Emerging Tech Journal, 5(4), 88–103.
6. Mishra, A., Singh, V., & Bhatt, R. (2022). *Neural Translation Models for Low-Resource Indian Languages*. Proceedings of ACL India, 1(1), 77–86.
7. Narayanan, K., & Rajkumar, A. (2023). *Voice Technologies and Tamil Digital Narratives*. South Asian Tech Review, 8(3), 122–137.
8. Ramesh, P., & Kumar, S. (2022). *Preserving Heritage Scripts through OCR and AI*. Journal of Digital Archives and Humanities, 3(2), 95–108.
9. Ravi, L. (2022). *Sangam Literature: Interpretation and Modern Applications*. Classical Studies Review, 10(1), 33–49.
10. Srinivasan, V. (2023). *Creative AI and Cultural Storytelling in Tamil Nadu*. Cultural Informatics Journal, 6(2), 142–158.
11. Sundararajan, M., & Valli, G. (2023). *AI-powered Manuscript Restoration in Dravidian Languages*. Journal of Heritage Technology, 4(3), 60–74.

34. AI's Contribution To Tamil Culture Preservation

Dr. R. Sivaranjani
Assistant Professor
Department of Information Technology,
sivaranjanir@psgrkcw.ac.in

Rajalakshmi
24sbit073@psgrkcw.ac.in

Priyadharshini.K
PSGR Krishnammal College For Women

Abstract

Artificial Intelligence (AI)has been found everywhere and in everything. The advancement of AI is mind blowing and many countries have been emerged as a new founder of various AI applications. This paper deals with the brief introduction about AI and its evolution in the past decades. AI is emerging as a potent instrument for the preservation of Tamil culture and language. This study examines how artificial intelligence (AI) tools like machine learning, optical character recognition (OCR), and natural language processing (NLP) are being applied to improve Tamil speech recognition, digitize old Tamil texts, and promote Tamil literature through clever applications. The creation of Tamil content by ChatGPT, AI-powered translation tools, and Tamil learning platforms are the main topics of our investigation. The results indicate that by making Tamil cultural heritage accessible to younger generations and audiences around the world, AI not only conserves but also revitalizes it.

Keywords

Language Preservation and Translation, Ancient Text Analysis and Digitization, Cultural Representation and Analysis, Digital Heritage and Preservation, Education and Accessibility, Tamil AI, Tamil Nadu Digital Library, ArtQ, Tamil Language Computing, Natural Language Processing, Neural Machine Translation, Cultural Representation, Digital Heritage, Language Preservation, Ancient Text Analysis ,AI-Generated Imagery.

Introduction:

Artificial Intelligence (AI) is changing how we preserve and promote cultural heritage. In Tamil culture, AI technologies are used to protect the rich language, literature, and arts of the Tamil people. From preserving languages and analyzing ancient texts to managing digital heritage and cultural representation, AI is crucial for keeping Tamil cultural assets accessible and safe for the long term. This article looks at the different ways AI helps preserve Tamil culture, showcasing projects, initiatives, and applications that are making a real difference in this area. The rapid growth of Artificial Intelligence (AI) has changed many aspects of modern life. Its effects are seen in various areas, including culture and heritage preservation. Tamil culture, known for its rich language and literary traditions, is no exception. AI is increasingly used as a powerful tool for preserving and promoting Tamil cultural assets. This paper looks at how AI helps preserve Tamil culture and language, focusing on innovative uses of machine learning, optical character recognition (OCR), natural language processing (NLP), and AI-based.

Literature Review:

1. Applications and State-of-the-Art of AI's contribution to Tamil culture preservation Kannan, R. (2017). Tamil: A Living Language.

This book outlines the depth, history, and classical significance of the Tamil language and provides context for understanding the importance of preserving Tamil culture.

2. Annamalai, E. (2010). Language as Power: Exploring the Role of Tamil in Identity Formation.

Discusses how Tamil plays a central role in cultural identity and the impact of modernization on language preservation.

3. Ramamoorthy, L. (2019). Natural Language Processing for Indian Languages: Tamil Perspectives.

A technical book explaining the challenges and advancements in applying NLP techniques to Tamil, including speech recognition and machine translation.

4. Vasudevan, B. et al. (2020). "Digitization of Palm Leaf Manuscripts Using OCR Technology" in *Journal of South Asian Digital Humanities*.

A scholarly article that discusses how AI-based OCR is being applied to Tamil manuscripts and ancient texts for long-term preservation.

5. Srinivasan, R. (2021). "Artificial Intelligence and Indian Language Learning" in *AI & Education Journal*.

Explores how AI platforms are being adapted for vernacular language learning, with case studies on Tamil language apps.

Digitization and Optical Character Recognition (OCR):

In the areas of digitization and optical character recognition (OCR), artificial intelligence has made one of the biggest contributions to the preservation of Tamil culture. Tamil literature and knowledge have been preserved for centuries in the form of rare printed books, handwritten texts, and palm leaf manuscripts (olai chuvadi), all of which are delicate and prone to deterioration over time. In order to ensure the long-term preservation of these physical documents, AI-powered OCR technology is essential in transforming them into digital formats that can be edited and searched. These instruments have been specially trained to identify the distinctive features of Tamil script, such as its variety of fonts, antiquated calligraphy styles, and regional variances. Several significant literary works, including Thirukkural commentaries, Sangam poetry, and classical Tamil grammar texts, are being methodically digitized through the use of AI.

Natural Language Processing (NLP):

A subfield of artificial intelligence called natural language processing (NLP) gives computers the ability to comprehend, interpret, and produce human language. When used with Tamil, natural language processing (NLP) significantly contributes to the language's promotion and preservation in the contemporary digital environment. Machine translation, sentiment analysis, automatic summarization, text classification, and speech recognition are just a few of the tasks that AI-powered natural language processing (NLP) tools can now

now more easily translate Tamil content into other languages and vice versa, allowing audiences around the world to interact with Tamil literature and knowledge. By making information available in Tamil, programs like Google Translate, Microsoft Translator, and AI models specifically designed for Tamil are assisting in closing the language barrier. Furthermore, NLP is being utilized to create a subfield of artificial intelligence called natural language processing (NLP) gives computers the ability to comprehend, interpret, and produce human language. When used with Tamil, natural language processing (NLP) significantly contributes to the language's promotion and preservation in the contemporary digital environment. Machine translation, sentiment analysis, automatic summarization, text classification, and speech recognition are just a few of the tasks.

AI In Tamil Voice Preservation:

The field of artificial intelligence (AI) in Tamil voice preservation is a new and significant field that aims to record and preserve the expression, tone, and sound of spoken Tamil, including its numerous regional accents and dialects. Tamil has a wide range of pronunciations, vocabulary, and intonations because it is spoken in many different places, including Tamil Nadu, Sri Lanka, Malaysia, and the international diaspora. To preserve these distinctive linguistic traits, researchers and developers are now building voice banks-vast databases of recorded Tamil speech-with the aid of artificial intelligence. Text-to-speech (TTS) and speech-to-text (STT) systems in Tamil can now be developed thanks to AI tools that use machine learning to analyze these recordings and recreate realistic, natural-sounding voices. These technologies are particularly useful for accessibility tools for the visually impaired, language apps, audiobooks, and education. Additionally,he field of artificial intelligence (AI) in Tamil voice preservation is a new and significant field that aims to record and preserve the expression, tone, and sound of spoken Tamil, including its numerous regional accents and dialects. Tamil has a wide range of pronunciations, vocabulary, and intonations because it is spoken in many different places, including Tamil Nadu, Sri Lanka, Malaysia, and the international diaspora. To preserve these distinctive linguistic traits, researchers and developers are now building voice banks-vast databases of recorded Tamil speech-with the aid of artificial intelligence. Text-to-speech (TTS) and speech-to-text (STT) systems in Tamil can now be developed thanks to AI tools that use machine learning to analyze these recordings and recreate realistic, natural-sounding voices. These technologies are particularly useful for accessibility tools for the visually impaired, language apps, audios, and education.

AI-powered cultural repositories:

Because AI-powered cultural repositories methodically curate, arrange, and archive enormous collections of traditional knowledge and art forms, they are significantly contributing to the preservation and promotion of Tamil heritage. Artificial intelligence can recognize, categorize, and digitally store cultural elements like Tamil folk songs, ancient temple architecture, inscriptions, rituals, and classical dance forms like Bharatanatyam-especially those that use Tamil lyrics and themes-by utilizing machine learning, image recognition, and data analytics. Researchers, artists, and the general public can more easily access and interact with these treasures thanks to the interactive and searchable digital libraries that these AI systems help create. TAMIROM, an AI-driven archival project that maps and preserves Tamil historical and cultural heritage through image and text recognition technologies, is one noteworthy example.

(NLP) tools can now accomplish in Tamil. As a result, users can now more easily translate Tamil content into other languages and vice versa, allowing audiences around the world to interact with Tamil literature and knowledge. By making information available in Tamil, programs like Google Translate, Microsoft Translator, and AI models specifically designed for Tamil are assisting in closing the language barrier.

Education and Language Learning:

AI is transforming language learning and education in Tamil by making it more individualized, interactive, and accessible. Learners of all ages can now interact with Tamil in an organized yet entertaining way thanks to the growth of AI-powered learning platforms like Duolingo, Google Read Along, and other regional apps. To help users get better at reading, writing, speaking, and listening in Tamil, these tools make use of speech recognition, adaptive learning algorithms, and real-time feedback systems. Since second- and third-generation students frequently do not have access to traditional Tamil education, this is especially beneficial for the global Tamil diaspora. Language acquisition is more efficient when students receive individualized instruction from AI tutors according to their proficiency level and pace. Additionally, gamification, voice recognition, storytelling, and pronunciation correction can all be incorporated into AI-driven educational content.

AI in Tamil arts and cinema:

Particularly in the areas of cultural content preservation, restoration, and creative enhancement, artificial intelligence is significantly advancing Tamil arts and cinema. AI algorithms help clean grainy images, eliminate noise from audio tracks, improve video quality, and even colorize black-and-white classics, giving these timeless masterpieces a new lease on life. This is one of the main applications of AI in the restoration of old Tamil films. In addition to preserving cinematic history, this also makes it more enticing and approachable for contemporary viewers. In order to create visual storytelling experiences that appeal to today's digital generation, artificial intelligence (AI) is being used in the art field to recreate and animate characters and scenes from Tamil epics like Silappatikaram, Manimekalai, and Kamba Ramayanam. . This allows a whole new audience to connect with the cultural depth of Tamil literature in a **digitally native** format. Moreover, AI-generated content is being used in experimental cinema and short films that blend tradition with technology, offering **new artistic expressions** while staying rooted in Tamil cultural narratives. As AI continues to evolve, it holds immense potential to not only protect Tamil cinematic and artistic heritage but also **reimagine and amplify it** for the digital age.

Conclusion:

In conclusion, artificial intelligence is a potent instrument to revitalize, conserve, and promote Tamil culture in creative ways rather than to supplant or eclipse it. AI is providing innovative answers to persistent problems in cultural preservation, ranging from digitizing old manuscripts and aiding in Tamil language processing to maintaining oral traditions, improving education, and reviving the arts and film. However, how responsibly and sensitively AI is applied will determine how well these efforts work. To guarantee that AI not only preserves the richness and authenticity of Tamil culture, but also contributes to its meaningful evolution in the digital era, academics, technologists, and cultural guardians must collaborate. Maintaining the essence of our identity our language, stories, values, and artistic expressions is just as crucial as embracing technological advancement. Let's use artificial intelligence (AI) to preserve Tamil culture and make it available, vibrant, and relevant for future generations.

References:

1. Kannan, R. (2017). Tamil: A Living Language.
2. Annamalai, E. (2010). Language as Power: Exploring the Role of Tamil in Identity Formation.
3. Ramamoorthy, L. (2019). Natural Language Processing for Indian Languages: Tamil Perspectives.
4. Vasudevan, B. et al. (2020). "Digitization of Palm Leaf Manuscripts Using OCR Technology" in Journal of South Asian Digital Humanities.
5. "Ethics of Artificial Intelligence in Cultural Preservation" in Indian Journal of Digital Ethics.

35. The Role of ChatGPT in Tamil Literature Research

M.UVARANI M.E.,
Assistant professor of Information Technology
sathyavigneshmecse2015@gmail.com
9965772949

UMA MCA.,M.Phil.,
Assistant professor of Computer Application,
Saiva Bhanu Kshatriya College,Aruppukottai.
umajancymca77@gmail.com
9944963936

"ChatGPT is one of those rare moments in technology where you see a glimmer of how everything is going to be different going forward."
−Aaron Levie [1]

Abstract

This research explores the transformative role of ChatGPT, a cutting-edge artificial intelligence language model developed by OpenAI, in the domain of Tamil literary studies. With its ability to comprehend and generate text in multiple languages, including Tamil, ChatGPT proves to be a versatile tool for learners, educators, and researchers alike. It enhances literary engagement by offering translation services, summarization of complex texts, critical literary analysis, and even the generation of original content in Tamil. This paper investigates how ChatGPT can facilitate deeper exploration of Tamil literature, evaluate its educational and scholarly benefits, and envision its future role in promoting linguistic and cultural preservation in the digital age.

Introduction

Tamil literature, renowned for its antiquity and richness, encompasses a wide timeline-from the ancient Sangam period to contemporary literary forms. It represents not only artistic expression but also a historical record of Tamil culture, thought, and values. Navigating this vast literary corpus demands substantial linguistic proficiency, cultural knowledge, and scholarly effort.

Recent advancements in artificial intelligence, particularly in natural language processing (NLP), have introduced innovative tools that can support and redefine traditional literary research. Among these is ChatGPT, a highly capable AI model known for generating human-like responses and understanding complex linguistic patterns. Its ability to operate in Tamil opens up new opportunities for making classical and modern literary works more approachable and interactive.

This paper focuses on how ChatGPT can be applied in the field of Tamil literature. It investigates the model's functions such as interpretation of classical texts, literary translation, content summarization, and creative writing. Furthermore, it highlights how ChatGPT contributes to broader academic goals, including digital preservation, educational enhancement, and global accessibility of Tamil literary heritage.

Key Features of ChatGPT in Tamil Literature Research

Multilingual Capability

ChatGPT supports multilingual processing, enabling it to understand and generate Tamil text. This makes it highly valuable for both native Tamil speakers and international users who are studying Tamil literature.[3]

Summarization of Texts

The AI efficiently condenses lengthy and complex Tamil texts, including classical poetry and modern novels, into concise summaries while preserving essential themes and literary nuances.

Literary Analysis Support

ChatGPT aids in analyzing literary works by identifying themes, symbols, metaphors, and character development, offering both introductory insights and advanced critical interpretations.

Translation Between Languages

It facilitates seamless translation between Tamil and English, bridging linguistic gaps and extending the reach of Tamil literature to non-Tamil-speaking audiences.

Creative Content Generation

The model can produce original poems, short stories, and dialogues in Tamil, mimicking various literary styles and historical periods—an asset for writers, educators, and students.

Round-the-Clock Accessibility

As a digital tool, ChatGPT is available at all times, allowing uninterrupted assistance and learning support regardless of time zones or geographical location.

Literary Reference and Information Access

ChatGPT can quickly retrieve information about Tamil authors, literary movements, and notable works, streamlining the process of background research.

Advantages of Using ChatGPT in Tamil Literature Research

Enhanced Comprehension

It simplifies the study of complex Tamil literary works by explaining vocabulary, grammatical structure, and cultural references—making classics like the *Thirukkural* or *Silappatikaram* more accessible.[2]

Time Efficiency

By instantly summarizing texts and providing quick interpretations, ChatGPT reduces the time spent on manual reading and analysis, allowing users to concentrate on critical thinking and writing.

Error Minimization

It offers grammatically accurate outputs and identifies errors in user-generated content, improving the overall quality of writing and interpretation.

Comprehensive Literary Coverage

ChatGPT covers a wide spectrum of Tamil literature, from ancient to contemporary, thereby serving as a comprehensive research tool for various literary timelines and genres.

Encouragement of Active Learning

Through interactive dialogue, learners can ask questions, seek explanations, and explore multiple interpretations—fostering critical engagement and intellectual curiosity.

Benefits of ChatGPT for Tamil Literature Studies

Academic Research Aid

It functions as a virtual research assistant by helping scholars with summarization, theme identification, paper structuring, and citation suggestions—enhancing academic productivity.

Teaching Resource

Educators can leverage ChatGPT to design lesson plans, develop assessments, and simplify literary topics—especially beneficial in under-resourced educational settings.

Support for Language Preservation

By digitizing and promoting Tamil content, ChatGPT plays a role in preserving one of the oldest living languages, making it relevant for future generations in a modern context.

Increased Global Engagement

Its translation and explanation capabilities open Tamil literature to a global academic audience, encouraging intercultural exchange and collaborative research.

Future Scope of ChatGPT in Tamil Literary Studies

5.1 Enhanced Training on Classical Texts

Future versions of ChatGPT could be specifically trained using extensive datasets from ancient Tamil literature like Sangam poetry and epics such as *Manimekalai*, leading to deeper cultural and linguistic understanding.[2][3]

5.2 Educational Technology Integration

The AI model could be embedded into e-learning platforms and Tamil language apps, offering personalized lessons, instant feedback, and interactive learning modules.

5.3 Tamil Voice AI

Advancements in speech recognition might allow ChatGPT to understand and respond to spoken Tamil, which would benefit visually impaired users or those more comfortable with oral communication.

5.4 Dialect and Folklore Inclusion

Training the model on regional dialects and folk literature from Tamil Nadu and Sri Lanka could help document and preserve diverse oral traditions and storytelling methods.

5.5 Collaboration with Digital Archives

Partnering with digital libraries and Tamil literary collections could enable ChatGPT to search, summarize, and annotate large text corpora—enhancing access and research.[3]

5.6 AI-Human Co-Authorship

Writers and poets could collaborate with ChatGPT to co-create literary works in Tamil, blending classical forms with contemporary creativity and encouraging literary innovation.[3]

5.7 Academic Publishing Assistance

ChatGPT could eventually assist in the peer review and editing processes for Tamil literary journals, streamlining academic publishing and ensuring quality standards.[3]

Conclusion

The integration of ChatGPT into the field of Tamil literary research marks a significant advancement in how traditional texts are accessed, studied, and appreciated. While the tool does not replace the depth of human insight or cultural literacy, it complements scholarly practices by offering digital efficiency, broad accessibility, and intelligent analysis. As AI continues to evolve, the use of models like ChatGPT could play a pivotal role in both preserving Tamil's literary heritage and inspiring new forms of engagement in the digital era.

References

1. https://www.supplychaintoday.com/best-chatgpt-quotes/
2. OpenAI. (2023). ChatGPT: Language Models for Dialogue. Retrieved from https://openai.com/chatgpt
3. Ramanujan, A. K. (1985). Poems of Love and War: From the Eight Anthologies and the Ten Long Poems of Classical Tamil. Columbia University Press.
4. Zancani, M. (2022). "Applications of Artificial Intelligence in Literary Studies: Opportunities and Challenges." Digital Scholarship in the Humanities, 37(4), 845–860.
5. Ramaswamy, S. (1997). Passions of the Tongue: Language Devotion in Tamil India, 1891-1970. University of California Press.
6. Indian Council for Cultural Relations (ICCR). (2021). Tamil Literature: A Historical Overview. Retrieved from https://www.iccr.gov.in
7. Narayanan, M. (2019). "Preserving Tamil Heritage Through Digital Tools." Journal of South Asian Literature and Culture, 12(3), 210-228.

36. Role Of Artificial Intelligence In Tamil Language: A Systematic Review

Dr. R. Sudha,
Associate Professor & Head, Department of Computer Applications,
ramanujam.sudha@gmail.com

A Hariraj
hariraj1621@gmail.com

G Puvanprithivick
prithivickpuvan@gmail.com

Department of Computer Applications, PSG College of Arts & Science, Coimbatore.

Abstract

The integration of Artificial Intelligence (AI) in language education has transformed traditional pedagogical approaches, offering innovative solutions to enhance both learning and teaching experiences. This presentation explores the pivotal role of AI in Tamil language learning and teaching, emphasizing its potential to address the unique challenges associated with mastering a classical and morphologically rich language. AI-powered tools such as natural language processing (NLP), speech recognition, and adaptive learning platforms facilitate personalized learning paths, real-time feedback, and immersive language practice, thereby increasing learner engagement and efficacy. Furthermore, AI-driven content generation and assessment systems enable educators to design customized curricula that accommodate divers proficiency levels. By bridging linguistic and cultural gaps, AI not only supports language preservation but also promotes global accessibility to Tamil. This review highlights current AI applications, identifies emerging trends, and discusses future prospects, advocating for the strategic adoption of AI to revitalize Tamil language pedagogy in the digital age.

Keywords:

Artificial Intelligence, Education, Language, Natural language processing (NLP), Pedagogy.

I. Introduction

Artificial Intelligence (AI) is redefining the boundaries of education, especially in the realm of language learning. By leveraging AI-based technologies, educators and learners gain access to intelligent tools that make the teaching-learning process more efficient, personalized, and data-driven. The Tamil language, one of the world's oldest classical languages, stands at a unique crossroads – rich in history but underrepresented in AI developments.

AI technologies such as Natural Language Processing (NLP), speech recognition, machine translation, and conversational agents are being widely applied to high-resource languages. However, Tamil, with its agglutinative structure, unique orthography, and deep cultural nuances, presents both opportunities and challenges for AI integration. Despite Tamil being spoken by over

80 million people, its digital and AI-driven resources remain limited compared to languages like Hindi or English.

In India's multilingual context, initiatives like AI4Bharat, IndicNLP, and Digital India have highlighted the growing importance of incorporating regional languages in technology. Tamil's inclusion in such initiatives is essential for equitable digital access, education, and language preservation.

This systematic review aims to evaluate how AI has been integrated into Tamil language applications, identify current research gaps, and suggest future directions. It explores AI's role in areas such as language learning, digital preservation, accessibility for speech and text processing, and educational platforms tailored to Tamil learners. The review also advocates for open-source collaboration and national support to ensure Tamil is actively present in the future of AI-driven linguistics.

Literature Review

The intersection of Artificial Intelligence and Tamil language processing has gained increasing attention in recent years. Researchers have made significant progress in adapting AI techniques-especially Natural Language Processing (NLP), Machine Learning (ML), and Deep Learning-to work with Tamil text and speech. However, the literature still reflects that Tamil is a low-resource language compared to others like English, Hindi, or Chinese.

Key Areas in Tamil Language AI Research:

Natural Language Processing (NLP),

Tokenization, stemming, part-of-speech tagging, and syntactic parsing of Tamil have been explored using statistical models and RNN-based methods.

Open-source projects like Open-Tamil have developed basic NLP tools for handling Tamil scripts.

The IndicNLP library by AI4Bharat includes pretrained language models like IndicBERT that support Tamil.

Speech Recognition and Synthesis – Tamil Automatic Speech Recognition (ASR) systems have been created using Hidden Markov Models (HMMs), Deep Neural Networks (DNNs), and hybrid approaches.

Tamil Text-To-Speech (TTS) systems are being developed under projects like Festival and Bhashini.

Machine Translation (MT) – Research on Tamil↔English translation using Neural Machine Translation (NMT) has shown promising results.

BLEU scores remain low (~15-25) due to limited parallel corpora and complex grammatical structures.

Chatbots and Virtual Assistants – AI-based Tamil chatbots for educational and service sectors are emerging, but understanding idiomatic Tamil remains a challenge. Projects using Rasa, Dialogflow, and custom LLMs are under experimentation.

Detailed Table: Techniques, Applications, Advantages & Drawbacks

NLP Text preprocessing, tokenization, syntax parsing Automates grammar analysis and understanding Limited corpora and pretrained models for Tamil

Speech Recognition Tamil voice input, transcription for learning tools Hands-free interaction, supports accessibility High phonetic complexity leads to lower recognition rates. Text-To-Speech (TTS) Reading Tamil text aloud for the visually impaired Supports language accessibility Less natural-sounding outputs compared to English

Machine Translation Tamil ↔ English translators Enables cross-language understanding Low BLEU scores; lacks contextual translation accuracy

Chatbots Interactive Tamil learning bots 24/7 conversational practice Poor response to idioms, metaphors, and mixed-language use

IndicBERT / AI4Bharat Pretrained multilingual models for Tamil NLP tasks Enables quick deployment of models Needs further fine-tuning for dialectal Tamil

Open-Tamil Tools Syllable splitting, unicode sorting, basic grammar support Freely available and open source Limited documentation and no GUI support

Research Gaps Identified in Literature

Most tools are experimental or academic with little commercial adoption.

The lack of annotated datasets, especially for speech and sentiment analysis, is a major bottleneck. Tamil's code-mixed usage (Tanglish) in digital communication adds complexity for AI interpretation.

Inferences from Existing Work

The review of existing research and applications reveals several crucial insights into the current state of Artificial Intelligence in the Tamil language. While progress is evident, especially over the past five years, the adoption of AI for Tamil remains in its early phases. Below are the major takeaways drawn from literature:

Tamil is a Low-Resource Yet High-Potential Language

Despite being a classical language with a large speaker base, Tamil suffers from a lack of resources in the digital and AI space. Most AI advancements prioritize high-resource languages, leaving Tamil underrepresented in global models. However, the availability of modern toolkits like IndicBERT has started to bridge this gap, proving that with more investment, Tamil NLP and speech tools can achieve scalability.

Tool Development is Fragmented and Lacks Standardization

Several academic and open-source tools exist (e.g., Open-Tamil, Bhashini speech models), but these are fragmented and lack a unified architecture. There is no centralized platform or consistent API that developers and researchers can build upon, which slows down progress and increases duplication of efforts.

Performance Metrics are Inconsistent

Metrics such as BLEU scores in machine translation and Word Error Rate (WER) in speech recognition vary significantly between implementations. This suggests a lack of standardized benchmarks for Tamil language AI, making it difficult to compare and evaluate model effectiveness objectively.

Data Scarcity is the Root Cause

Nearly every challenge in Tamil AI can be traced back to the absence of large, labeled, and open-access datasets. Without diverse corpora representing dialects, context, and domains (e.g., education, healthcare, commerce), models remain brittle and limited in scope. Crowdsourcing or government-backed dataset creation is urgently needed.

Cultural and Idiomatic Understanding is Weak

AI models struggle with the rich poetic, idiomatic, and philosophical expressions embedded in Tamil. For example, common Tamil phrases like "கண்ணின் மின்சாரம்" (sparkle of the eye) are often misinterpreted literally. This leads to robotic or irrelevant chatbot outputs and translation errors.

Lack of Policy and Institutional Support

There are very few government schemes or educational mandates promoting the use of AI for Tamil learning or content digitization. Unlike English or Hindi, Tamil AI tools haven't seen large-scale backing under national missions like Digital India or NEP 2020, though recent developments show potential for inclusion.

These inferences clearly highlight the need for strategic, unified, and well-funded efforts in the Tamil AI space. With proper planning, Tamil can transition from a low-resource language to a thriving AI-enabled ecosystem.

Proposed Solution

To address the challenges identified in the current landscape of Tamil language AI, we propose the creation of an Integrated AI Framework for Tamil Language Processing and Learning – a centralized, modular, and open-source platform called "TamizhAI".

This platform will combine various AI technologies to provide end-to-end support for Tamil language understanding, generation, and learning. The core aim is to make Tamil AI tools accessible, accurate, culturally aware, and adaptive to different domains such as education, translation, content generation, and digital communication.

Key Components of the Proposed System

- Modular NLP Engine for Tamil
- Built on top of IndicBERT, Open-Tamil, and a newly curated Tamil corpus.
- Performs tokenization, part-of-speech tagging, syntactic parsing, and sentiment analysis tailored for Tamil grammar and morphology.
- Adapts to Tanglish (Tamil + English code-mixing) and dialectal variations.
- Speech Recognition and TTS Integration
- Incorporates multilingual speech-to-text (STT) and text-to-speech (TTS) systems using Wav2Vec 2.0 and Tacotron2, trained on a Tamil audio dataset.
- Supports pronunciation evaluation tools for Tamil language learners.
- Designed for mobile and web apps (for inclusive learning).
- AI-Powered Tamil Chatbot Framework
- Built using transformer-based dialog models (e.g., GPT-J + Tamil tokenizer).
- Culturally sensitive responses with idiom and proverb mapping.
- Can be used in educational institutions as interactive learning partners.
- TamizhAI Web Portal and API Hub
- An interactive web dashboard for demoing each module (translators, TTS, chatbots, etc.)
- RESTful APIs for developers and researchers to access Tamil AI features.
- Usage analytics for feedback-based improvement.
- Community Dataset Builder
- A crowdsourcing platform where users (teachers, students, researchers) can contribute Tamil audio clips, typed text, idioms, translations, and grammar examples.
- Data will be cleaned, annotated, and added to the training pipeline continuously.

Future Work Directions

Dataset Expansion via Crowd sourcing

Launch regional campaigns to collect voice, dialect, and code-mixed Tamil data from schools, colleges, and native speakers.

Tamil Sentiment & Sarcasm Detection

Develop datasets and classifiers that can understand emotional tone and sarcasm – critical for education and media analytics.

Dravidian Language Synergy

Extend TamizhAI to work with Malayalam, Kannada, and Telugu, enabling shared model components and training economies.

Educational Policy Integration

Collaborate with government and edtech platforms to deploy AI-powered Tamil tutors in rural schools and digital learning portals.

Inclusive AI Design

Ensure the framework supports visually impaired, elderly, and non-tech-savvy users by simplifying interfaces and adding accessibility layers.

Results and Discussion

As this work is a systematic review with a conceptual solution proposal, the results section focuses on observed performance metrics from existing Tamil AI implementations and the expected outcomes from the proposed TamizhAI framework. These insights provide a benchmark for current capabilities and guide future improvements.

Future Scope

The work laid out in this thesis can be carried forward through the following directions:

Tamizhl AI Platform Development

Turn the proposal into a working prototype with pilot programs in Tamil Nadu schools and universities.

Government and Institutional Involvement

Align the project with national initiatives like Digital India, NEP 2020, and Bhashini to receive infrastructure and funding support.

Cross-Language AI Ecosystem

Integrate Tamil models with other Dravidian language systems to foster cross-learning and resource sharing.

AI-Driven Content Generation in Tamil

Explore large language models fine-tuned on Tamil literature, news, and curriculum materials for creative and academic writing assistance.

Digital Cultural Preservation

Build AI systems to digitize and preserve Sangam literature, folklore, proverbs, and oral traditions for future generations.

Conclusion

This systematic review has explored the transformative role of Artificial Intelligence in processing, preserving, and teaching the Tamil language. From text analysis to speech interaction, AI technologies have shown tremendous potential in modernizing how Tamil is engaged with—both in academic and real-world contexts. However, the review also reveals several persistent gaps that must be addressed to ensure Tamil's equal presence in the AI landscape.

Tamil, a language with over two millennia of literary and cultural richness, remains technologically underserved. Most AI solutions for Tamil are fragmented, under-resourced, and not yet commercially scalable. Challenges include the lack of annotated datasets, inadequate support for dialects, poor understanding of cultural context, and insufficient governmental policy integration.

To overcome these obstacles, this paper proposed TamizhAI, a unified AI framework built on modular architecture, community-driven datasets, and open-source collaboration. With intelligent integration of NLP, speech technologies, and chatbot engines, TamizhAI envisions a future where Tamil is fully supported in all major AI domains – from translation and education to accessibility and digital interaction.

In conclusion, AI is not just a tool for computational progress–it is a cultural bridge. With responsible design, strong community input, and institutional backing, AI can become a powerful ally in ensuring that Tamil, one of the world's oldest and richest languages, continues to thrive in the digital era.

Reference

1. AI4Bharat – Official Home Page (IIT Madras initiative for AI in Indian languages)
2. https://ai4bharat.iitm.ac.in
3. AI4Bharat – What Is AI4Bharat? (Mission and overview)
4. https://ai4bharat.com/what-is-ai4bharat/
5. IndicBERT – IndicNLP (AI4Bharat) (Description, usage, and details)
6. https://indicnlp.ai4bharat.org/pages/indic-bert/
7. IndicBERT – GitHub Repository (Resources, model access)
8. https://github.com/AI4Bharat/IndicBERT
9. IndicBART – Model Documentation (Multilingual generation model)
10. Via Hugging Face documentation: https://github.com/AI4Bharat/indic-bart/ (link referenced in model page)
11. IndicNLP (AI4Bharat) (Corpora, resources ecosystem)
12. https://indicnlp.ai4bharat.org/pages/home/
13. AI4Bharat – LLM and model overview (General model technologies)
14. https://ai4bharat.iitm.ac.in/areas/llm
15. 8.AI4Bharat – Speech Synthesis / TTS (TTS models and datasets)
16. https://ai4bharat.iitm.ac.in/areas/tts

37. Use Of AI In Tamil Computing

Dr. R. Sivaranjani,
Assistant Professor, Department of Information Technology,
Sivaranjani@psgrkcw.ac.in

S. Pooja Sri,
23bit079@psgrkcw.ac.in

M. Nikitha,
23bit073@psgrkcw.ac.in
PSGR Krishnammal College for women,

ABSTRACT

Indeed, the progress of artificial intelligence is changing the scenario of language technology all around the world. Within that perspective, this paper takes a technology aspect on Tamil computing with respect to AI involving aspects like natural language processing, optical character recognition, and conversation-focused AI using the Tamil language. The paper also investigates the current barriers offered by underrepresentation of the dialects and cultural expressions with respect to language-specific datasets. The focus of this study would be to develop inclusive community-driven datasets and adaptable Tamil-specific AI systems to overcome those issues. Comparisons and insights from other regional languages provide a structure to build equitable AI systems. This study emphasizes the potential that AI can create for empowering Tamil users in varied sectors like education, public service, and digital communication, while keeping the identity and heritage intact.

Keywords:

Artificial Intelligence in Tamil, NLP, OCR, voice interaction inclusive datasets for under resourced languages.

I. INTRODUCTION

Language computing, also known as Natural Language Processing (NLP), is a branch of Artificial Intelligence that focuses on how computers interact with human languages in both spoken and written forms. It aims to create intelligent systems that can understand, process, and generate human language in ways that are meaningful and practical. Key applications of NLP include speech recognition, machine translation, sentiment analysis, text summarization, and language modeling.

Language computing has made significant strides in global languages like English, Mandarin, and Spanish, but its impact on regional and underrepresented languages like Tamil is still limited.

Tamil, one of the oldest classical languages with a large and diverse speaker base, presents unique challenges due to its complex

grammar, rich script, and various regional dialects. These factors require language-specific models and resources to ensure that AI applications are accurate and culturally relevant.

Traditionally, computer scientists and computational linguists have driven advancements in language computing. However, this field draws from linguistics, computer science, cognitive science, and cultural studies, making it interdisciplinary. This approach is well-suited to meet the linguistic and societal needs of Tamil- speaking communities by supporting applications like Tamil voice assistants, automated customer service in Tamil, educational tools, and digitization of Tamil texts.

The main goal of integrating AI into Tamil computing is to develop systems that can process and respond accurately to Tamil language input while maintaining the cultural and historical richness of the language. This paper focuses on applying AI in three key areas of Tamil computing: Natural Language Processing (NLP), Optical Character Recognition (OCR), and Conversational AI. It also highlights the need for inclusive, community-driven

datasets and adaptable Tamil-specific AI frameworks to tackle the challenges of underrepresentation and dialect diversity.

Evolution of AI Technologies in Tamil Language Computing

Artificial Intelligence has changed the field of language processing by providing strong tools and applications for widely spoken languages. However, regional and less common languages like Tamil have not kept pace with this progress. This is mainly due to linguistic challenges, a lack of high-quality language data, and limited investment in developing AI tools specifically for these languages.

Tamil has unique computational challenges. Its agglutinative structure, complex morphological features, and script with many compound characters require specific AI models and processing methods. Despite these challenges, some initiatives are starting to develop technology for the Tamil language. Open-source projects such as the Ezhil Language Foundation have introduced programming languages and basic NLP tools in Tamil. Larger platforms like the Indic NLP Library, AI4Bharat, and the Vaani project are also improving AI capabilities in text and speech technologies.

In Optical Character Recognition (OCR), tools like Tesseract OCR have provided foundational support for printed Tamil text. Recent advancements using deep learning have increased

accuracy, especially for scanned literary and archival documents. Similarly, systems for speech recognition and voice technology in Tamil are developing, but they still face issues with dialect differences, pronunciation variety, and the lack of large, annotated speech datasets.

The current situation highlights the urgent need for ongoing efforts to build language resources. This includes creating sensitive corpora for dialects, speech databases, and semantic models. Learning from successful AI growth in other Indian languages like Hindi and Bengali can help strengthen the Tamil AI ecosystem. Collaborative, community-based, and open-source approaches should focus on inclusivity and language diversity.

Enabling Tamil Through Core AI Systems

The way Tamil computing is evolving thanks to Artificial Intelligence is truly exciting, driven by three key technologies: Natural Language Processing (NLP), Optical Character Recognition (OCR), and Speech & Voice AI. These innovations enable machines to read, comprehend, speak, and interact in Tamil, creating a solid foundation for digital solutions that are accessible to a broader audience from students and researchers to rural and elderly communities. Natural Language Processing, or NLP for short, sits at the intersection of computer science and linguistics,

focusing on how computers can understand and work with human language. The whole point is to get machines to comprehend, interpret, and even produce language that sounds (and reads) natural to us humans. You see this in things like digital assistants, chatbots, and even that sometimes- questionable autocorrect on your phone. Essentially, NLP tries to bridge the gap between how people communicate and how computers process information, making tech just a bit more fluent in our everyday language. Optical Character Recognition (OCR) stands as a crucial element in the advancement of Tamil computing. By interpreting and converting printed or handwritten Tamil script from physical sources–such as books, palm–leaf manuscripts, or certificates–into digital text, OCR enables the preservation and accessibility of valuable materials. This technology facilitates not only efficient digitization, but also ensures that these textual resources become searchable, editable, and safeguarded for future generations.

Speech recognition, often termed Automatic Speech Recognition (ASR), refers to the technology through which computer systems process and transcribe spoken language into written text. This field stands as a significant area within Artificial Intelligence, facilitating more seamless interaction between humans and machines. Focusing on Tamil computing, speech recognition technology serves an essential function. It enables Tamil speakers to interact with digital devices in their native language whether issuing commands, drafting documents, or accessing various services.

In doing so, speech recognition not only broadens accessibility but also strengthens inclusivity for Tamil–speaking communities, ensuring that technology serves a wider and more diverse population.

Limitations and Challenges

Complex Tamil Grammar:

Tamil's agglutinative structure and rich grammar make it harder for AI to process sentence patterns and word forms.

Lack of Datasets:

There are few high-quality annotated datasets in Tamil for training AI models in NLP, OCR, and speech.

Dialect Diversity:

AI systems struggle with regional dialects and code-mixed language (Tanglish). This reduces accuracy in voice recognition and translation.

OCR Script Challenges:

The curved, stacked nature of Tamil script and lack of word spacing lower OCR accuracy, especially on low-quality scans.

Low Industry Involvement:

Compared to global languages, Tamil AI development lacks strong industry or academic investment. This slows innovation.

Future Scope of AI in Tamil Computing

Tamil-Specific AI Models:

Building language models trained only on Tamil content for better translation, chatbots, and content generation.

Smart Voice Assistants:

Developing AI that understands Tamil dialects, slang, and emotions for real-time interaction in education and public services.

AI in Tamil Education:

Personalized learning tools that correct grammar, help with pronunciation, and adjust to student levels in Tamil.

Community-Driven AI Development:

Engaging native speakers to create diverse and inclusive datasets for Tamil NLP, OCR, and voice systems.

Conclusion

Artificial Intelligence has created new opportunities for transforming Tamil computing. It allows machines to understand, process, and communicate in one of the world's oldest and richest languages. With technologies like Natural Language Processing, Optical Character

Recognition, and Speech AI, Tamil users can now enjoy more inclusive and smart digital experiences. However, challenges like limited datasets, complex scripts, and dialect differences, still hold back full-scale adoption. To overcome these issues, we need community collaboration, focused research, and the development of AI models specific to Tamil. As we move ahead, integrating AI in a way that respects culture and accuracy will be crucial. This approach will help preserve Tamil heritage and empower its speakers in the digital age.

References

1. Radhika, B. (2022). An Empirical Analysis of Tamil Optical Character Recognition. IRO Journals.
2. Krishnaveni, M. (2022). An Assertive Framework for Automatic Tamil Sign Language Recognition System Using Computational Intelligence.
3. Sujith Kumar, S. (2023). AI-Based Tamil Palm Leaf Character Recognition.
4. Ramya, J. (2022). Agaram, Tamil Character Recognition Using CNNs and Machine Learning.
5. Loganathan, H. (2022). Extraction of Sentiments in Tamil Sentences Using Deep Learning.

38. Bridging Past and Future: AI Tool for Tamil Language Preservation and Digitization

Dr. P. Parvathi,
Assistant Professor, Department of Information Technology,
Ms. R. Madhumitha,
Ms. A. Dharshini,
I B.Sc. Information Technology,
PSGR Krishnammal College for Women.

Abstract

One of the oldest and most valuable classical languages in the world, Tamil has enormous literary, cultural, and historical significance. However, maintaining its language legacy is made more difficult by the quick speed of digital transformation. This study investigates the potential of artificial intelligence (AI) as a potent instrument for Tamil digitalization and preservation. We look at how AI is used in speech recognition for oral tradition documentation, natural language processing (NLP) for text translation and sentiment analysis, and optical character recognition (OCR) for old manuscripts. We also highlight ongoing Tamil digitalization projects, datasets, and tools. By utilizing AI technology, we offer a sustainable framework that enables future generations to interact with Tamil in novel ways while simultaneously protecting the past through digital archiving. Tamil's future relevance in a digital society is ensured by this multidisciplinary approach, which bridges the gap between tradition and technology.

Keywords:

Artificial Intelligence, Oldest language, Tamil, Natural Language Processing, Optical Character Recognition, Digital Society

Introduction

The Tamil language, one of the world's oldest and most enduring classical languages, holds immense literary, historical, and cultural value [1]. As digital transformation reshapes communication and knowledge preservation, there is growing urgency to safeguard and modernize Tamil through technological means. Artificial Intelligence (AI) presents powerful tools for this purpose, enabling text digitization, language processing, translation, and even literary interpretation. However, the development of AI applications for Tamil – especially in classical and heritage domains lags behind other major languages due to limited resources, linguistic complexity, and a lack of integrated interdisciplinary efforts. This survey explores the current landscape of AI tools aimed at Tamil language digitization, identifying achievements, challenges, and potential directions for creating systems that not only automate but also honor the depth and integrity of Tamil's linguistic and cultural heritage.

Background and Historical context

The Tamil script has undergone a rich evolutionary journey, progressing from ancient Brahmi inscriptions to the rounded Vatteluttu script and eventually to the modern Tamil script used today [2]. The figure 1 shows language preservation and digitization.

Historically, Tamil literature and records were preserved across diverse mediums such as palm-leaf manuscripts, stone inscriptions, copper plates, and later paper prints. Early preservation efforts, like Project Madurai and the Roja Muthiah Library, were primarily focused on manually digitizing texts to create static digital archives. However, with advancements in technology, the focus is now shifting towards AI-driven digitization approaches that not only preserve but also enable intelligent processing, searchability, and accessibility of Tamil's vast linguistic heritage. The figure 2 represents the Vatteluttu script found in Tripur Tamil Nadu.

Oldest way of preserving our Tamil literature

6. The **most ancient** preservation method was **oral tradition**, by memory and recitation [6-7]. Some of the ancient preservation methods shown in figure 3.

- The **earliest surviving inscriptions** (Tamil-Brahmi on stone/pottery) date to the 3rd-2nd century BCE [6-7].
- The **first actual written literary texts** are preserved in **palm-leaf manuscripts**, starting around the 1st century CE [6-7].
- From the mid medieval period onwards, **copper-plate inscriptions** offered additional durable record-keeping for history and legal documents [6-7].

Table 1. Timeline history of ancient preservation

Period	Medium / Method	What was Preserved
~300 BCE-300 CE	Oral poems passed by memory	Sangam anthologies, poetry, grammar lore
~3rd-1st c BCE	Rock & pottery inscriptions	Names/places/rulers from Sangam literature
1st c CE onward	Palm-leaf manuscripts (Ola)	Grammar (e.g. Tolkappiyam), epics, Purananuru etc.
5th c CE onward	Copper-plates & metal records	Land grants, dynastic genealogies, temple lore

AI Techniques in Tamil Language Digitization

Artificial Intelligence plays a transformative role in Tamil language digitisation through technologies such as Optical Character Recognition (OCR), Natural Language Processing (NLP), Machine Translation, and Speech Recognition. AI-powered OCR systems are being developed to accurately recognise printed and handwritten Tamil scripts, including ancient inscriptions and palm-leaf manuscripts. NLP techniques enable tasks like tokenisation, part-of-speech tagging [3], sentiment analysis, and named entity recognition for Tamil text, supporting advanced language understanding. Machine translation models are facilitating Tamil-to-English and multilingual translations, while speech recognition tools are helping transcribe spoken Tamil for accessibility applications [4]. Together, these AI techniques are driving scalable, efficient, and intelligent digitisation of Tamil's linguistic and literary heritage [3]. The figure 4 shows the various techniques used in Tamil language digitization.

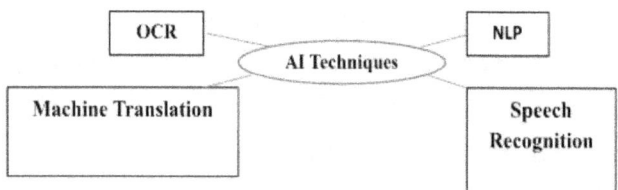

Figure 4: Some of the techniques of digitization

Datasets and Resources

Various datasets and linguistic resources play a critical role in advancing AI-based Tamil language digitization. The uTHCD dataset, comprising over 91,000 samples across 156 classes, supports handwritten Tamil character recognition research [4]. The Tamil Wikipedia dump serves as a large-scale text corpus for training language models and word embeddings. Project Madurai provides Unicode-encoded classical Tamil literature, readily accessible for NLP applications. The OpenSLR Tamil speech corpus supports Automatic Speech Recognition (ASR) and Text-to-Speech (TTS) system development [5]. Additionally, the Diglossia/IruMozhi dataset offers parallel modern and classical Tamil text, facilitating style recognition and translation research. Collectively, these resources form the backbone of modern AI models designed for Tamil language preservation and digitization.

The table 2 provides the different datasets used for Tamil Language Preservation and Digitization.

Table 2. Various datasets

DATASETS	TYPE	HIGHLIGHTS
Uthcd	Handwritten Tamil	91k samples, 156 classes
Tamil Wikipedia Dump	Text Corpus	Useful for training embeddings
Project Madurai	Classical Tamil texts	Unicode encoded
OpenSLR Tamil	Speech Corpus	For ASR/TTS Systems
Irumozhi	Modern vs classical Tamil	For style recognition

Key Tools and Platforms

- A growing ecosystem of open-access initiatives and OCR technologies [9] is playing a central role in preserving, digitising, and democratising Tamil language heritage:
- The Tamil Virtual Academy (TVA) hosts a searchable digital library spanning.
- Project Madurai, launched in 1998, curates and proofreads crowd-sourced Unicode editions of classical Tamil literature in both HTML/PDF/e-book format
- The Tamil Heritage Foundation (THF) digitises rare Tamil palm-leaf manuscripts from global collections like the British Library and makes them freely accessible
- Noolaham Foundation offers Sri Lankan Tamil communities a comprehensive digital archive of over 97,000 texts—books, newspapers, manuscripts, magazines, and metadata sets
- Central Institute of Classical Tamil (CICT) establishes and distributes critical editions of at least 41 Sangam/post-Sangam texts, translations, a searchable Online Classical Tamil Corpus, and a broader language-technology toolkit
- e-Aksharayan (TDIL/CDAC project) and Tamizhi-Net-OCR (deep-learning for legacy fonts) support high-accuracy recognition of printed and manuscript Tamil

Challenges in Tamil Digitization using AI

1) Linguistic Challenges
    - Agglutinative nature, complex morphology [8]
    - Lack of standardization in historical orthography
    - Context–dependent meaning (word–sense ambiguity)
2) Technical Challenges
    - Scarcity of annotated data
    - Script recognition in degraded documents
    - Lack of tools for ancient Tamil (Sangam–era) [8]
3) Socio–Cultural Challenges
    - Ethical considerations in digitizing sacred texts
    - Community participation and accessibility
    - Underrepresentation of dialects and rural speech [8]

Applications and Use Cases

- Digital libraries, such as *Project Madurai* and *Shaastra Tamil*, play a crucial role in digitising classical and contemporary Tamil literature, making thousands of texts freely available to a global audience. These resources not only support general readers but also serve as foundational tools for scholars and educators [10–11].
    7. Language learning, digital platforms are being increasingly used to support Tamil learners—from school students to adult learners—offering interactive content, pronunciation guides, and grammar exercises that make learning Tamil more engaging and effective [10–11].

8. Cultural heritage preservation is another vital area, where technology is employed to document and digitise temple inscriptions, manuscripts, and oral histories, ensuring that ancient linguistic and cultural artifacts are not lost to time. This archival work feeds directly into the creation of searchable academic databases, which are invaluable for researchers conducting linguistic, historical, or sociocultural studies [10–11].
9. Audiobooks [10–11] and accessible Tamil texts address the needs of the visually impaired community, enabling them to enjoy literature, gain education, and participate more fully in cultural discourse. Collectively, these applications illustrate how digital tools are revitalizing the Tamil language, making it more inclusive, widely available, and deeply integrated into both academic and everyday contexts.

Comparative Analysis of Methods

The table 3 presents a comparative analysis of different methods used for Tamil language processing, categorized into three columns: Method, Strength, and Limitation. It lists approaches like CNN+LSTM OCR, IndicNLP, Google Translate, and Tamil-BERT. The strengths range from accuracy on modern Tamil and pretrained speed to multilingual capabilities and semantic understanding. However, each method has limitations: CNN+LSTM OCR struggles with historical fonts, IndicNLP lacks context for ancient terms, while Google Translate and Tamil-BERT are inaccurate for classical Tamil and require extensive fine-tuning. This highlights the trade-offs between speed, accuracy, and contextual depth in Tamil language technologies [12–13].

Table 3: Some of the Tamil language technologies

METHOD	STRENGTHS	LIMITATIONS
CNN+LSTM OCR [12-3]	Accurate on modern Tamil	Poor on historical fonts
IndicNLP [12-13]	Fast, pretrained	Lacks context for ancient terms
Google Translate [12-13]	Fast, multilingual	Inaccurate for classical Tamil
Tamil-BERT [12-13]	Semantic understanding	Needs large-scale fine-tuning

Future Directions

The future of Tamil language digitization lies in the integration of advanced technologies and community collaboration. Multimodal AI models, which combine image, text, and speech processing, are poised to enable richer understanding and preservation of Tamil content. Techniques like 3D imaging combined with AI are being explored for digitizing fragile palm-leaf manuscripts, capturing intricate structural details for better archival and readability. Efforts to build a Tamil knowledge graph could structure historical and literary texts into interconnected data networks, enhancing digital accessibility and research applications. To address modern linguistic trends, code-switched Tamil-English models are under development, supporting contemporary communication needs. Furthermore, community-sourced annotation platforms are vital for expanding datasets and ensuring cultural authenticity, as demonstrated by grassroots projects like AI4Bharat and IruMozhi. These future directions reflect a shift toward inclusive, scalable, and intelligent preservation of Tamil's linguistic heritage.

Conclusion

The digitization of the Tamil language through AI is making progress, yet remains significantly underdeveloped, particularly in the domain of classical literature and heritage texts. To truly preserve and interpret the depth of Tamil's rich linguistic and cultural legacy, there is a pressing need for interdisciplinary collaboration that brings together AI technology, linguistics, and cultural studies. Looking ahead, future AI tools must evolve beyond mere automation to focus on meaning preservation, cultural nuance, and heritage interpretation, ensuring that Tamil's historical and literary wealth is not only accessible but also authentically represented in the digital era.

References:

1. 1.https://ideaexchange.uakron.edu/docam/vol9/iss2/9/
2. 2.https://arxiv.org/pdf/2103.07676
3. 3.https://icter.sljol.info/articles/7279/files/670610e96e7c6.pdf
4. 4.https://arxiv.org/abs/2407.08618
5. 5.https://arxiv.org/pdf/2005.00085
6. 6. Rajavelu, S. "Tamil-Brahmi (Tamili) Pottery Shards of Tamil Nadu: A Study". International Journal of Psychosocial Rehabilitation, Vol. 24, No. 6 (2020).
7. 7.B.R. Gopal (ed.), Vijayanagara Inscriptions, v. 1–3 (Mysore: Directorate of Archaeology and Museums), has a record of 92 Sangama (1336–1485), three Saluva (1485–1505), 62 Tuluva (1505–69) and 72 Aravidu (1569–1659) copper-plate charters. About 25 of these are confirmed or suspected of being forgeries or spurious. Two of these charters, numbered KN 230 and KN 231, are assigned dates as late as 1712 and 1713 ad respectively. It is possible that they are reconfirmations of older charters, or even "copies".
8. 8. Lalitha G, Aishwarya D and Velmathi G, "A Novel Approach to OCR using Image Recognition based Classification for Ancient Tamil Inscriptions in Temples", in Computer Vision and Pattern Recognitionhttps, 2019. https://doi.org/10.48550/arXiv.1907.04917
9. 9.https://thf-europe.tamilheritage.org/2019/08/05/manuscripts/?utm_source=chatgpt.com
10. 10. Maheswari D, "An Overview of Web Assisted Learning and Teaching of Tamil (WALTT) at the Penn Language Center", in Studies in Self-Access Learning Journal, Volume 14, Issue 4, Pages 502-508, 2023.
    11. Dr. Janet Amal G, "Significance of Virtual Learning of Languages: An Overview of Tamil",in JETIR (Journal of Emerging Technologies and Innovative Research), April 2024.
11. 12. Muthumani, N. Malmurugan & L. Ganesan, "ResNet CNN with LSTM Based Tamil Text Detection from Video Frames", Intelligent Automation & Soft Computing, 31(2), pp. 917maa jj-928,2022.
12. 13. C. S. Ayush Kumar, Advaith Maharana, Srinath Murali, Premjith B. & Soman KP, "BERT-Based Sequence Labelling Approach for Dependency Parsing in Tamil", in DravidianLangTech, 2022
    Poornimathi, K. (2022). A Comparative Study on Deep Learning-Based Segmentation Techniques for Tamil Inscriptions.
13. Sarveswaran, K. (2023). Tamil Language Computing, The Present and the Future.

39. Comparative Analysis of AI Tools for Tamil Language Processing

Dr. A. Sakila
Assistant professor, Department of CS (AI)
a_sakila@psgrkcw.ac.in

Dr. R. Suriyagrace
Assistant professor, Department of CS (AI)
suriyagrace@psgrkcw.ac.in

Mrs. M. Loganayaki
Assistant professor, Department of CS (AI)
loganayakim@psgrkcw.ac.in

Ms. M. Samyuktha
24sbai038@psgrkcw.ac.in

Ms. D J. Shankari
24sbai043@psgrkcw.ac.in

Ms. V. Yogavarshini
24sbai060@psgrkcw.ac.in

PSGR Krishnammal College for Women

Abstract –

Recent advancements in Artificial Intelligence (AI) have facilitated the development of intelligent systems capable of comprehending and generating human language. These developments are particularly impactful for the Tamil language, which possesses a rich cultural and historical heritage. At present, a variety of AI-based tools are available to support Tamil language research, including tools for content recognition, machine translation, and the conversion of text from image, audio, and video formats. These functionalities are powered by state-of-the-art AI methodologies, notably Natural Language Processing (NLP), Machine Learning (ML), and Deep Learning (DL). The primary objective of this study is to conduct a comparative analysis of AI-driven online platforms that serve as conversational agents capable of generating Tamil text based on user input [1]. The evaluation framework incorporates diverse input categories, such as formal writing, informal dialogues, and culturally contextual topics. This comparative study provides critical insights into the current capabilities of AI systems in processing and generating Tamil language content and identifies key areas for improvement. The findings of this analysis can inform future research directions and technological developments. Enhancing these tools has the potential to foster the creation of more inclusive, linguistically accurate, and culturally sensitive language technologies, thereby benefiting Tamil-speaking communities worldwide.

Keywords:

Artificial Intelligence (AI), Natural Language Processing (NLP), Tamil Language, Text Generation, Deep Learning (DL), Machine Learning (ML), Text Coherence, Dialect Handling

NTRODUCTION

Tamil, one of the world's oldest living classical languages, holds immense cultural, historical, and linguistic value. Spoken by over 80 million people across the globe, Tamil is not only a vibrant medium of everyday communication but also a treasure trove of literary heritage spanning more than two millennia. Despite its global presence and profound legacy, the Tamil language has faced significant challenges in adapting to the rapidly evolving digital landscape, where technological advancements are often centred around more dominant global languages [2].

The increasing digitization of information and communication highlights the urgent need for focused research in Tamil language technologies. Efforts in this domain are essential not only for the preservation and revitalization of ancient Tamil literature but also for ensuring that Tamil-speaking communities have equitable access to modern digital tools and resources. Comprehensive linguistic research, digital corpus creation, and computational modelling are vital to supporting Tamil in the digital era and fostering inclusive technological development.

Artificial Intelligence (AI) has emerged as a transformative force in language technology, enabling machines to understand, process, and generate human language with increasing accuracy. The application of AI to Tamil language research is particularly promising, as it can support a wide range of tasks such as machine translation, sentiment analysis, grammar correction, classical text interpretation, and speech-based interactions [3]. AI-driven tools play a crucial role in developing applications like Tamil virtual assistants, educational platforms, text-to-speech systems, and culturally contextual content generation.

Core AI domains such as Natural Language Processing (NLP), Machine Learning, Speech Recognition, and Optical Character Recognition (OCR) are actively being leveraged to create tools tailored for Tamil. These include translation engines, automated writing aids, chatbots, and voice-enabled interfaces that enable Tamil speakers to interact with digital content more naturally. However, the availability and maturity of these tools for Tamil often lag behind those developed for widely spoken languages such as English or Mandarin, revealing a need for targeted research and development [5].

As digital inclusion becomes increasingly vital, the integration of AI into Tamil language processing not only preserves linguistic heritage but also empowers communities through improved access to education, information, and digital services. Bridging the gap between tradition and technology, AI serves as a powerful catalyst for the continued growth and global relevance of the Tamil language in the 21st century [4].

Tamil Text Generation AI Tools

This work analyses three emerging AI tools designed to support Tamil language tasks: Tamil GPT-AI, Blackbox AI, and Smodin AI. Each of these platforms offers unique capabilities in content generation, language understanding, and academic assistance.

Tamil GPT-AI

Tamil GPT-AI is a language model developed using advanced GPT (Generative Pre-trained Transformer) technology, specifically trained to understand and generate content in the Tamil language. It is designed to perform a variety of tasks, including translation, grammar correction, essay writing, poetry creation, and responding to educational or culturally relevant questions in Tamil. This AI tool promotes the use of Tamil on digital platforms, making technology more inclusive and accessible to Tamil-speaking users [6]. Tamil GPT-AI supports students, teachers, and content creators by providing accurate, context-aware, and fluent Tamil responses [10]. Despite challenges such as limited linguistic resources and the complexity of Tamil grammar, continuous efforts are being made to improve its performance through enhanced datasets and community-driven contributions. It plays a vital role in preserving and promoting Tamil language and culture in the rapidly evolving field of artificial intelligence.

The development methodology of Tamil GPT-AI involves multiple key phases aimed at building a robust language model capable of generating coherent and contextually appropriate Tamil text. This includes the use of artificial intelligence platforms such as TNGov-GPT and other models developed by Tamil AI, which are specifically designed to understand, generate, and engage in human-like conversations in Tamil [7]. These tools leverage Large Language Models (LLMs) and Generative AI trained on Tamil-specific datasets to provide services such as conversational AI, text-to-speech, and content generation. Together, they foster greater digital inclusion, innovation, and accessibility for Tamil speakers in the AI-driven world.

Features Of Tamil Gpt-Ai

Tamil GPT-AI offers features such as text generation, paraphrasing, summarization, translation, grammar correction, and speech-to-text conversion.

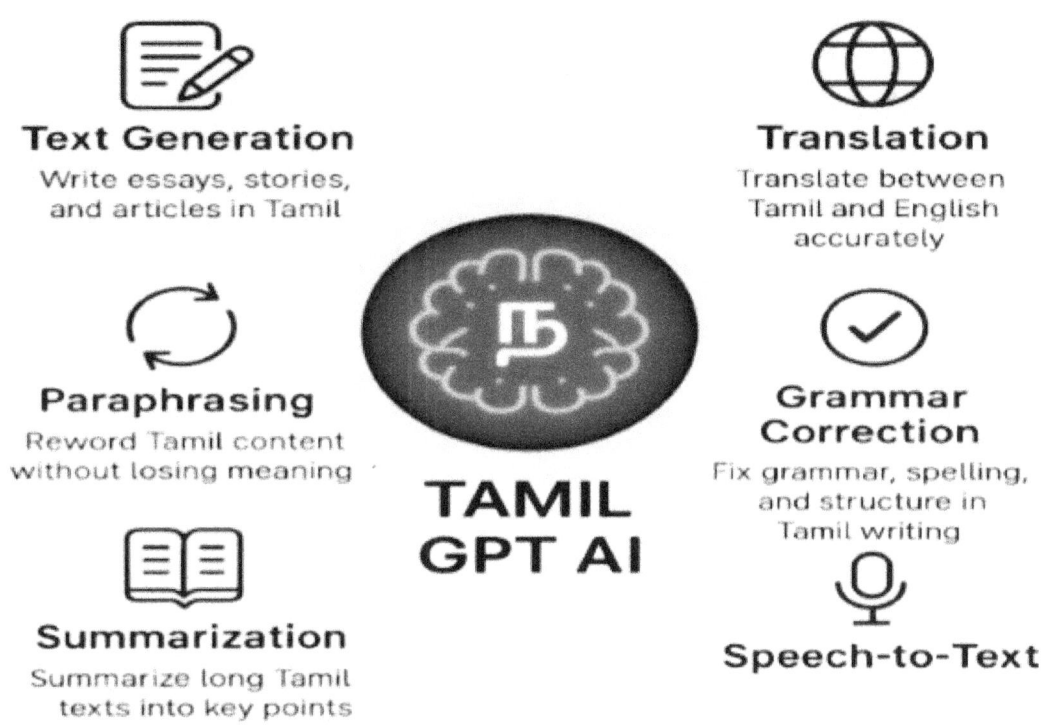

Figure 1 Features of Tamil GPT-AI

2.1.1.1 Text Generation

Tamil GPT-AI uses text generation to create meaningful and well-structured Tamil content from a simple prompt. It understands grammar, context, and sentence flow to produce natural-sounding text. Users can easily generate essays, articles, letters, and creative stories. This feature is especially useful for students, teachers, and content creators as it saves time and improves the quality of writing. The tool also allows users to customize the tone and style based on their needs.

Translation

Tamil GPT-AI provides translation between Tamil and English. It accurately understands context, tone, and meaning, ensuring that the translated text sounds natural and fluent in both languages. This feature helps users write, read, and communicate more effectively, making it ideal for students, professionals, and content creators [8].

Paraphrasing

Paraphrasing in Tamil GPT-AI helps rewrite content using different words while keeping the original meaning unchanged. It improves sentence clarity, enhances the flow of ideas, and makes the text sound more natural. This is especially useful for editing, academic writing, and creating unique content. The tool ensures that the rewritten text remains easy to understand and meaningful.

Grammar Correction

Tamil GPT-AI offers grammar correction by identifying and fixing errors in spelling, punctuation, and sentence structure. It ensures the content follows proper Tamil grammar while maintaining the original message. This feature improves clarity and makes writing more polished and professional. It is particularly helpful for students, writers, and language learners.

Summarization

Summarization in Tamil GPT-AI is used to condense long Tamil texts into shorter versions while keeping the main ideas intact. It removes unnecessary details and highlights the key points, helping users quickly grasp the core message without reading the full content. This is especially useful for students, researchers, and professionals dealing with large volumes of text [9].

Speech-to-Text

The speech-to-text feature in Tamil GPT-AI converts spoken Tamil into accurate written text. It understands natural speech, pronunciation, and context to produce grammatically correct output. This is helpful for users who prefer speaking over typing, making content creation faster and more convenient. It is particularly useful for students, professionals, and users who need hands-free input.

Blackbox ai

Blackbox AI refers to artificial intelligence systems whose internal workings are not easily understandable or transparent to humans. These models, such as deep neural networks, make decisions based on complex patterns in data but do not clearly show how or why a particular output was generated. While Blackbox AI can deliver highly accurate results—especially in fields like image recognition and language processing—its lack of explainability raises concerns about trust, fairness, and accountability. This has led to growing interest in developing explainable AI (XAI), which aims to make AI decisions more transparent and understandable to users [10].

In addition to this general definition, Blackbox AI is also an AI-powered coding assistant designed to support various aspects of software development, including coding, debugging, and learning. It assists users through natural language prompts by generating code, explanations, and solutions. The tool integrates with popular code editors like Visual Studio Code (VS Code) and offers both free and paid options.

Blackbox AI relies on trained machine learning models to analyze inputs such as prompts and data, and then generate appropriate outputs like code snippets or detailed explanations. However, the specific algorithms and internal processes behind this AI are often proprietary and not fully disclosed, which is why it is sometimes referred to as a "black box" AI system [11].

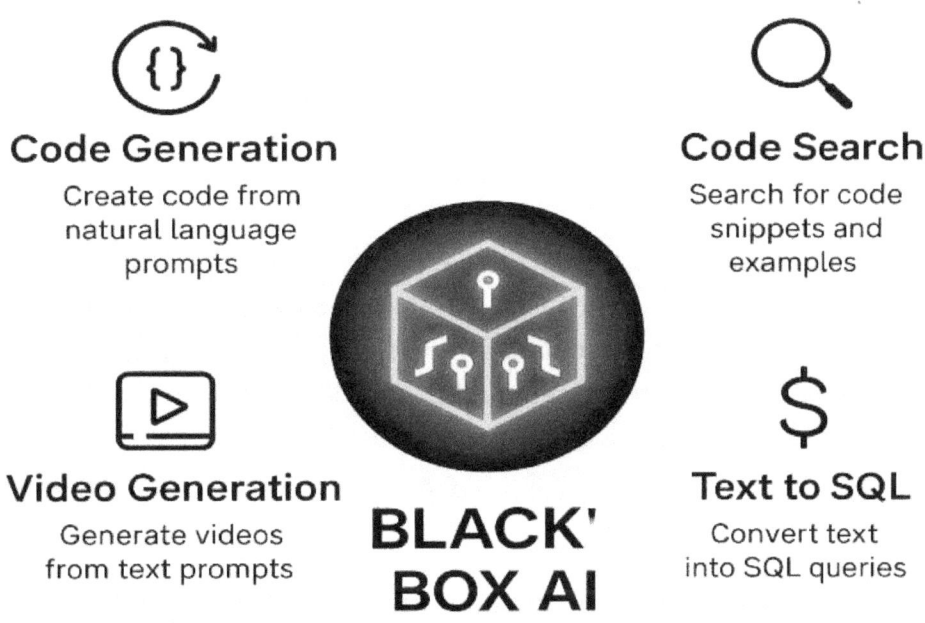

Figure 2 Features of blackbox AI

Features of Blackbox AI

Features of Smodin AI include content generation, language translation, and text summarization.

Code Generation

In Blackbox AI, code generation allows users to create code from natural language prompts. This means you can describe what you want, and the AI will write the code for you. It supports multiple programming languages and simplifies complex tasks.

Code Search

Code search in Blackbox AI helps users find relevant code snippets based on natural language queries. It enables developers to quickly locate examples without manually searching through documentation or forums. The tool scans a vast database of code to provide accurate and useful results [14].

Video Generation

In Blackbox AI, video generation transforms text prompts into engaging videos. Users simply describe what they want, and the AI creates visuals and animations accordingly. This feature is ideal for making tutorials, explainers, or content without needing editing skills. It simplifies and speeds up the video creation process.

Text to SQL

Text to SQL in Blackbox AI converts natural language questions into SQL queries. Users can ask questions in English, and the AI translates them into accurate SQL statements. This helps non-technical users interact with databases without learning SQL, speeding up data analysis and improving accessibility for teams [13].

SMODIN AI

Smodin AI is an AI-powered writing assistant designed to help students, educators, and content creators produce better content faster. It offers a suite of tools for writing, rewriting, plagiarism detection, summarization, translation, and automatic citation. Founded in 2017, Smodin aims to simplify the content creation process and boost user productivity. This assistant helps users generate, rewrite, and improve content quickly and efficiently [12]. Its features include an AI writer, paraphraser, plagiarism checker, citation generator, translator, and content humanizer.

Features of Smodin AI

Features of Smodin AI are content generation, language translation and text summarization.

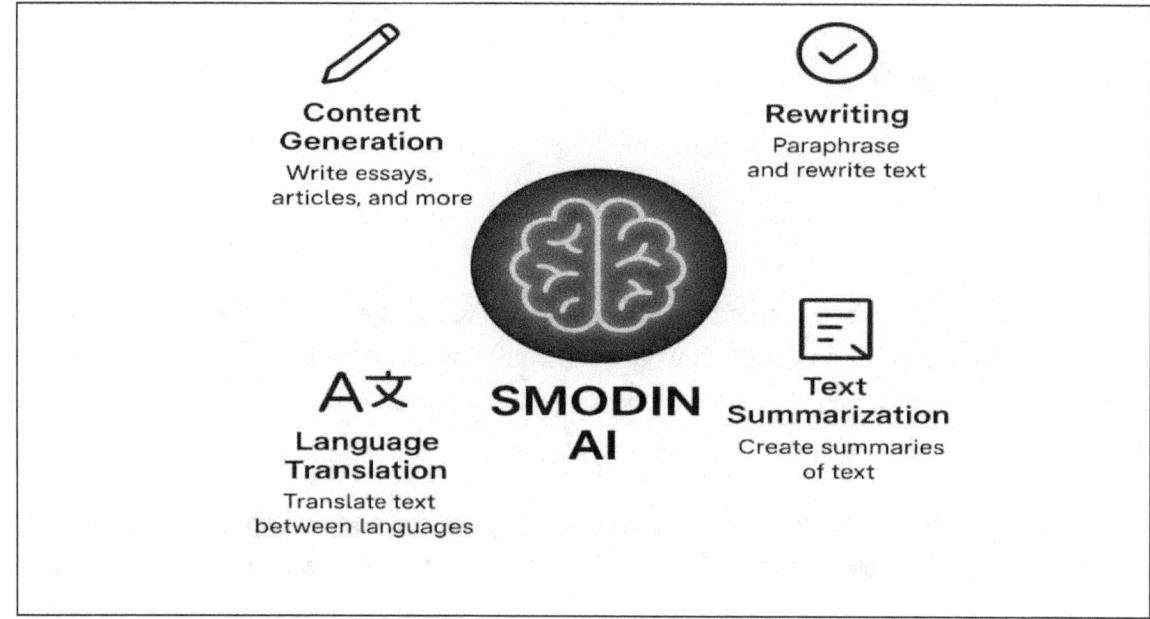

Figure 3 Features of Smodin AI

Content Generation

In Smodin AI, content generation is used to create essays, articles, and various written materials. Users provide a topic or a few keywords, and the AI automatically generates structured content. This tool is helpful for students, writers, and professionals who need quick and coherent writing. It saves time and reduces the effort required for content creation. The AI ensures clarity, proper grammar, and logical flow in the output [14].

Rewriting

In Smodin AI, rewriting is used to rephrase text while keeping its original meaning. Users enter content, and the AI generates a clearer or more unique version. This helps avoid plagiarism and improves the quality of writing. It is useful for students, writers, and professionals needing quick and accurate rewriting [15].

2.3.1.3 Language Translation

In Smodin AI, language translation is used to convert text from one language to another with ease. The AI processes the input and provides accurate, context-aware translations. It helps users communicate, learn, and work across different languages. This tool is useful for students, writers, and professionals dealing with multilingual content [17].

2.3.1.4 Text Summarization

In Smodin AI, text summarization is used to shorten long texts while keeping the main ideas intact. Users input content, and the AI quickly provides a clear and concise summary. This helps save time and improves understanding of large or complex texts. It is useful for students, researchers, and professionals who need quick insights [20].

3. Comparative Analysis

This paper compares three distinct AI tools namely Tamil GPT-AI, Blackbox AI, and Smodin AI. The objective of this comparison is to evaluate the capabilities and applications of each tool in their respective domains. By examining their functionalities, user interfaces, and performance metrics, the paper aims to provide insights into how these AI tools can enhance productivity and efficiency in various tasks [16, 19]. The analysis seeks to identify the strengths and limitations of each tool, offering a comprehensive understanding of their potential impact on users and industries. This comparative study contributes to the ongoing discourse on the role of AI in technological advancements and its practical applications in real-world scenarios. Figure 4 illustrates the input image provided as a textual query, which was subsequently processed by the three AI tools previously discussed. Each tool interprets and responds to the input based on its unique capabilities and functionalities [17, 18].

செயற்கை நுண்ணறிவு என்றால் என்ன?

Figure 4 Input image

மையத்தில், மொழியைப் உருவெடுத்துள்ளது. புரிந்துகொள்வது, வடிவங்களை அங்கீகரிப்பது, அனுபவத்திலிருந்து கற்றுக்கொள்வது மற்றும் முடிவுகளை எடுப்பது போன்ற பொதுவாக மனித நுண்ணறிவு தேவைப்படும் பணிகளைச் செய்யும் திறன் கொண்ட கணினி அமைப்புகளின் வளர்ச்சியை AI குறிக்கிறது. இந்தத் துறையானது பல்வேறு நுட்பமான நுட்பங்கள் மற்றும் கூறுகளை உள்ளடக்கியது, இதில் புதிய தரவு களின் வெளிப்பாட்டின் மூலம் கணினிகளை மேம்படுத்த உதவும் இயந்திர கற்றல் வழிமுறைகள்.

Figure 5 Tamil GPT–AI Generated Result

The figure 5 shows the output produced by Tamil GPT–AI in response to the provided input. The result demonstrates the model's ability to understand and generate content in the Tamil language, highlighting its application in various tasks such as translation, grammar correction, and content creation.

செயற்கை நுண்ணறிவு (AI) என்பது மனித நுண்ணறிவை நகலெடுக்கக்கூடிய கணினிமுறைமைகள் மற்றும் மென்பொருட்களை உருவாக்கும் துறை. இது இயந்திரக்கற்றல், இயற்கைமொழிசெயலாக்கம், மற்றும் காட்சிஅடையாளம் போன்ற செயல்பாடுகளை உள்ளடக்கியது. AI, வாடிக்கையாளர்சேவை, தானியங்கிவாகனங்கள், மற்றும் மருத்துவம் போன்ற பல்வேறு துறைகளில் பயன்படுகிறது.

Figure 6 Blackbox AI Generated Output

This figure 6 displays the result produced by Blackbox AI in response to the provided input. The output showcases the model's capability to interpret natural language prompts and generate corresponding content, demonstrating its application in various tasks such as code generation, debugging assistance, and documentation creation.

விடை: செயற்கை நுண்ணறிவு என்பது ஒரு கணினி அல்லது ரோபோட்டிக்ஸ் அமைப்பு உட்பட செயற்கை வளைவுகளால் மனிதர்களைப்போல செயல்படும்

நுண்ணறிவு ஆகும். இது மனித நுண்ணறிவு மற்றும் கணுக்காலிநுழைவு இரண்டினுள் இடைப்பட்டதாகும். இது ஏறக்குறைய அனைத்தையும் ஈடுகொள்ளும் சுருக்கமானவரையறை ஆகும்.

Figure 7 Smodin AI Generated Output

This figure 7 presents the content produced by Smodin AI in response to the provided input. Smodin's AI Writer generates original and plagiarism-free content across various topics, including blog posts, articles, and essays. Users can customize the tone and style of the generated text to suit their needs. The output demonstrates Smodin's capability to produce coherent and contextually relevant content efficiently.

Table 1 Comparative Analysis for Tamil AI Tools

Category	Tamil-GPT AI	Blackbox AI	Smodin AI
Primary Purpose	Conversational Tamil AI for education, culture, and general Q&A	Code generation, code explanation, debugging assistant	Academic writing, paraphrasing, summarizing, and citation generation
Key Strengths	Cultural nuance, Tamil fluency	IDE integration, media code extraction, multi-agent workflows	AI writing assistant, rewriter, plagiarism checker, AI detector
Core Technology	GPT-3.5 / GPT-4 or LLaMA-based Tamil-fine-tuned transformer	Codex, StarCoder, or LLaMA-based transformer LLM	Transformer-based LLM (GPT-Neo, T5, GPT-3-like)
Strengths	- Fluent in Tamil - Cultural knowledge - Grammar correction - Q&A	- Code autocomplete - Code search - Multi-language support	- Essay generator - Rewriter - Citation tool - AI/plagiarism detector
Limitations	- Weak on technical subjects - May not understand deep scientific tasks	- May generate buggy code - Not good for non-coders	- Limited creativity - Needs proofreading - Limited free access
Example Use Cases	- Tamil essay writing - Thirukkural explanations - Tamil translation	- Writing scripts - Learning programming - Debugging help	- Writing assignments - Generating abstracts

			– Plagiarism check
Execution Time (Avg.)	3–5 seconds per response (text generation in Tamil)	2–4 seconds for autocomplete; 5–10 seconds for code explanation	3–7 seconds per task (depends on content length)
Accuracy	Moderate to high (80–90%) for everyday Tamil use; lower for factual depth	Moderate for code (60–80% needs user revision)	Moderate to high (70–85%), depending on writing type
AI Output Type	Natural conversation in Tamil, short essays, poems	Code blocks, comments, function logic	Text-based essays, paragraphs, summaries
Platform / Access	YesChat.ai, ChatGPT plugin, GitHub open source	Chrome extension, IDE integrations, web interface	Web app (freemium with limited words for free users)
Cost	Mostly free (YesChat), Premium may apply in GPT-4 plugin or hosted setups	Free (limited), Premium plans for pro features	Free (limited), Premium subscription available
Best For	Tamil medium students, teachers, literature enthusiasts	Developers, coders, tech learners	Students, researchers, teachers
Learning Curve	Easy to use (especially for native Tamil speakers)	Medium (needs code knowledge)	Very easy (no coding or prompt design needed)
Multimodal Support	Some versions support voice or audio input/output	Code-only	Text-only

Table 1 represents a comparative analysis of three different AI tools such as Tamil GPT-AI, Blackbox AI, and Smodin AI. From the result observation, it is noticed that Tamil GPT-AI delivers detailed and contextually relevant information in response to user queries.

4. Conclusion

This study provides a comparative analysis of three AI tools–Tamil GPT-AI, Blackbox AI, and Smodin AI, which highlight their distinct capabilities in the realm of Tamil language processing. Tamil GPT-AI excels in generating detailed and contextually relevant content, making it a valuable resource for tasks such as translation, grammar correction, and cultural context understanding. Blackbox AI stands out in code generation and debugging, serving as an efficient assistant for developers working with multiple programming languages. Smodin AI offers robust support for academic writing, including content generation, paraphrasing, and plagiarism detection, catering to the needs of students and educators. Collectively, these tools demonstrate the diverse applications of AI in enhancing Tamil language tasks, each contributing uniquely to the advancement of linguistic technology. The insights gained from this analysis underscore the importance of developing AI systems that are linguistically accurate and culturally sensitive, paving the way for more inclusive and effective language technologies.

References

1. Kaushik Mahata and A. G. Ramakrishnan, Precision Skew Detection through Principal Axis. Proc. International Conference on Multimedia Processing and Systems, Chennai, Aug. 13–15, 2000, pp. 186–188.
2. R.C.Gonzalez&R.E.Woods, Digital Image Processing. Addison-Wesley.
3. G.Strang, Linear Algebra and its Applications. Academic press.
4. Kaushik Mahata and A. G. Ramakrishnan, A Novel Scheme for Image Rotation for Document Processing, Proc. IEEE Intern. Conf. on Image Processing 2000, Vancouver, BC, Canada, Sept 10–13, 2000, Vol. 2, pp. 594–596.
5. T.Akijama&N.Hagita, Automatic entry system for printed documents. Pattern Recognition, vol 23, pp 1141–1154, 1990
6. R.O.Duda&P.E.Hart, Pattern Classification and Scene Analysis. John Wieley& Sons.
7.
8. T.Y.Zhung&C.Y.Suen, A fast parallel Algorithm for thinning digital patterns. Comm ACM, vol. 27, no. 3, pp. 337–343.
9. A.G. Ramakrishnan and Kaushik Mahata, A complete OCR for printed Tamil text, Bangalore 560 012, India
10. HR Shiva Kumar and A G Ramakrishnan, "Open source TamilNet99 keyboard for Android," Proc. 13-th Tamil Internet Conference, Pondicherry, Sept. 19–21, 2014.
11. https://www.ai4chat.co/gpt/tamilgpt, Tamil GPT-AI.
12. https://www.blackbox.ai/, BlackBox AI
13. https://smodin.io/, Smodin AI
14. Abhinava Shivakumar, Akshay Rao, Arun S, A G Ramakrishnan, "A Free Tamil Keyboard Interface for Business and Personal Use," Proc. Tamil Internet 2010, Coimbatore, June 23–26, 2010, pp. 634–640.
15. Sreekanth Majji and A G Ramakrishnan, "Festival Based Maiden TTS System for Tamil Language," Proc. 3rd Language and Technology Conference: Human Language Technologies as a Challenge for Computer Science and Linguistics, Poznan, Poland, Oct 5–7, 2007, pp. 187–191.
16. Raghava Krishnan K, S Aswin Shanmugam, Anusha Prakash, Kasthuri GR, Hema A Murthy, "IIT Madras's Submission to the Blizzard Challenge 2014," Blizzard Workshop, Singapore, 2014.
17. Alan Black, Paul Taylor, Richard Caley, Rob Clark, Korin Richmond, Simon King, Volker Strom, Heiga Zen, "The festival speech synthesis system, version 1.4.2", http://www.cstr. ed. ac. uk/projects/festival. Html
18. Xuedong Huang, Fileno Alleva, Hsiao-Wuen Hon, Mei-Yuh Hwang, Kai-Fu Lee, Ronald Rosenfeld, "The SPHINX-II speech recognition system: an overview," Computer Speech & Language, Volume 7, Issue 2, April 1993, Pages 137–148.
19. Hayes PJ, Morgenstern L. On John McCarthy's 80th Birthday, In Honor of His Contributions. AI Mag. 2007;28(4):93–102. [Google Scholar]
20. Barbaro MH: The Daily. In: Did Artificial Intelligence Just Get Too Smart? Edited by Barbaro M: The New York Times Company; 2022.
21. Turing AM: Computing Machinery and Intelligence. Mind. 1950;LIX(236):433–460.

40. NLP Toolkits and Libraries Adaptable for Tamil: A Survey and Evaluation

Mrs.Sudha V
Assistant Professor, Department of Hindi
PSGR Krishnammal College for Women, Peelamedu, Coimbatore- 641 004
9944956001

Abstract

Natural Language Processing (NLP) for Tamil – a morphologically rich and agglutinative language–poses unique challenges due to limited resources, dialectal diversity, and script complexity. In recent years, there has been an emergence of general-purpose NLP toolkits and Indic-focused libraries that are either designed for or adaptable to Tamil. This paper surveys existing open-source NLP frameworks, evaluates their capabilities with respect to Tamil language processing, and discusses the extent of their adaptability to classical, dialectal, and modern Tamil variants. It also outlines future directions for developing Tamil-centric NLP tools and enhancing linguistic inclusivity in AI.

Key Words :

Natural Language Processing, NLP toolkits, NLP frameworks

I. Introduction

The Tamil language, spoken by over 80 million people globally, is one of the longest-surviving classical languages. However, NLP tools and resources for Tamil are underdeveloped compared to high-resource languages like English. The primary hurdles in Tamil NLP include lack of standardized corpora, complex morphology, multiple dialects, and underrepresentation in mainstream NLP libraries.

This paper provides a systematic survey of general and Indic-specific NLP toolkits and examines how they can be adapted or extended to meet Tamil language processing needs.

Linguistic Features of Tamil Relevant to NLP

Tamil's linguistic characteristics significantly influence the design of NLP tools:

- **Agglutinative Morphology:** Words are formed by affixing multiple morphemes.
- **Free Word Order:** Though generally SOV, Tamil allows flexibility.
- **Phonemic Script:** Tamil script has fewer characters but relies on contextual pronunciation.
- **Dialectal Diversity:** Differences exist across regions (e.g., Kongu, Madurai, Jaffna) and literary registers (Sangam, Modern)

These features necessitate custom approaches to tokenization, morphological analysis, POS tagging, and syntactic parsing.

Survey of NLP Toolkits and Libraries Adaptable for Tamil

1. **Indic NLP Library (AI4Bharat)**[1]

- **Description:** The Indic NLP Library supports Tamil along with other Indic languages and offers modules for text normalization, script handling, word tokenization, transliteration, sentence splitting, and more.
- **Modules:** Sentence segmentation, tokenization, transliteration, script normalization.
- **Strength:** Designed for low-resource languages like Tamil with built-in support.
- **Limitation:** Limited syntactic parsing or model inference capabilities.(github.com/AI4Bharat/indicnlp,2025)

Stanza (Stanford NLP)2

- **Description:** Multilingual neural NLP pipeline.
- **Tamil Support:** POS tagging and dependency parsing using Universal Dependencies.
- **Strength:** Easy integration, consistent with other languages.
- **Limitation:** Lacks domain adaptation for dialectal or classical Tamil. (stanfordnlp.github20,25)

spaCy + Custom Pipelines

- **Description:** Fast NLP toolkit with extensible architecture.
- **Adaptation to Tamil:** Requires building or integrating Tamil language models (e.g., via IndicNLP or custom embeddings).
- **Strength:** Highly customizable with support for Prodigy for active learning.
- **Limitation:** No built-in Tamil model out-of-the-box.

ULMFiT and fastai

- **Description:** Universal Language Model Fine-tuning (ULMFiT) allows transfer learning for low-resource languages.
- **Use for Tamil:** Requires corpus to pretrain/fine-tune LMs for downstream tasks.
- **Strength:** Works well with limited data.
- **Limitation:** Needs a well-prepared corpus and model training pipeline.

Flair NLP3

- **Description:** Framework for contextual embeddings and sequence labeling.
- **Tamil Support:** Custom embeddings (e.g., FastText Tamil) can be integrated.
- **Strength:** BiLSTM-CRF models for NER, POS.
- **Limitation:** Requires model training on Tamil-specific datasets.

OpenNLP & NLTK[4]

- **Description:** iNLTK is an open-source toolkit providing pre-trained models and functionalities like data augmentation, sentence embeddings, tokenization, and text generation for multiple Indic languages, including Tamil.
- **Tamil Support:** Minimal out-of-the-box; requires training with tagged Tamil corpora.
- **Strength:** Flexibility in custom rule-based processing.
- **Limitation:** Outdated models and limited deep learning support.

Evaluation Criteria

The Toolkits are evaluated in the following dimensions:

Toolkit	Tokenization	POS Tagging	Morph. Analysis	Syntax Parsing	NER	Tamil Support Level
Indic NLP	✓	✗	✓	✗	✗	High (preprocessing)
Stanza	✓	✓	✓	✓	✗	Medium
spaCy + Custom	✓	✓ (custom)	✓ (custom)	✓ (custom)	✓	Medium-High
Flair	✓	✓	✓	✗	✓	Medium
ULMFiT/fastai	✓	✓	✓	✗	✓	Medium
OpenNLP	✓	✓ (manual)	✗	✓ (manual)	✗	Low

Technical Approaches for Tamil NLP:

1. **Tokenization and Sentence Segmentation**

Due to Tamil's complex morphology, simple whitespace tokenization is ineffective. Rule-based and statistical tokenizers segment affixes and compound words, improving accuracy in downstream tasks.

Morphological Analysis

Morphological analysers decompose words into roots and affixes, using finite-state transducers or neural models.

Example: A hybrid approach combining lexicon-based FSTs with neural disambiguation improved Tamil POS tagging accuracy by 5%.

Part-of-Speech Tagging

POS taggers rely on annotated corpora like the Tamil Treebank. Supervised learning models include CRFs and BiLSTM architectures trained on these datasets.

5.4 Syntax Parsing

Dependency parsers trained on Universal Dependencies Tamil datasets enable syntactic structure analysis. However, adapting to dialectal or literary Tamil requires domain adaptation and transfer learning.

Evaluation Metrics and Benchmarks

Current Tamil NLP benchmarks include:
- **Tamil POS Tagging Accuracy:** Typically between 85-92% on standardized datasets.
- **NER F1 Scores:** Range from 70-85% depending on domain and corpus size.
- **Morphological Analyzer Precision:** Above 90% in controlled settings.

Standardized test sets and shared tasks remain limited; community efforts are essential.

Case Studies

- Tamil Social Media Text Processing
- Using Indic NLP and FastText embeddings, researchers developed a Tamil sentiment analysis tool to classify tweets and Facebook posts.
- Classical Tamil Text Parsing
- A research group adapted Stanza models with Sangam Tamil corpora and rule-based post-processing to parse ancient poetry, with promising results.

Challenges and Gaps

Despite recent progress, several gaps remain:
- Low Availability of Annotated Corpora: Limits supervised model training.
- Lack of Dialectal and Historical Adaptation: Most tools are tuned to Modern Standard Tamil.
- Limited Integration with Classical Tamil: Tools are not equipped to handle Sangam grammar or poetic syntax.

Future Directions

- **Building Unified Tamil NLP Benchmarks:** Across classical, spoken, and modern variants.
- **Creating Transferable Embeddings:** Leveraging multilingual models like IndicBERT or XLM-R.
- **Collaborative Corpora Annotation:** Using tools like WebAnno, Doccano, and inception with Tamil-specific tags.
- **Integration with Speech and OCR Tools:** For cross-modal Tamil NLP applications.

Conclusion

Tamil NLP is on the rise but still faces limitations in toolkit support and linguistic adaptability. This paper reviewed existing NLP toolkits, evaluating their suitability and extensibility for Tamil language processing. By leveraging open-source frameworks and contributing annotated resources, researchers can accelerate the development of inclusive, Tamil-focused NLP systems.

References

1. AI4Bharat. (2021). Indic NLP Library. GitHub. https://github.com/AI4Bharat/indicnlp_library
2. Akbik, A., Blythe, D., & Vollgraf, R. (2019). Contextual string embeddings for sequence labeling. Proceedings of COLING.
3. Howard, J., & Ruder, S. (2018). Universal language model fine-tuning for text classification. Proceedings of ACL.
4. Qi, P., Zhang, Y., Zhang, Y., Bolton, J., & Manning, C. D. (2020). Stanza: A Python NLP library for many human languages. ACL System Demonstrations.
5. Vasudevan, S. (2020). Modern approaches to ancient Tamil texts: NLP perspectives.
6. Zvelebil, K. V. (1992). Companion studies to the history of Tamil literature. Brill.
7. https://github.com/AI4Bharat/indicnlp_library
8. https://stanfordnlp.github.io/stanza/
9.
10. 1 Aman Kumar, Himani Shrotriya, Prachi Sahu, Raj Dabre, Ratish Puduppully, Anoop Kunchukuttan, Mitesh M. Khapra, Pratyush Kumar. IndicNLG Suite: Multilingual Datasets for Diverse NLG Tasks in Indic Languages. arxiv preprint 2203.05437. 2022.
11. 2 Raj Dabre, Himani Shrotriya, Anoop Kunchukuttan, Ratish Puduppully, Mitesh M. Khapra, Pratyush Kumar. IndicBART: A Pre-trained Model for Natural Language Generation of Indic Languages. Findings of the ACL (EMNLP-Findings 2022)
12. 3 Akbik, A., Bergmann, T., Blythe, D., Rasul, K., Schweter, S., & Vollgraf, R. (2019). FLAIR: An easy-to-use framework for state-of-the-art NLP. In Proceedings of the 2019 Conference of the North American Chapter of the Association for Computational Linguistics (Demonstrations) (pp. 54–59). Association for Computational Linguistics.
13. 4 Building Machine Learning Systems with Python, Willi Richert, Luis Pedro Coelho, Packt Publishing, 2013 (2nd edition 2015), ISBN: 978-1782161409

41. A Comparative Study Of Ai-Powered Language Tools

Dr. S. Meera
Associate Professor, & Head Department of B.Sc.CS(AI)
hod-ai@psgrkcw.ac.in

Mrs. T. Prabha Kumari
Assistant Professor, Department of B.Sc.CS(AI)
prabhakumari@psgrkcw.ac.in

Dr. R. Revathi
Assistant Professor, Department of B.Sc.CS(AI)
r_revathi@psgrkcw.ac.in

Ms. B. Sagana
24sbai038@psgrkcw.ac.in

Ms. L. Karolyn Matcher
24sbai037@psgrkcw.ac.in

Ms. J. Dhanusree
24sbai011@psgrkcw.ac.in

PSGR Krishnammal College for Women

Abstract

In recent times, the development of Artificial Intelligence (AI) and Machine Learning has led to the creation of smart tools capable of understanding and generating human language. As AI becomes increasingly common in writing and communication, the need for tools that support native Indian languages–especially Tamil–is essential. Tamil, being one of the oldest and richest languages in the world, deserves careful and intelligent support from AI technologies [1]. The main objective of this paper is to analyze AI tools that support the Tamil language. Specifically, it compares Shoonya AI, Google Bard, and Bhashini, examining how each tool works with Tamil. This paper explains how each tool handles Tamil, highlighting their strengths and weaknesses, and explores how Tamil speakers can use them in education, the workplace, and everyday life. It also evaluates how accurately and naturally these tools produce Tamil responses, with a focus on sentence clarity and their ability to handle different Tamil styles effectively [2].

Keywords:

Artificial Intelligence, NLP Tools, Tamil Language Technology, Text-to-Speech, Text-to-text, Tamil Translation, Text Coherence

Introduction

Artificial Intelligence (AI) is changing the way people use and understand language. Today, AI tools can correct grammar, translate languages instantly, and even understand spoken words. These tools are especially useful in countries like India, where many languages are spoken. Tamil is one of the world's oldest and most respected languages, spoken by more than 70 million people. It has a long history and rich culture. However, many global AI tools do not give enough support to Tamil. Including Tamil in AI systems is important to protect its heritage, make technology fair for all, and help people in rural and regional areas use digital tools more easily [3].

This paper looks closely at three major AI language tools – Shoonya AI, Google Bard and Bhashini – and studies how well they support the Tamil language. The goal is to understand how these tools can help in different areas like education, government work, media and communication especially for Tamil speaking users. Tamil is a language where words are built by adding different parts (like tense, gender, number, or case) to a root word. This type of structure is called agglutinative. As a result, AI tools often face challenges in breaking sentences into words (tokenization), identifying the role of each word (part-of-speech tagging), understanding sentence structure (syntactic parsing), and analysing changes in word forms (morphological analysis) [4,5].

Tamil is written as a script based on ancient Brahmi letters. It is supported by Unicode, but special care is needed for correct display and processing – especially because most AI tools are built to work with scripts like English, not Tamil. There are not enough labelled Tamil texts or open-source datasets available for training AI. Tamil has many regional dialects and ways of speaking that vary widely. Words in Tamil often change form based on grammar rules, which makes processing harder. Literary Tamil includes rich, poetic language and context-based meanings, which are difficult for machines to understand correctly.

AI Tools: Overview and Functional Comparison

This work focuses on three AI-driven language tools – Shoonya AI, Google Bard (Gemini), and Bhashini – each was designed to enhance multilingual communication in India, with significant support for Tamil along other Indian languages. While their core objective is to reduce language barriers, each tool brings distinct technological approaches, capabilities, and user benefits.

AI4Bharat-Shoonya AI

Shoonya AI is an open-source multilingual translation platform developed by AI4Bharat at IIT Madras. It is built specifically to handle translations between English and several Indian languages, including Tamil, Hindi, Telugu, Bengali, and Kannada. Unlike generic translation engines, Shoonya leverages neural machine translation (NMT) models fine-tuned on domain-specific datasets such as government records, legal content, healthcare materials, and educational resources. This enables translations that retain contextual meaning and cultural appropriateness. The platform supports document uploads, real-time text translation, and large-scale content conversion, making it highly relevant for educators, researchers, and government services aiming to provide inclusive access to information.[11]

Document Translation

Shoonya AI is equipped with an advanced document translation feature that allows users to translate not only small text inputs but also complete documents without losing accuracy. This function is particularly useful for official records, research materials, and professional reports where maintaining the original tone and meaning is essential. The tool ensures that the translated content reflects the original message precisely, making it a reliable choice for academic, legal, and corporate communication [6].

Multilingual Translation

One of the strengths of Shoonya AI lies in its multilingual capabilities. It can seamlessly translate between English and a wide range of Indian languages, including Tamil, Hindi, Bengali, and others. This makes it highly relevant in a linguistically diverse country like India, where multilingual communication is often necessary for business, education, and governance. By supporting multiple language pairs, Shoonya AI bridges communication gaps between different linguistic groups [7,8].

Upload

Shoonya AI simplifies the translation process through its upload feature, which allows users to directly submit entire files for translation. This is particularly beneficial for those working with lengthy reports, books, or bulk text, as it eliminates the need for manual copying and pasting. The feature supports quick processing, thereby saving significant time and effort for the user [9].

Context-Aware Translation

Unlike basic translation tools that operate word-for-word, Shoonya AI uses context-aware translation to interpret the overall meaning of sentences. By considering the context, it produces more natural, fluent, and accurate outputs. This approach helps in avoiding literal errors that can change the intended meaning of the original text [10].

Intuitive Interface

The platform is designed to be simple and accessible for all types of users, including those with minimal technical expertise. Its intuitive interface ensures that navigation and usage remain straightforward, allowing new users to adapt quickly without requiring special training.

Domain-Specific Translation

Shoonya AI also offers domain-specific translation, which tailors the output for specialized areas such as government, legal, healthcare, and education. This ensures that industry-specific terminology is accurately represented, reducing the risk of misinterpretation in professional documents [12].

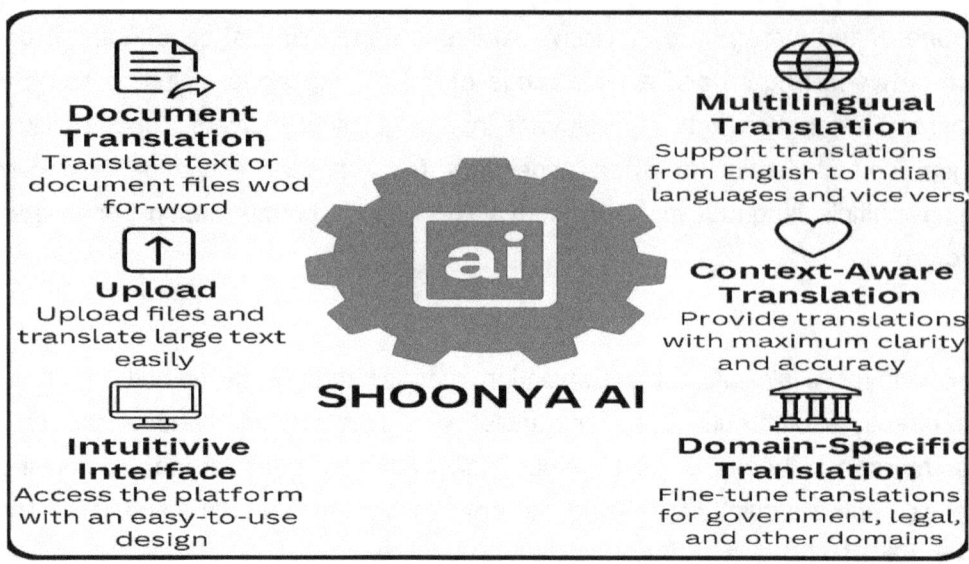

Figure 1 Features of AI

Google Bard(Gemini)

Google Bard, now powered by Google's Gemini architecture, is a multimodal AI system capable of processing and generating text, voice, and image-based inputs. It supports Tamil alongside a wide range of global languages, enabling users to interact in Tamil script or Tanglish (Tamil written in English letters). Bard's strength lies in its versatility – it can answer queries, summarize information, translate content, and create original material such as essays, poems, and stories. Integrated with Google Search, Docs, and YouTube, it provides seamless access to Tamil-based resources and supports both casual and professional use cases. Its natural handling of Tamil grammar and long-text analysis makes it useful for students, writers, and bilingual professionals. [12]

Text Generation

Bard (Gemini) is capable of generating high-quality Tamil content for various purposes, including essays, poems, articles, and reports. Its ability to combine creativity with linguistic precision makes it a versatile tool for both creative and professional writing.

Translation

The translation capability of Bard (Gemini) ensures accurate conversion between Tamil and English. The tool is designed to maintain grammatical integrity, cultural relevance, and contextual meaning, making it suitable for use in education, literature, and professional communication.

Paraphrasing

Bard (Gemini) includes a paraphrasing feature that rephrases Tamil content into a different wording style without altering its meaning. This is especially useful for preparing multiple versions of the same text or improving sentence fluency.

Grammar Correction

With its grammar correction function, Bard (Gemini) identifies and fixes spelling and grammatical issues in Tamil writing. This improves the quality, clarity, and professionalism of the output, making it ready for formal use.

Summarisation

The summarisation feature condenses lengthy Tamil texts into short, meaningful summaries. This allows readers to focus on the main points quickly, which is valuable for research, presentations, and news reports.

Speech-to-Text

A standout feature of Bard (Gemini) is its speech-to-text function, which accurately converts spoken Tamil into written form. This is particularly beneficial for dictation, accessibility for differently-abled users, and situations where typing is inconvenient or time-consuming.

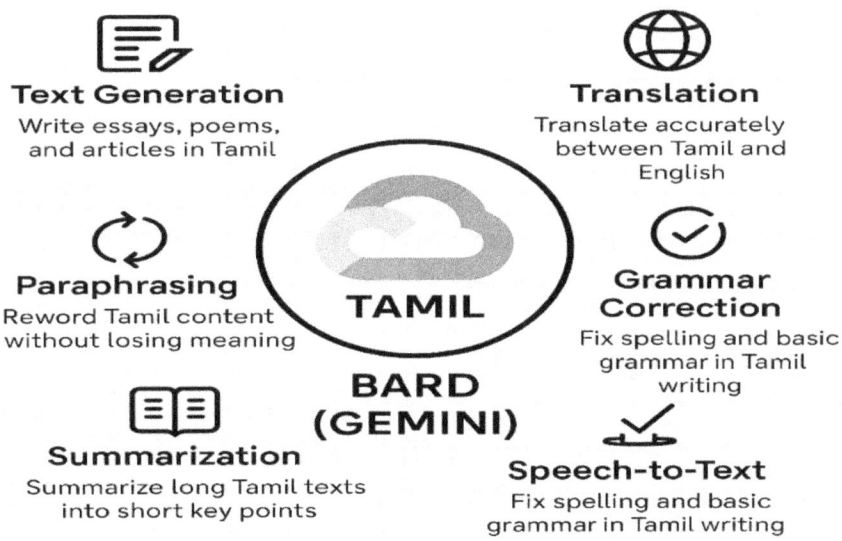

Figure 2 Features of Google Bard (Gemini)

Bhashini

Bhashini, part of India's National Language Translation Mission, is a government-backed initiative developed in collaboration with AI4Bharat, CDAC, and leading IITs. Designed to support all 22 scheduled Indian languages, it offers real-time translation, speech-to-text, text-to-speech, and multilingual chat services. Bhashini's Tamil support is especially impactful in governance, citizen engagement, and e-learning, allowing users to interact with government portals or educational materials in their native language. The platform also enables community participation by inviting volunteers to contribute voice and text samples, which helps refine its language models and preserve linguistic diversity in the digital space.[13]

Features of Tamil Bhashini

Text Generation

Tamil Bhashini supports content creation in Tamil, enabling users to generate essays, poems, stories, and articles with ease. This feature helps to preserve and promote Tamil literature and creative expression by making it easier for writers to produce high-quality native-language content.

Translation

The translation function in Tamil Bhashini allows accurate conversion between Tamil and English. It ensures that both grammar and cultural nuances are preserved, which is especially important for formal documentation, academic research, and literary works.

Paraphrasing

Tamil Bhashini offers a paraphrasing tool that rewrites Tamil content into alternative forms while keeping the original meaning intact. This is particularly useful for rewording repetitive text, improving sentence structure, and enhancing clarity without altering the message.

Grammar Correction

The platform includes a grammar correction feature designed to detect and fix spelling errors and basic grammatical mistakes in Tamil writing. This ensures that the final content is linguistically correct and professionally presentable [13].

Summarisation

Tamil Bhashini can summarise long Tamil passages into concise, key points, making it easier for readers to grasp the essential information. This feature is particularly helpful for academic materials, meeting notes, and lengthy reports where quick understanding is required.

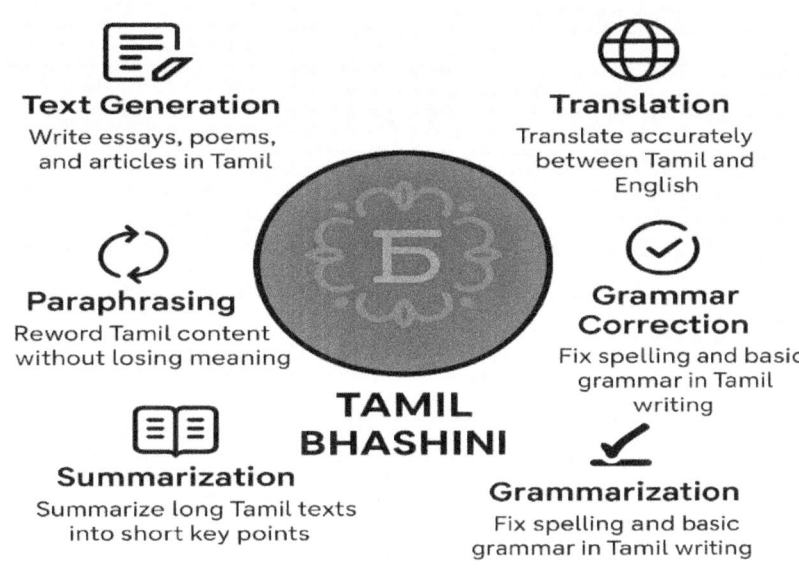

Figure 3 Features of Tamil Bhashini

Comparative Analysis

A comprehensive comparative analysis of the three AI tools – Shoonya AI, Google Bard, and Bhashini – based on several important criteria: strengths, limitations, example use cases, execution time, accuracy, and best user fit in Table 3.1.

Table 3.1 Comparative analysis for Shoonya AI, Google Bard, and Bhashini

Feature	Shoonya AI	Google Gemini (Bard India)	Bhashini AI
Main Use	Translating text between Indian languages and English	Talking with users, answering questions, helping with info in many languages	Changing speech to text and text to speech in Indian languages
Technology Used	Domain-adapted language models trained on Indian datasets	Gemini model (new version of Bard, based on Google's advanced AI)	Language models from Bhashini like ASR (speech), TTS (voice), and translation

Key Strengths	Accurate translations, Open-source, Domain-adaptable, Tamil and other Indian languages	Gives real time answers, Can understand many languages	Works well with Indian speech, Helps in many government services
Weaknesses	Limited to text-based translation, No voice or image input	Needs internet, May not catch all Indian cultural details	Mostly for use with apps, Not for general chatting
Used For	Document translation, Educational content, Government & public service content	Answering general questions, Writing help, Summaries	Translating in meetings, Speaking services, Government forms
Speed	2-4 seconds to respond	3-5 seconds to respond	3-7 seconds (depends on task)
Correctness	85-90% accurate for supported Indian languages	80-90% accurate depending on topic and language	80-95% accurate for speech and translations
Output Type	Text (translations, educational content)	Chat responses, summaries, ideas	Voice or text based on input
How to Access	Free tools on AI4Bharat platforms and Shoonya portal	Free access through Bard website or Google Search	Available on government sites like Digital India portal
Cost	Free and open to everyone	Free for everyone	Free for all users and public departments
Best For	Translators, educators, researchers working with Indian languages	General users, school/college students, writers	People needing voice/text help in Indian languages, Govt offices

Ease of Use	Simple interface, Best for bilingual users	Very easy to use, no training needed	Medium difficulty, may need help to set up
Voice/Audio Support	Text-only	Supports text, voice, and image input (latest Gemini)	Yes, can take voice and give speech or text

Input And Output Comparison

In this research, a comparative analysis is conducted between the input provided in Tamil and its corresponding output is generated by the AI tool. Figure 4.1 illustrates the user input given in Tamil, while the subsequent figure presents the tool's output based on that input. This comparison is intended to evaluate the tool's performance in understanding and generating accurate, fluent, and contextually appropriate Tamil text. The analysis considers linguistic accuracy, semantic consistency with the input, and the naturalness of the generated language. This evaluation plays a critical role in assessing the effectiveness of AI tools in processing native Indian languages, with a specific focus on Tamil in the context of this study.

Input

"Language is the bridge that connects people from different parts of the world.Through works ,we share our thoughts, express our emotions, and build relationships.In a country like India, where so many languages are spoken, translation tools help break barriers and bring people closer. Technology makes it easier for us to understand one another and celebrate our diversity" write this in Tamil

Figure 4.1 Input of Bard AI

Bard AI

Based on the Tamil input shown in **Figure 4.2**, Bard AI generated the output presented below. This output is evaluated for accuracy, contextual relevance, and fluency in Tamil.

Output of Bard AI

Shoonya AI – AI4BHARAT

The output below was produced by Shoonya AI (AI4Bharat) in response to the Tamil input shown in **Figure 4.3**. This result is examined for its language accuracy and ability to maintain contextual meaning in Tamil.

> "மொழிதான் உலகின் வெவ்வேறு பகுதிகளில் இருந்து வரும் மக்களை இணைக்கும் பாலம். வார்த்தைகள் மூலம் நாம் நமது எண்ணங்களைப் பகிர்ந்து கொள்கிறோம், உணர்வுகளை வெளிப்படுத்துகிறோம் மற்றும் உறவுகளை உருவாக்குகிறோம். இந்தியா போன்ற பல மொழிகள் பேசப்படும் நாட்டில், மொழிபெயர்ப்பு கருவிகள் தடைகளை உடைத்து, மக்களை ஒன்றாக கொண்டு வர உதவுகின்றன. தொழில்நுட்பம் ஒருவருக்கொருவர் புரிந்து கொள்ள எளிதாக்கி, நமது பன்முகத்தை கொண்டாட உதவுகிறது." getmerlin.in

Figure 4.3 Output of Shoonya AI

Bhashini AI

The output generated by Bhashini AI corresponding to the Tamil input in **Figure 4.4** is shown below. This output is evaluated based on its linguistic precision and contextual coherence in Tamil.

Figure 4.4 Output of Tamil Bhashini

5.

Conclusion

This work shows that AI like Shoonya, Google Gemini, and Bhashini supports the Tamil language in unique ways. Shoonya AI is a powerful open-source generative model focused on creating and understanding content in Indian languages like Tamil. It helps with writing, translating and processing Tamil text, making it useful for researchers, educators, and content creators. Google Gemini is a smart assistant that can answer questions, translate, and help with writing tasks in Tamil and other languages. Bhashini AI, developed by the Indian government, focuses on speech-to-text, text-to-speech, and translation, making digital tools more accessible in Tamil. All three tools play an important role in making sure Tamil can be used easily in education, communication, and everyday digital life.

Reference

1. Helbert Eustaquio Cardoso da Silva, Glaucia Nize Martins Santos, Andre Ferreira Leite, Carla Ruffeil Moreira Mesquita, Paulo Tadeu de Souza Figueiredo, Cristine Miron Stefani, Nilce Santos de Melo, "The use of artificial intelligence tools in cancer detection compared to the traditional diagnostic imaging methods: An overview of the systematic reviews," PLoS ONE, Public Library of Science, 2023, https://doi.org/10.1371/journal.pone.0292063
2. Yogesh Aswathi, Telon Garikaya, Lovely Tembani Fundisi, Braiton Mukhalela, "A Comparative Study Evaluating ChatGPT and DeepSeek AI Tool in Practice," International Journal of Open Information Technology, 2025, https://cyberleninka.ru/article/n/a-comparative-study-evaluating-chatgpt-and-deepseek-ai-tools-in-practice/viewer
3. Kevin Heintz, Younghoon Roh, Jonghwan Lee, "Comparing the Accuracy and Effectiveness of Wordwise AI Proofreader to Automated Editing Tool and Human Editors," Science Editing, 2022,https://doi.org/10.6087/kcse.261
4. Biying Guo, Xinyi Shan, Jeanhun Chung, "A Comparative Study on the Features and Applications of AI Tools – Focus on PIKA Lab and RUNWAY," International Journal of Internet, Broadcasting and Communication, 2024, https://doi.org/10.7236/IJIBC.2024.16.1.86
5. Lorliam Aamo, Indigo Joseph, Abunimye, "A Comparative Analysis of Generative AI Tools for Natural Language Processing," Journal of Computing Theories and Applications, 2024,https://doi.org/10.62411/jcta.9447
6. [Thaeer M. Sahib, Osamah Mohammed Alyasiri, Dua'A Akhtom, Hussain A. Younis, Israa M. Hyder, Sani Salisu, "A Comparison Between ChatGPT-3.5 and ChatGPT-4.0 as a Tool for Paraphrasing and English Paragraph," Proceedings of the International Applied Social Sciences Congress, 2023, 1706082831.pdf
7. Benedikt Schmidl, Tobias Hutten, Steffi Pigorsch, Fabian Stogbauer, Cosima C. Hoch, Timon Hussain, Barbara Wollenberg, Markus Wirth, "Assessing the Use of the Novel Tool Claude 3 in Comparison to ChatGPT 4.0 as an Artificial Intelligence Tool in the Diagnosis and Therapy of Primary Head and Neck Cancer Cases," European Archives of Oto-Rhino-Laryngology, Springer, 2024,https://doi.org/10.1007/s00405-024-08828-1
8. Matej Pozarnik, Matej Rajsp, Jure Mohar, Lea Robič Mohar, "Analysis of Effectiveness and Quality of AI Tools: Comparison Between a Manually Created Business Plan and the One Created by Using ChatGPT," International Journal of Business Management and Economic Research, 2023, ijbmer2023140401.pdf
9. Suzen Agharia, Jan Szatkowski, Andrew Fraval, Jarrad Stevens, Yushy Zhou, "The Ability of Artificial Intelligence Tools to Formulate Orthopaedic Clinical Decisions in Comparison to Human Clinicians: An Analysis of ChatGPT 3.5, ChatGPT 4, and Bard," Journal of Orthopaedics, Elsevier, 2024, https://doi.org/10.1016/j.jor.2023.11.063
10. Amirah Algahtani, "A Comparative Study of AI-Based Educational Tools: Evaluating User Interface Experience and Educational Impact," Journal of Theoretical and Applied Information Technology, 2024., Microsoft Word - 7 52801 57800212 Camera Ready Copy
11. AI4Bharat. (2024). Shoonya: A multilingual generative AI model for Indic languages. Retrieved from Shoonya
12. Google. (2024). Google Gemini (formerly Bard). Retrieved from Google Gemini
13. Bhashini. (2024). Bhashini: National Language Translation Mission. Digital India. Retrieved from Bhashini

42. Artificial Intelligence Tools for the Tamil Language

C.Kiruthigadevi M.Sc.,M.Phil.,
Assistant Professor of Computer Science,
kiruthi11chandrabose@gmail.com
R.Rajeswari MCA.,M.Phil.,
Saiva Bhanu Kshatriya College,Aruppukottai.
kavi.rajeemca87@gmail.com

"Tamil + AI=Timeless Future"
"The purpose of AI is not to replace humans, but to amplify human potential."
–Satya Nadella [1]

Abstract

The fusion of Artificial Intelligence (AI) with Natural Language Processing (NLP) has significantly enhanced how regional languages like Tamil are handled computationally. Tamil, an ancient and complex Dravidian language, presents distinct challenges due to its intricate grammar and script. This paper delves into the latest AI-powered tools and frameworks developed exactly for Tamil language processing. Tools including TamilGPT, iNLTK, Open-Tamil, Indic NLP Library, Tamil LLaMA, and ThamizhiUDp are analyzed in depth. In addition, contributions from efforts like Sarvam AI and the Vidhai Treebank Initiative are emphasized in the progress of Tamil NLP. The discussion encompasses tool functionalities, real-world applications, and benefits, as well as existing obstacles and potential directions for future work.

Introduction

Artificial Intelligence has emerged as a transformative tool in reducing linguistic disparities in India, particularly between widely spoken languages like English and less-resourced ones such as Tamil. Despite being one of the oldest and most widely spoken classical languages in the world, Tamil has traditionally been underrepresented in the development of AI and Natural Language Processing (NLP) technologies.

In recent years, however, there has been a growing emphasis on advancing Tamil-language computational tools. The demand for AI applications that support Tamil spans across multiple domains, including education, healthcare, e-governance, social media, and assistive technologies. From speech recognition and sentiment analysis to translation services, there is an increasing need for AI systems that can effectively capture and process the linguistic intricacies of Tamil.

This paper aims to explore the major tools and ongoing research initiatives dedicated to incorporating Tamil into the evolving landscape of AI technologies.

Key Tools and Frameworks for Tamil NLP and AI

iNLTK (Indic NLP Toolkit)

iNLTK (Indic NLP Toolkit) is a specialized library created to perform NLP tasks across various Indian languages.. It offers tools tailored to the unique characteristics of each language and is mainly useful for addressing the challenges associated with limited NLP resources in many Indic languages. By providing pre-trained language models and essential utilities, it enables easier implementation of key NLP functions such as tokenization, text generation, and language detection.

- **Skills**: Offers tokenization, language modeling, and text classification in Tamil.
- **Features**: Includes Fast Text embeddings and sentence-level representations.
- **Implementation Areas:** Valuable for content summarization, detecting named entities, and assessing sentiment.

Indic NLP Library

The Indic NLP Library is a Python-based toolkit designed to support Natural Language Processing (NLP) tasks in Indic languages. Unlike generic NLP tools which focus primarily on English or European languages, this library caters to the linguistic diversity of Indian languages, offering fundamental tools such as tokenization, transliteration, normalization, and syllabification.[4]

Its primary objective is to simplify writing processing for scripts like Devanagari, Tamil, Telugu, Bengali, and others, which pose unique challenges due to complex grammar rules and script differences.

Technical Highlights

- Language-Agnostic Framework: Implements rule-based and data-driven approaches that work across various Indian languages.
- Script-Specific Handling: Includes dedicated modules for script processing, such as Devanagari vowel sign normalization.
- Lightweight & Modular: Can be integrated into custom pipelines without large dependencies.

Skills: Focuses on script normalization, syllable segmentation, and transliteration.
Integration: Lightweight and easy to incorporate into Python-based NLP workflows.
Applications: Supports preprocessing in translation engines and search technologies.

Open-Tamil

Open-Tamil is an open-source Python library developed to support Tamil language processing in the domain of Natural Language Processing (NLP). It is built specifically to handle Tamil script and linguistic rules, providing essential tools for working with Tamil text. This library is ideal for researchers, developers, and educators aiming to process, analyse, or build applications in the Tamil language.[3]

Its main goal is to democratize access to Tamil computational tools, especially for those without access to commercial NLP stands. Promote the use of **Tamil in digital platforms** through computational tools. Offer freely available NLP functionalities for Tamil. Encourage **community-driven development** and contributions to Tamil computing.

Functionality: Handles Unicode, parses text, manages date/time in Tamil, and supports stemming and transliteration.

Usage: Commonly used in content management systems and foundational Tamil tech development.

Tamil-LLaMA

Tamil-LLaMA is a large language model (LLM) trained specifically on Tamil-language datasets, inspired by Meta's LLaMA **(Large Language Model Meta AI)** architecture. It represents a significant step forward in regional language AI by adapting powerful transformer-based models to function effectively in low-resource languages like Tamil.[2]

Its primary goal is to offer Tamil-speaking users' access to AI that understands and generates content in their native language, supporting a change of NLP tasks such as translation, summarization, question answering, and dialogue generation.

While models like GPT and LLaMA show inspiring results in English and a few other global languages, Indian regional languages—especially Tamil—remain under represented due to a lack of large-scale curated datasets and computational resources.[2] Tamil-LLaMA attempts to fill this gap by training or fine-tuning LLaMA-like models using Tamil corpora, ensuring the language's grammatical structure, vocabulary, and cultural context are well understood by the model.

- **Highlights**: A Tamil-tuned version of LLaMA-2, trained with 16K tokens.
- **Function**: Enables generative tasks such as dialogue and comprehension in Tamil.
- **Use Cases**: Chatbots, tutoring applications, and educational assistants.

ThamizhiUDp (Universal Dependency Parser)

ThamizhiUDp is a syntactic parser developed for the Tamil language using the Universal Dependencies (UD) framework. It is designed to identify grammatical relationships between words in a sentence, such as subject, object, and verb dependencies. This tool is essential for advanced **Natural Language Processing (NLP)** tasks in Tamil, where syntactic structure plays a key role.

It serves as one of the few openly available tools focused on Tamil dependency parsing, a task historically under-resourced in Dravidian language processing.

- **Strengths**: Performs POS tagging, morphological parsing, and dependency analysis using annotated Tamil corpora.
- **Applications**: Ideal for grammar checkers and enhancing machine translation systems.

2.6 Vidhai Treebank Initiative

The **Vidhai Treebank Initiative** is a project aimed at developing a **syntactically and morphologically annotated treebank** for the **Tamil language**. It is part of the broader effort to bring **high-quality linguistic resources** to underrepresented languages in the field of Natural Language Processing (NLP). The initiative contributes to the **Universal Dependencies (UD)** framework by building a structured dataset that captures the **grammatical structure** of Tamil sentences.[5]

This treebank is designed to support the development of language technologies, such as parsers, translators, and other NLP tools tailored to the linguistic nuances of Tamil.

- **Objective**: Creates a linguistically rich Tamil corpus using traditional grammatical principles.
- **Scope**: Manual and AI-assisted annotations with open-source licensing for model training and linguistic study.

2.7 Sarvam AI

Sarvam AI focuses on developing advanced **AI** systems, including **LLMs** and generative models, optimized for **Indian languages** and **real-world** applications. The initiative aims to create open and accessible AI systems that reflect the linguistic, cultural, and social diversity of India. Unlike global AI models that are mostly trained in English or a handful of international languages, Sarvam AI places Indian languages at the forefront of its development goals – ensuring **inclusivity, representation, and local relevance** in AI.

- **Offerings**: Provides APIs for Tamil speech recognition, text-to-speech, and conversational agents.
- **Specialization**: Tailored for Indian dialects, with commercial-grade tools.
- **Applications**: Digital assistants, content generation, and speech interfaces.

Benefits of Tamil-Centric AI Tools

Artificial Intelligence tools developed specifically for the Tamil language offer a wide range of advantages by enhancing the accessibility and usability of digital platforms for Tamil-speaking communities. By supporting communication in Tamil, these tools reduce dependency on English and help close the digital divide, particularly in rural and remote regions. In the field of education, they provide tailored learning environments, assist students with Tamil-based tutorials and assessments, and support language acquisition for both native speakers and new learners. They also play a vital role in creating Tamil-language educational content such as notes, summaries, and interactive materials.

In technological applications, AI-driven tools like Tamil-language chatbots, virtual assistants, and text analysis platforms improve service delivery in sectors such as healthcare, banking, and public governance. These innovations empower local entrepreneurs and businesses to create tech solutions that address the unique needs of Tamil users, contributing to regional economic growth. Moreover, AI tools support the preservation of Tamil's cultural and literary legacy by digitizing ancient texts and making traditional knowledge widely accessible.

Tamil-centric AI also contributes significantly to research, particularly in advancing Natural Language Processing (NLP) for underrepresented languages. These developments expand AI's capabilities in areas like translation, speech recognition, and sentiment analysis, thus boosting global efforts in multilingual AI. By enabling real-time translation, these tools foster inclusive communication between Tamil and non-Tamil speakers. Furthermore, they support governance by facilitating automated services, public grievance systems, and multilingual information dissemination, thereby enhancing civic engagement and administrative transparency.

- **Language Conservation and Digital Archiving**

AI enables the digitization and preservation of Tamil's linguistic heritage, including lesser-known dialects and oral traditions.

- **Inclusive Accessibility**

Technologies like OCR and text-to-speech in Tamil assist visually impaired individuals in accessing digital content.

- **Education and Public Services**

NLP models simplify content delivery in education and e-governance by translating materials and powering question-answering systems in Tamil.

- **Economic Impact**

Tamil NLP tools support regional enterprises through native-language customer service, localized marketing, and e-commerce.

- **Cultural Authenticity in AI**

Culturally attuned models such as Tamil-LLaMA generate context-aware and socially relevant outputs.

Barriers to Tamil NLP Advancement

The development of Natural Language Processing (NLP) technologies for Tamil faces multiple challenges due to the linguistic, technical, and socio-economic factors that limit rapid progress. Unlike widely spoken global languages, Tamil-despite its rich literary history and large speaker base-remains underrepresented in AI and computational linguistics. Below are the key obstacles hindering the advancement of Tamil NLP:[4]

Limited Annotated Datasets

One of the core challenges is the scarcity of large-scale, high-quality annotated datasets for various NLP tasks such as part-of-speech tagging, named entity recognition, syntactic parsing, and sentiment analysis. Without sufficient labelled data, training accurate and robust models becomes difficult.

Lack of Standardization

Tamil has multiple dialects, script variants, and spelling conventions that vary by region and usage. This inconsistency creates hurdles in tokenization, morphological analysis, and other NLP processes, making it harder to build universally applicable tools.

Low Availability of Open-Source Tools

Compared to English and other dominant languages, Tamil has relatively fewer open-source NLP libraries and tools. This makes it challenging for researchers and developers to experiment, collaborate, and innovate within the language ecosystem.

Inadequate Computational Resources

Training deep learning models for Tamil NLP requires high computational power and memory, which are often not readily available for projects focusing on regional languages. As a result, researchers face resource constraints, especially in academic and non-profit settings.

Linguistic Complexity

Tamil's agglutinative nature, complex grammar, and use of sandhi (morphophonemic changes) present difficulties for standard NLP algorithms. The rich morphology of Tamil words demands more advanced techniques for accurate processing.

- Insufficient Labeled Data: The lack of large, annotated datasets limits training effectiveness.
- Grammar Complexity: Tamil's structure and rich morphology challenge standard NLP methods.
- Inadequate Tokenization: Existing approaches like BPE don't align well with Tamil script and structure.
- Hardware Limitations: Training large-scale models demands computational power often unavailable in academic settings.

Future Directions in Tamil AI and NLP

The future of Tamil Artificial Intelligence (AI) and Natural Language Processing (NLP) holds immense potential to transform how technology interacts with the Tamil language. As the demand for inclusive and culturally relevant AI grows, Tamil-focused research is set to evolve in several key directions:

Foundational Model Development

- Emphasize large-scale, Tamil-only pretraining across diverse domains including healthcare, legal, and literature.
- Ensure fine-tuning aligns with Tamil's cultural and linguistic contexts.

Handling Code-Mixed Content

- Address "Tanglish" by building models that can interpret Tamil-English hybrid texts common in online communication.

Domain-Specific Adaptation

- Develop tailored models for sectors like agriculture, medicine, and education with domain-specific vocabulary.

Speech and Multimodal Integration

- Enhance ASR and TTS capabilities for Tamil dialects and incorporate multimodal learning for richer AI applications.

Community-Driven Data Collection

- Promote crowdsourcing platforms for Tamil speakers to contribute to data creation and validation.

Ethical Considerations

- Develop AI systems that respect cultural values and implement bias detection mechanisms to ensure fairness in Tamil NLP applications.

Educational and Open-Source Ecosystems

- Introduce Tamil AI toolkits in educational curricula and encourage open access to models, APIs, and corpora.

Conclusion

Tamil stands at a transformative point in AI-driven language technology. Tools such as TamilGPT, iNLTK, and Tamil-LLaMA have laid the groundwork for inclusive, scalable NLP applications in Tamil. While hurdles remain—such as limited data, complex grammar, and infrastructure constraints—ongoing projects and collaborative efforts suggest a promising path ahead. With contributions from open-source communities, academia, and state-backed initiatives, Tamil is steadily becoming a digitally empowered language in the AI era.

References

1. https://sl.bing.net/hMqGThuy0rY
2. Arora, G. et al. (2023). Tamil-LLaMA: Instruction Fine-Tuned Tamil Language Model. arXiv preprint arXiv:2311.05845.
3. Ezhil Language Foundation. (2022). Open-Tamil Documentation. GitHub Repository.
4. Ramanathan, R. (2024). Tamil NLP Tools: A Survey. ICTer Journal, Vol. 17(2).
5. Indian Institute of Technology Madras (2023). Vidhai Treebanks. AI Tamil Nadu Project.
6. "Language Models for Tamil: Challenges and Approaches" – Various academic papers discuss building NLP models for Tamil using transformer architectures.

43. The Multifaceted Journey of Tamil Through Artificial Intelligence – Reflections in Education, Culture, and Society

Dr.R.Sivaranjani
Assistant Professor, Department of IT
@psgrkcw.ac.in
9444573382

Naveena.R
II Bsc Information Technology
24sbit062@psgrkcw.ac.in
9962773106

Varshini.S
II Bsc Information Technology
24sbit112@psgrkcw.ac.in
9500755047

Abstract

AI is reshaping how we engage with language and culture (Radhachander & Abhilasha, 2021).While globally dominant languages have quickly adapted to AI technologies, classical languages such as Tamil are just beginning to make their mark. With its deep literary history and cultural richness, Tamil's emergence in the AI landscape is both necessary and overdue.

This paper explores the evolving connection between AI and the Tamil language. It examines how advancements in Natural Language Processing (NLP), voice tools, and translation systems are being tailored to Tamil's unique structure (Parameswaran & Sridharan, 2018; Sridhar et al., 2022). The discussion includes the cultural, educational, and ethical impact of AI tools in Tamil-speaking communities. Rather than erasing cultural identities, AI holds the potential to preserve and promote them especially when developed with inclusivity and cultural understanding in mind (Bender et al., 2021).

Keywords

Tamil NLP, Cultural Preservation, Tamil Chatbots. Tamil AI, AI Ethics, AI in Regional Education, Digital Inclusion, Language Technology

Introduction

The evolution of technology frequently favors dominant languages, leaving many rich philology traditions behind (Bender et al., 2021).Tamil is the ancient language using still now ,It has philosophy,culture and literature for centuries still it has underrepresented in AI ecosystem (Krishnakumaran, 2020).

This paper highlights why Tamil deserves focused AI development. It explores how the language's structure characterized by agglutinative grammar, intricate phonetics, and poetic syntax poses both technical challenges and opportunities (Parameswaran & Sridharan, 2018). When AI is developed with sensitivity to such features, it becomes a powerful tool for linguistic justice and innovation.

.Embracing Tamil in the Digital Realm

From Tradition to Technology

The heritage of tamil started with oral traditions and palm-leaf manuscripts (Tamil Internet Education Development [TIED], 2021). Over the past decades, it has transitioned into digital formats, from Unicode to machine-readable datasets. Now, AI is offering new ways to digitize and revitalize the language with precision and depth (Sridhar et al., 2022).

Language Meets Culture Through AI

Tamil literarure conveys rich philosophical traditions like purananuru, thirukkural and kurunthogai. AI must be trained to understand not just words, the cultural context hidden meanings woven into them (Ramasamy, Sugathar, & Bhattacharyya, 2014). In this way, AI can serve as a digital guardian of heritage.

AI and Education in Tamil: A Step Towards Equity

Custom Learning in Native Tongues

New Modern AI-powered educational platforms are now beginning to support Tamil, interactive learning in dialects, gamified lessons and providing localized content, based on Tamil culture (AU-Tamil.org, 2023). These tools offer personalized pathways for students in regional settings.

Virtual Tamil Tutors

Building a Conversational AI that responds in Tamil can support students more effectively than English based systems. This helps rural students and first-generation learners to learn with confidence in their mother tongue (Parameswaran & Sridharan, 2018).

Supporting Learners with Disabilities

AI tools like Tamil text to speech, emotion sensitive readers, and voice input applications enhance accessibility for students with special needs filling long-standing gaps in inclusive education (Krishnakumaran, 2020).

Preserving Tamil Heritage with Artificial Intelligence

Reviving Ancient Literature

AI applications are no longer limited to digitizing text. They are now capable of analyzing poetic meters, identifying historical scripts, tagging content by theme and translating classical works into simpler forms for new audiences (TIED, 2021).

Immersive Cultural Experiences

AI and virtual reality helps the users to explore ancient Tamil cities, interact with historical avatars, and hear classical Tamil spoken as it might have sounded centuries ago (Radhachander & Abhilasha, 2021). These technologies preserve memory and pass culture on to future generations.

Social Impacts: AI as a Bridge, Not a Barrier

Language Access in Multilingual Societies

A real time translation system offered by AI helps bridge language barriers across sri lanka, tamilnadu and the global tamil diaspora (Ramasamy et al., 2014). These tools enable seamless communication in diverse environments.

Tamil for Public Services

Tamil was trained to AI chatbots and now integrated into public service portals, helping citizens especially the elderly and those in rural areas access healthcare, government schemes, and legal information in a familiar language (AU-Tamil.org, 2023).

Rethinking AI Ethics for Linguistic Justice

The absence of Tamil in mainstream AI platforms raises concerns about fairness and inclusion. Ethical AI must ensure that all languages, including Tamil, are fairly represented to prevent digital marginalization (Bender et al., 2021).

Roadblocks and Reflections

Limited language data: AI models often depend on limited Tamil sources like Wikipedia, That fail to capture informal language (Ramasamy et al., 2014).

Tamil encompasses several regional dialects, including Madurai, kongu and Jaffna tamil. it is important for AI tools to recognize and preserve these variations (Parameswaran & Sridharan, 2018).

Loss of Cultural Meaning in Translation: Literal translations can strip Tamil literature of its emotional and philosophical essence (TIED, 2021).

Lack of Funding and Research: Tamil-based AI projects receive less institutional support compared to other major languages (Radhachander & Abhilasha, 2021)..

Shaping an Inclusive Tamil AI Future

Crowdsourced Data Collection: Encouraging communities to contribute folk songs, local stories, and spoken Tamil content can improve AI training (AU-Tamil.org, 2023).

Tamil-Specific Language Models: Building language models specifically for Tamil ensures better accuracy and cultural relevance (Sridhar et al., 2022).

Government and Institutional Support: Policy changes should mandate regional language inclusion in tech development (Krishnakumaran, 2020).

Early AI Education in Tamil: Introducing AI fundamentals in Tamil medium schools can empower students and foster innovation from within the community (Ramasamy et al., 2014).

Conclusion

The inclusion of Tamil in the world of Artificial Intelligence is not just a technological achievement it is a declaration of identity and pride. By ensuring that Tamil is integrated into AI systems, we are turning the language into a living, digital force capable of educating, preserving, and empowering (Sridhar et al., 2022).

Rather than waiting for Tamil to be included in global AI tools, we must actively build Tamil-centered systems that reflect the richness, beauty, and diversity of the language (AU-Tamil.org, 2023).

References

- 1. Ramasamy, L., Sugathar, K., & Bhattacharyya, P. (2014. Workshop on Statistical Machine Translation (WMT), 9th Edition, 65-72.
- 2. Krishnakumaran, A. (2020). IndicNLP: Tools and datasets for processing Indian languages. GitHub repository.
- 3. Parameswaran, A., & Sridharan, V. (2018). Evaluating the challenges of building Tamil-based natural language applications. International Journal of Computer Science and Engineering, 6(11), 45-52.
- 4. Radhachander, A., & Abhilasha, R. (2021). Examining the societal influence of artificial intelligence on global communities. Communications of the ACM, 12(10), Article 120.
- 5. Sridhar, V., Van, I., & collaborators. (2022). ThamizhiNLP: An open-source toolkit for Tamil natural language processing. Workshop on Language Generation for Equality, Diversity, and Inclusion (EDiN). ACL Anthology.
- 6. Bender, E. M., Gebru, T., McMillan-Major, A., & Shmitchell, S. (2021). Risks of large-scale language models and their implications. Proceedings of the ACM Conference on Fairness, Accountability, and Transparency, 610-623. .
- 7. Tamil Internet Education Development (TIED). (2021). Digitizing palm-leaf manuscripts: Preserving Tamil heritage through AI. TIED Publications.
- 8. AU-Tamil.org. (2023). Open datasets and resources for Tamil artificial intelligence research. AU Tamil Initiative.

44. Bridging Tradition and Technology: Game-Based Thirukkural Learning for School Students through Kural Pazhagu App

Sampath Ram
R Sethupathy,
A V K Varshan,
R Srimathi,
AM Abirami
Department of Information Technology,
Thiagarajar College of Engineering, Madurai
sampathram@student.tce.edu

Abstract

The Thirukkural, a timeless Tamil literary classic, imparts enduring moral values that remain highly relevant today. However, contemporary students—particularly those from non-Tamil-medium backgrounds—often face challenges in accessing and understanding its teachings. This study introduces Kural Pazhagu, an interactive, game-based learning application designed to bridge this gap. The platform features structured modules and gamified feedback to support learners in mastering the pronunciation and meaning of individual Kurals. It integrates speech recognition and natural language processing (NLP) APIs to assess users' pronunciation accuracy, award points, and encourage continued engagement. By blending traditional wisdom with modern technological tools, Kural Pazhagu aims to foster moral development, linguistic proficiency, and cultural appreciation among school students.

Keywords

Thirukkural Learning, Gamification, Educational Technology, Kural Pazhagu App

Introduction

Thirukkural, authored over 2,000 years ago by the revered Tamil poet and philosopher Thiruvalluvar, remains a timeless ethical and moral guide. Comprising 1,330 couplets organized into 133 chapters, the text addresses three fundamental themes: virtue (Aram), wealth (Porul), and love (Inbam). Its wisdom spans all facets of human life and continues to be relevant in contemporary society. Despite its significance, many modern students—especially those outside Tamil-medium state curricula—find it challenging to engage with and appreciate the Thirukkural. While State Board students study it as part of their syllabus, learners from other educational boards often lack access to structured learning support. Learning the Thirukkural independently can be a daunting and time-consuming process, particularly without proper guidance or phonetic understanding. Early exposure to the Thirukkural fosters moral development, social awareness, and respect for religious and cultural equality. However, barriers such as language proficiency and limited access to teaching resources often prevent effective engagement.

To address these challenges, we developed Kural Pazhagu, a web-based interactive learning tool that teaches and tests Thirukkural knowledge through gamification. The platform includes a learning section where students can read and understand individual Kurals and a practice section to improve pronunciation. Using Python-based speech processing libraries and

Google APIs, the app converts spoken input to text and compares it with the original Kural. Learners receive star ratings based on pronunciation accuracy, making the learning process both educational and enjoyable.

Related Work

Several scholars have explored the Thirukkural's relevance across domains including ethics, education, computational linguistics, and social philosophy. Manikandan (2014) highlighted the economic and management principles embedded in the Thirukkural, demonstrating its practical applicability to contemporary administrative contexts. Chandran (2016) argued that the ethical teachings of Thirukkural offer a framework to moralize politics, underscoring its societal value. Research by Prera (2019) and Ponniah et al. (2019) established that integrating Thirukkural in school curricula enhances students' higher-order thinking skills (HOTS), especially among Tamil primary school learners. A follow-up study by Ponniah and Nmm (2024) expanded this by developing theoretical models to foster cognitive skill development through Thirukkural. Anita and Subalalitha (2019) attempted to computationally parse the structure of Thirukkural, proposing a discourse parsing framework that can support natural language understanding tasks. Similarly, Ramalingam and Navaneethakrishnan (2022) proposed a novel classification system for improving Kural retrieval, making the text more accessible through technology.

Karunakaran (2020) explored how Thirukkural represents material culture, while Kulandhaivel (2020) emphasized its unexplored philosophical dimensions. Mooneegadoo (2020) presented Thirukkural as a universally applicable ethical guide, highlighting its relevance to modern life. Dhineshwaran (2021) discussed the anti-superstitious stance of Thirukkural, aligning it with rationalist thinking, whereas Joshi (2021) interpreted its educational philosophy as humanist yet non-radical, offering a balanced approach to value education. Sekar et al. (2021) investigated the moral impact of Thirukkural on secondary students, showing that its teachings foster ethical awareness when effectively integrated into the language curriculum.

Several online platforms attempt to teach the Thirukkural through text-to-speech tools, video tutorials, and translated commentaries. Most existing resources focus solely on one-way content delivery, typically through YouTube videos or basic reading materials, with no integrated environment that allows learners to practice pronunciation or receive instant feedback. Features such as gamification, leaderboards, and scoring systems are notably absent, making it difficult to sustain student motivation over time. Additionally, these platforms often support only a single mode of engagement, lacking the variety necessary to cater to different learning styles.

In contrast, "Kural Pazhagu" addresses these limitations by combining both tutorial (learning) and play (assessment) modes within a single application. It provides audio support for each Kural, allowing students to listen and understand pronunciation correctly. The app uses speech recognition to assess spoken input and awards points based on pronunciation accuracy, making the learning process both interactive and measurable. Furthermore, a leaderboard system motivates users by displaying their rank among all participants, while multi-modal gameplay and an exciting point system maintain consistent learner engagement. This integrated approach transforms Thirukkural learning into a motivating and student-centered experience.

Methodology

A web-based game has been developed to showcase the richness of the *Thirukkural* and enhance children's pronunciation of Tamil words. The platform is designed to both teach and assess the learner's knowledge of *Thirukkural* through interactive modules, as shown in Fig.1.

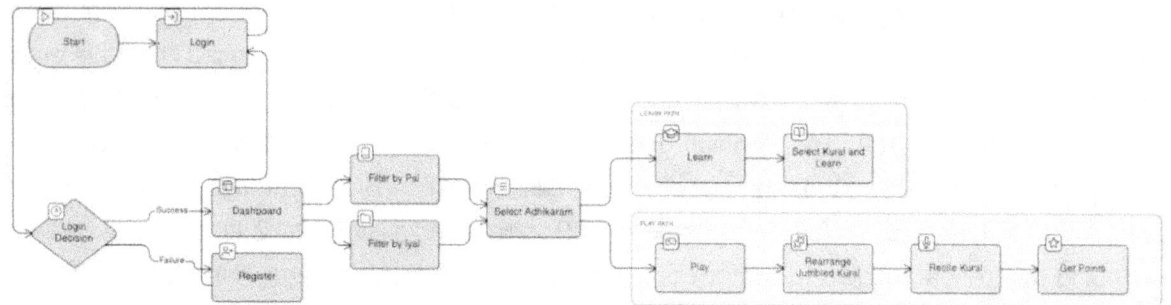

Fig 1. Framework of Kural Pazhagu App

Listen, Practice, and Learn Module

This module is composed of well-structured sub-modules aimed at helping users systematically learn and pronounce Kurals with accuracy. The Kurals are organized according to their Adhigaram, Pal, and Iyal, allowing students to learn them in a continuous and structured manner, as shown in Fig. 2. Each Kural is accompanied by an audio pronunciation to help learners understand the correct phonetics. When the user clicks the Listen button, the corresponding Kural is played, enabling them to hear and mimic the correct pronunciation. Following this, users can practice their pronunciation by reciting the Kural into a microphone. This input is processed using PyAudio to capture speech and the Google Speech-to-Text API to convert spoken words into text. The transcribed text is compared with the original Kural stored in the database. Based on the percentage of correctly matched words, users are awarded star ratings, encouraging accurate pronunciation and reinforcing learning.

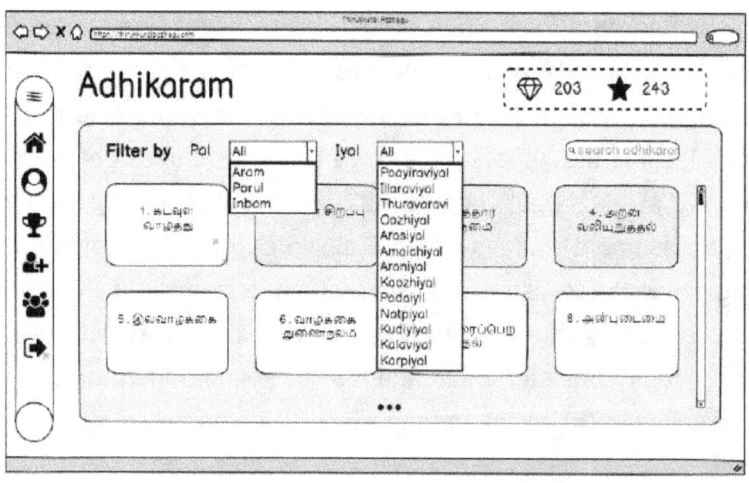

Fig 2. UI Design of Kural Pazhagu App

Game-Based Assessment

After completing the learning phase, users can test their knowledge through interactive games designed to assess comprehension. Two types of mini-games are implemented: (i) Jumbled Words: Learners reorder shuffled words to form the correct Kural (ii) Fill in the Blanks: Learners fill missing words within a Kural. Each game features multiple difficulty levels, and scores are computed based on performance. Learners earn diamonds as rewards for high scores, adding an element of motivation and progression.

Gamification and Leaderboard

Gamification plays a vital role in maintaining user engagement. Stars are awarded during the learning phase based on pronunciation accuracy. Diamonds are earned during the gameplay phase based on quiz performance. To foster healthy competition, a leaderboard is maintained and displayed on the homepage. It ranks users based on the total number of diamonds accumulated through gameplay. This system encourages repeated practice and sustained participation, promoting both individual growth and peer-driven motivation.

Results and Discussions

System Implementation

The Kural Pazhagu application was developed using a combination of modern web technologies for seamless integration of learning and gamification features.

- Backend: Developed using Python with the Flask web framework to manage server-side operations and API routing.
- Speech Recognition: Implemented using Google Speech-to-Text API and PyAudio. These tools allow real-time audio capture from the user and accurate transcription of spoken Kurals into text for comparison.
- Frontend: Built using HTML, CSS, and JavaScript to provide an intuitive and interactive user interface suitable for school-age learners.
- Database: MongoDB is used to store Kural data, user profiles, pronunciation scores, game results, and leaderboard rankings. Integration is achieved via the PyMongo library.

Web and Mobile App Implementation

Following the development of Kural Pazhagu, a pilot test was conducted with a small group of educators and students to evaluate the platform's accuracy, usability, and effectiveness as a teaching aid. The application was deployed in a controlled environment using basic laptops and mobile devices equipped with internet access and microphones. The web and mobile app screenshots are shown in Fig. 3 and 4.

Fig. 2 Web Application "Kural Pazhagu"

Fig. 3 Mobile App "Kural Pazhagu"

Students were instructed to engage with various modules, including fill–in–the–blanks, jumbled word puzzles, and pronunciation practice. Instructors observed students' interactions with the platform, paying close attention to their ability to navigate the interface and complete the activities.

The feedback from both students and teachers was largely positive. Even students with limited exposure to digital tools found the interface to be intuitive and easy to use. The interactive nature of the modules and the immediate feedback through stars and diamonds helped sustain engagement and reinforced learning.

Discussions

A post-use feedback session with students and teachers yielded several valuable insights:

- Pronunciation Confidence: Students reported increased confidence in speaking Tamil aloud.
- Engagement: The incorporation of gamified elements such as leaderboards, stars, and diamonds, transformed the learning process into a fun and motivating experience
- Cultural Curiosity: Teachers observed that the app sparked students' interest in the deeper meanings of the Kurals.

While the Google Speech-to-Text API generally performed well, a few phonetic challenges were noted: the system sometimes struggled to distinguish between closely related Tamil letters, particularly: ல (la), ள (La), and ழ (zha) and words containing complex consonant clusters or nasalized sounds. Despite these challenges, the API yielded reliable results in quiet environments, achieving an average accuracy of over 85% for short Kural phrases.

Conclusion

Thiruvalluvar's philosophy reflects the ideals of the common man. His teachings advocate for a life rooted in human values, promoting earthly virtues, social harmony, domestic responsibility, and ethical political engagement. The Thirukkural, through its universal and timeless wisdom, offers guidance for living a morally grounded and socially responsible life.

The Kural Pazhagu platform aims to bring this profound knowledge to younger generations through a modern, interactive, and gamified medium. By enabling structured learning, accurate pronunciation practice, and culturally enriching gameplay, the platform not only facilitates language development but also encourages moral reflection, ethical understanding and inclusivity. In this spirit, Kural Pazhagu bridges tradition and technology, helping students not only learn Tamil but also imbibe the timeless values that the Thirukkural so eloquently imparts.

References

1. Manikandan, S. (2014). A Historical study on Thirukural with special reference to Economic and Management concepts, issues and challenges. ABBS Management Business and Entrepreneurship Review, 6 (1), pp. 49-54.
2. Chandran, S. (2016). How to Sanctify Politics with Ethics? The Teachings of Thirukkural. Social Science Research Network. https://doi.org/10.2139/ssrn.2818209.
3. Prera, W. R. (2019). Improving the level of HOTS (higher order thinking skills) of form 2 students by learning Thirukkural Muallim Journal of Social Sciences and Humanities, 96-110. https://doi.org/10.33306/mjssh/08
4. Ponniah, K., Kumar, M., Moneyam, S, & Sivanadhan I. (2019). The teaching of Thirukkural based on HOTS among the students of Tamil primary schools in the state of Perak. International Journal of Advanced and Applied Sciences, 6(2), pp. 94-101, https://doi.org/10.21833/ijaas.2019.02.01.
5. Anita, R., & Subalalitha, C. N. (2019). Building Discourse Parser for Thirukkural. 16th International Conference on Natural Language Processing, pp. 18-25. NLP Association of India.
6. Karunakaran, K. (2020). The Concept of Material Culture highlighted in Thirukkural. Journal of Tamil Studies, 1 (1), pp.107-118.
7. Kulandhaivel, S. (2020). Unexplored source of source in Thirukkural. International Journal of Tamil Language and Literary Studies, 03(01), 42-45. https://doi.org/10.38067/ijtlls.2020.v03i01.005
8. Mooneegadoo, K. (2020). Thirukkural – A Study of the Relevance and Application of Virtue to the Modern World. Language in India. 20(3), pp. 51-60.
9. Dhineshwaran M. (2021). Anti-superstious perspectives in Thirukkural. Pulam: international journal of Tamilology studies, 1(2), pp.28-34. https://doi.org/10.5281/zenodo.5105842
10. Joshi, D. K. (2021). Humanist but not Radical: The Educational Philosophy of Thiruvalluvar Kural. Studies in Philosophy and Education, 40(2), pp. 183-200. https://doi.org/10.1007/s11217-020-09750-9.
11. Sekar, V., Nachiappan, S., & C.Gengadaran. (2021). Infusion Of Moral Values On Teaching Of Thirukkural On Tamil Language Among Form 4 Students. Muallim Journal of Social Sciences and Humanities, 194-201, https://doi.org/10.33306/mjssh/152.
12. Ramalingam, A., & Navaneethakrishnan, S. C. (2022). A Novel classification framework for the Thirukkural for building an efficient search system. Journal of Intelligent and Fuzzy Systems, 42(3), 2397-2408. https://doi.org/10.3233/jifs-211667
13. Ponniah, K. & Nmm, S. (2024). Exploring Theoretical and Conceptual Frameworks for the Enhancement of High-Order Thinking Skills through the Study of Thirukkural. Intl Journal of Academic Research in Progressive Education and Development, 13(2), pp. 22-33.
14. https://ilearntamil.com/thirukural-sections/
15. https://play.google.com/store/apps/details?id=com.softcraft.thirukural
16. https://play.google.com/store/apps/details?id=nithra.thirukkural
17. https://play.google.com/store/apps/details?id=com.tamilthirukkural.thirukkuralbook

Index

(Anuvadini), 71
(claude ai),, 34
(grok3),, 34
(mistral ai),, 34
(Quill Bot AI), 71
(suno ai), 34
(TTS/STT), 70
, AI எழுத்துக் கருவிகள்,, 41
, Text Generation, 221
AI (Supernova AI), 71
AI,, 6, 11, 15, 27, 41, 143, 146, 147, 152, 157, 171, 174, 183, 188, 200, 211
AI, Gaming,, 113
AI4Bharat,, 27
AI-driven inclusivity,, 178
AI-Generated Imagery., 157, 188
Ancient Text Analysis and Digitization,, 157, 188
Artificial Intelligence, 9, 11, 16, 20, 41, 42, 54, 55, 61, 68, 75, 80, 87, 91, 99, 139, 140, 141, 142, 143, 144, 145, 146, 147, 153, 157, 158, 161, 162, 171, 174, 178, 184, 185, 187, 188, 189, 192, 196, 197, 198, 199, 202, 207, 208, 209, 210, 211, 213, 215, 221, 222, 233
Artificial Intelligence in Tamil, 208
Artificial Intelligence,, 11, 41, 91, 140, 153, 197, 210
Artificial Intelligence, Oldest, 213
ArtQ, 157, 188
Chat GPT, 27, 67, 91
Chat, Stream,, 119
ChatGPT, 27, 41, 42, 56, 57, 58, 59, 60, 79, 80, 81, 82, 83, 84, 85, 86, 101, 104, 114, 157, 162, 163, 166, 168, 179, 181, 188, 193, 194, 195, 196, 204, 205, 206, 207, 232, 250
complexity of Tamil grammar., 140
Cultural Representation and Analysis, Digital Heritage and Preservation, 157, 188
culture,, 139, 144, 157, 160, 171, 188, 192, 193
Dialect Handling, 221
Digital Society, 213
Domain-specific training,, 178
Education and Accessibility,, 157, 188
error correction,, 6
Game-Based Assessment, 258
Google AI Studio, 119, 120, 121
Google notebook LM, 119, 121
inclusive datasets, 208, 211
Jenni AI tool,, 41

Kural Pazhagu, 255, 256, 257, 258, 259, 260, 261
Language accessibility, 178
Language Evolution, 171, 173
Language Preservation and Translation, 157, 188
language processing,, 140, 144, 147, 153, 164, 173, 208, 213, 217
Language technology, 41, 143
learning, experiment,, 6
Linguistic, 54, 75, 171, 172, 217
Linguistic culture, 171
machine translation, 140, 143, 146, 153, 154, 156, 158, 165, 173, 174, 175, 176, 178, 181, 184, 189, 197, 200, 208
Natural Language Processing, 7, 10, 11, 12, 20, 22, 30, 68, 81, 106, 123, 124, 139, 140, 141, 143, 144, 145, 148, 153, 154, 157, 158, 161, 171, 172, 175, 188, 189, 192, 197, 198, 208, 209, 210, 211, 213, 215, 221, 222, 234, 250, 262
NLP frameworks, 234
NLP toolkits,, 234, 237
NLP,, 152, 155, 202, 208, 210, 211
OCR,, 20, 208, 210, 211, 217
Oldest language,, 213
Optical Character Recognition, 154, 158, 185, 189, 209, 210, 212, 213, 215
TamilBERT, 27
Text Coherence,, 221
uality content, 41
Vakyansh,, 27
voice interaction, 208
அரட்டை, நேரலை,, 118
அறிவியல் தமிழ், 17, 39
ஆக்கமுறை செயற்கை நுண்ணறிவு, 10
இயந்திர மொழிபெயர்ப்பு, 17, 18, 20, 68
இயற்கை மொழி செயலாக்கம்,, 10, 11, 27, 29
உரை → குரல், 128, 129
உரை அறிதல்,, 68
உரையிலிருந்து பேச்சு மாற்றி,, 68
எமோஜி, 104
ஐவாகா (iVaca-, 69
கணிப்பொறி, 17, 19, 20, 76, 79
கலைச்சொற்கள்,, 17
கற்றல், கற்பித்தல், கருவிகள், 113
குறியிடுகள்,, 104
கூகுள் ஏஜ ஸ்டுடியோ,, 118
க்ரோக் 3, 34, 36
க்ளாட், 34, 36

சுனோ, 34, 37
செயற்கை நுண்ணறிவு, 1, 3, 2, 3, 6, 7, 8, 6, 7, 8, 10, 11, 12, 13, 15, 16, 22, 27, 28, 29, 33, 34, 35, 36, 37, 38, 41, 61, 64, 65, 66, 67, 68, 73, 80, 81, 82, 83, 84, 85, 86, 87, 88, 89, 91, 92, 93, 94, 95, 98, 104, 109, 110, 113, 114, 117, 118, 119, 121, 122, 123, 128, 130,131, 133, 229, 230
செயற்கை நுண்ணறிவு,, 10, 11, 27, 28, 41, 61, 91
செயற்கைநுண்ணறிவுகருவி, 99
டால்கியோ (Talkio AI), 69
டால்க்பால் (Talkepal Ai), 69
டுயோலிங்கோ (Duolingo), 69
தமிழ் AI (Tamil AI), 69
தரமான உள்ளடக்கம்,, 41
18.

திருக்குறள்,, 10, 11
நுண்பயிற்சி,, 10, 11
நோட்டா (Notta), 70
பிரம்மாஸ்திரம்,, 99
பெரிய மொழி மாதிரி,, 10, 11, 16
மர்ப் AI (Murf AI), 70
மொழிதத் தொழில்நுட்பம், 41
மொழிப்பாடம்., 113
ரோபோக்கள், 99
லிஸ்-தமிழ் மொழி, 69
விளையாட்டு முறை,, 113
வீட் ஐஒ (Veed.IO), 70
ஸ்ட்ரல், 34

www.ingramcontent.com/pod-product-compliance
Lightning Source LLC
Chambersburg PA
CBHW081353290426
44110CB00018B/2360